துண்டிக்கப்பட்ட தலையின் கதை

துண்டிக்கப்பட்ட தலையின் கதை

உலகச் சிறுகதைகள் 3

தொகுப்பும் மொழியாக்கமும்

கார்த்திகைப் பாண்டியன்

எதிர் வெளியீடு

துண்டிக்கப்பட்ட தலையின் கதை

உலகச் சிறுகதைகள் 3

தொகுப்பும் மொழியாக்கமும்: கார்த்திகைப் பாண்டியன்

முதல் பதிப்பு: டிசம்பர் 2018

எதிர் வெளியீடு,
96, நியூ ஸ்கீம் ரோடு, பொள்ளாச்சி - 642 002.
தொலைபேசி: 04259 - 226012, 99425 11302.

விலை: ரூ. 180

ThuNdikkAppAtta ThaLaiYin KaThai

Compiled and Translated by Karthigai Pandian

First Edition: December 2018

Published by
Ethir Veliyeedu, 96, New Scheme Road. Pollachi - 642 002.
Email: ethirveliyedu@gmail.com
www.ethirveliyedu.in

Price: ₹ 180

Wrapper Design: Santhosh Narayanan

ISBN : 978-93-87333-45-1
Layout : Publishing Next
Printed at Jothy Enterprises, Chennai.

All rights reserved. No part of this book may be reprinted or reproduced or utilised in any form or by any electronic, mechanical or other means, now known or hereafter invented, including photocopying and recording, or in any information storage or retrieval system, without permission in writing from the Publisher.

கார்த்திகைப் பாண்டியன்

1981 ஆம் வருடம் மதுரையில் பிறந்த கார்த்திகைப் பாண்டியன் பொறியியலில் முனைவர் பட்டம் பெற்றவர். தற்போது கோவையில் தனியார் பொறியியல் கல்லூரியொன்றில் பேராசிரியராகப் பணிபுரிகிறார். எஸ்.ராமகிருஷ்ணனை தனது ஆதர்ஷமாகக் கொண்டவர். சிறுகதைகள் எழுதவதோடு மொழிபெயர்ப்பிலும் தீவிர ஆர்வம் செலுத்தி வருகிறார். நல்லதொரு இலக்கிய வாசகனாக அடையாளம் காணப்படுவதே தனக்குத் திருப்தியளிப்பதாகச் சொல்கிறார்.

இதுவரை வெளியாகியுள்ள படைப்புகள்

சிறுகதைகள்
மர நிறப் பட்டாம்பூச்சிகள்

மொழிபெயர்ப்புகள்
எருது (உலகச் சிறுகதைகள்-1)
சுல்தானின் பீரங்கி (உலகச் சிறுகதைகள்-2)
ஒரு முகமூடியின் ஒப்புதல் வாக்குமூலம் - யுகியோ மிஷிமா (நாவல்)
நரகத்தில் ஒரு பருவகாலம்- ஆர்தர் ரைம்போ(கவிதைகள்)

தொடர்புக்கு: 98421 71138
மின்னஞ்சல்: karthickpandian@gmail.com

உள்ளே

முன்னுரை 11

கதைகள்

1. தொலைநோக்கி 19
2. ஆறு கதைகள் 31
3. வாய் நிறைய பறவைகள் 53
4. அந்த நிறம் 71
5. சுல்தானின் கப்பற்கூட்டம் 75
6. துப்புரவாளர் 89
7. பெஞ்சமின் ஸெக்கின் கதை 105
8. துண்டிக்கப்பட்ட தலையின் கதை 123
9. கோமாளி 135
10. காவி 163

நன்றி

ந. ஜயபாஸ்கரன் – அன்புவேந்தன் – க. மோகனரங்கன்
பா. திருச்செந்தாழை – போகன் சங்கர் – நேசமித்ரன்
ஸ்ரீதர் ரங்கராஜ் – வி. பாலகுமார் – ச. ஆறுமுகம்
தில்லை முரளி – கோணங்கி – மனுஷ்யபுத்திரன் – நற்றிணை யுகன்
வா.மு. கோமு – சிபிச்செல்வன் – விஷால் ராஜா

எல்லைகள் இல்லாத உலகம்

A great age of literature is perhaps always a greater age of translations

— Ezra Pound

தனிமனிதன் என்பவன் இம் மானுடகுலத்தின் சிற்றலகு என்கிற நோக்கில் உலகப்பொதுவானவன். அதே சமயம் சிந்திக்கத் தெரிந்த உயிரி என்கிற வகையில் ஆகத் தனிமையானவனும் கூட. மொழி, இனம், பிரதேசம் முதலியவற்றின் அடிப்படையிலான சமூகக்குழுக்களாக இயங்கும் மனிதர்களின் தனித்தன்மைகளைக் கொண்டு வந்து பொதுவான மானுடப்பண்புகளுள் சேர்க்கும் மேலான காரியத்தையே மொழிபெயர்ப்புகள் செய்கின்றன. ஓடிவந்து கலக்கும் நதிநீர் கடலின் உப்புத்தன்மையைக் கட்டுக்குள் வைப்பதைப் போலவே மொழிபெயர்ப்புகள் ஒரு மொழியின் தேக்கத்தை மட்டுப்படுத்துவதோடு அல்லாமல் அதன் படைப்புகளின் சுவையைக் கூட்டவும் உதவுகின்றன.

தமிழில் நவீன உரைநடை உருவாகி வந்த காலத்திலேயே மொழிபெயர்ப்புகளும் தோன்றிவிட்டன. இன்னும்

சரியாகச் சொல்ல வேண்டுமாயின், ஆங்கிலம் கற்கத்தொடங்கிய உயர், மத்தியத்தர வர்க்கத்தினர் அம்மொழி வாயிலாகத் தமக்கு அறிமுகமானது போன்ற இலக்கிய முயற்சிகளை தமிழிலும் செய்துபார்க்க விரும்பியதன் விளைவே நமது மொழியின் ஆரம்பகால உரைநடைப் படைப்புகள். ஆனால் மேலை இலக்கியங்களை உள்ளது உள்ளவாறே மொழிபெயர்ப்பதில் சந்திக்க நேரிட்ட கலாச்சார அதிர்ச்சிகளையும் முரண்பாடுகளையும் தீர்ப்பதற்காக அவர்கள் மேற்கொண்ட உபாயமே தழுவல் இலக்கியங்கள் உற்பத்தியாக வழிவகுத்தன. அந்நிய மொழியின் கதைக்கருவை எடுத்துக்கொண்டு, பாத்திரங்களின் பெயர், நடை, உடை பாவனைகளை நமது என நாம் நம்புகிற பண்பாட்டு வரையறைகளுக்குள்ளாக நின்று அவற்றைத் தமிழாக்கித் தந்தனர். கதவுகளே இல்லாத கட்டிடங்களுக்கு வெளிக்காற்றிற்கான சிறு சாளரங்களும் ஆரோக்கியமானதே.

அச்சிதழ்களும், நூல்களும் வெளிவரத் தொடங்கிய குறுகிய காலத்திற்குள்ளாகவே மொழிபெயர்ப்பின் முக்கியத்துவம் உணரப்பட்டதோடு அல்லாமல் அது தனியானதொரு இலக்கிய வகைமையாகவும் அங்கீகரிக்கப்பட்டது. ஜப்பானிய ஹைக்கூக்கள் பற்றிய அறிமுகத்தையும் தாகூரின் கதைகள் சிலவற்றையும் தமிழுக்குத் தந்ததன் வழியாக பாரதியே மொழிபெயர்ப்புக்கும் முன்னோடி ஆகிறார் என்றாலும் உலகச் சிறுகதைகளையும், ஐரோப்பிய நாவல்களையும் முறையே மொழிபெயர்த்த புதுமைப்பித்தனும் க.நா.சு.வுமே நவீன இலக்கிய மொழிபெயர்ப்புகளுக்குத் துவக்கப்புள்ளியாகிறார்கள். அதே காலகட்டத்தில் இன்னும் சில எழுத்தாளர்களும் மொழியாக்கத்தில் ஆர்வம் காட்டினர். ச.து.சு.யோகி (கடலும் கிழவனும்), திருலோக சீத்தாராம் (சித்தார்த்தா), டி.எஸ். சொக்கலிங்கம் (போரும் அமைதியும்), த.நா.குமாரசாமி (ஆரோக்கிய நிகேதனம்), ஆர்.சண்முகசுந்தரம் (பதேர் பாஞ்சாலி), வல்லிக்கண்ணன் (தாத்தாவும் பேரனும்) மற்றும் தி.ஜானகிராமன் (அன்னை) போன்றவர்கள் குறிப்பிடத்தகுந்தவர்கள். தமிழ்ச் சிறுகதைகள் அதன் ஆரம்பக்கட்டத்திலேயே அடைந்த உயரங்களுக்கு இத்தகைய மொழிபெயர்ப்புகளும் ஒரு மறைமுகக் காரணம்.

இன்று நடுவயதைக் கடந்த எழுத்தாளர்கள், வாசகர்கள் என எவரைக் கேட்டாலும் அவர்களை இலக்கிய வாசிப்பிற்குள்

இழுத்து வந்து தள்ளி, மீளமுடியாமல் மூழ்கடித்தது என்று ரஷ்ய செவ்வியல் ஆக்கங்களின் மொழிபெயர்ப்புகளையே சொல்லுவார்கள். தஸ்தாவ்ஸ்கி, டால்ஸ்டாய், புஷ்கின், துர்கனேவ், கார்க்கி, செக்காவ் போன்ற பெயர்கள் தமிழ் எழுத்தாளர்கள் அளவிற்கே வாசகர்களிடையே நெருக்கம் கொண்டிருந்தன என்றால் அது மிகையாகாது. மாஸ்கோவின் ராதுகா, முன்னேற்றப் பதிப்பகங்கள் அளவிற்குப் பெருவாரியாக இல்லாவிட்டாலும் அமெரிக்க அரசின் நிதிப் பின்புலத்தில் பேர்ல் பதிப்பக வெளியீடுகளாக வந்த பல நூல்களையும் மறக்க முடியாது. லிங்கனின் வாழ்க்கை சரிதமான 'அழிவற்ற காதல்' (இர்விங் ஸ்டோன்), 'போரே நீ போ', 'மணிகள் யாருக்காக ஒலிக்கின்றன?' (ஹெம்மிங்வே), 'குருதிப்பூக்கள்' (காதரின் ஆன் போர்ட்டர்), 'சர்வாதிகாரியும் சந்நியாசியும்' (ஆர்தர் கோஸ்ட்லர்) முதலியவை அவற்றில் முக்கியமானவையாகும்.

சுதந்திரத்துக்குப் பிந்தைய இந்திய அரசால் தோற்றுவிக்கப்பட்ட நிறுவனங்களான சாகித்ய அகதெமியும், என்.பி.டி.யும் மாநில மொழி இலக்கியங்களின் பரஸ்பர மொழிபெயர்ப்புகளுக்கு பெரும் பங்காற்றி வருகின்றன. இவற்றின் வாயிலாகவே மண்ணும் மனிதரும், வாழ்க்கை ஒரு நாடகம், நீலகண்டப்பறவையைத் தேடி, அக்னிநதி, கங்கைப்பருந்தின் சிறகுகள், வனவாசி, செம்மீன், அவன் காட்டை வென்றான், மைய்யழிக் கரையோரம், பருவம் போன்ற காலத்தால் மங்காத படைப்புகள் தமிழுக்குக் கிடைத்தன.

எண்பதுகள் தொடங்கி வெ.ஸ்ரீராம் பிரெஞ்சிலிருந்து நேரடியாக மொழியாக்கம் செய்த பல படைப்புகளை க்ரியா வெளியிட்டுள்ளது. அந்நியன் (காம்யு), குட்டி இளவரசன் (அந்துவான் து எக்சுபரி), மீள முடியுமா (சார்த்தர்), சொற்கள் (ழாக் ப்ரெவர்) ஆகியவை தமிழில் ஏற்படுத்திய தாக்கம் மிக அதிகம்.

மீட்சி சிற்றிதழ் பெரிய அளவில் சர்வதேச இலக்கியங்களைத் தமிழுக்கு அறிமுகப்படுத்தும் விதமாகச் செயல்பட்டது. அது வெளியிட்ட 'லத்தீன் அமெரிக்கச் சிறுகதைகள்' தொகை நூலானது அமெரிக்க, ஐரோப்பிய இலக்கியத்துக்கப்பால் செழுமையாக உள்ள மற்றொரு பிராந்தியத்தை தமிழ் வாசகர்களுக்குத் திறந்து வைத்தது. பிரம்மராஜன் மொழியாக்கம் செய்த கால்வினோ கதைகள் (யுனைடட் ரைட்டர்ஸ்),

போர்ஹேஸ் கதைகள் (யாவரும் - மறுபதிப்பு) ஆகியவையும் ஆர்.சிவகுமார் மொழிபெயர்த்த உருமாற்றம் (தமிழினி), சோபியின் உலகம் (காலச்சுவடு), இரண்டு வார்த்தைகளும் மூன்று துறவிகளும் (பாதரசம்) முதலியவையும் குறிப்பிடத்தகுந்தவை. அதுபோலவே அமரந்தாவின் மொழியாக்கத்தில் வெளிவந்த லத்தீன் அமெரிக்கச் சிறுகதைகளின் தொகுப்பான 'சொர்க்கத்தின் அருகிலிருந்து வந்தவன்' மற்றும் 'நிழல்களின் உரையாடல்' (நிழல்) என்னும் நாவலும் தமிழ்ச்சூழலில் குறிப்பிட்டுச் சொல்லும்படியான எதிர்வினைகளை உண்டாக்கின. லதா ராமகிருஷ்ணனின் மொழியாக்கத்தில் வந்த கவபாட்டாவின் நூல்களான 'தூங்கும் அழகிகளின் இல்லம்', 'மூங்கிலிலைப் படகுகள்' (ஸ்நேகா) ஆகியவற்றுடன் சாரு நிவேதிதா மொழிபெயர்த்த 'ஊரின் மிக அழகிய பெண்' தொகுப்பையும் இவ்வரிசையில் வைத்துப் பார்க்கலாம்.

நிறப்பிரிகை வெளியிட்ட தலித் மற்றும் ஆப்பிரிக்க இலக்கியச் சிறப்பிதழ்களும், பாவண்ணனின் மொழிபெயர்ப்பில் வெளியான தலித் சுயசரிதை நூல்களான 'ஊரும் சேரியும்', 'கவர்மெண்ட் பிராமணன்', தலித் எழுத்துகளின் தொகைநூலான 'புதைந்த காற்று' (விடியல்) ஆகியனவும் இந்திரன் தொகுப்பித்த 'அறைக்குள் வந்த ஆப்பிரிக்க வானம்', 'பிணத்தை எரித்தே வெளிச்சம்' ஆகிய நூல்களும் தமிழில் தலித் இலக்கியச் செயல்பாடுகளுக்கு உத்வேகம் தந்தவை. விடியல் பதிப்பகம் பெரிதும் இடதுசாரி அரசியலை மையப்படுத்திய கட்டுரை மற்றும் வரலாற்று நூல்களையே வெளியிட்டு வருகிறது என்றாலும் எஸ்.பாலச்சந்திரனின் மொழியாக்கத்தில் பதிப்பித்த 'எரியும் சமவெளி', 'பெட்ரோ பராமா' ஆகிய யுவான் ரூல்ஃபோவின் கதைகளும் நாவலும் குறிப்பிட வேண்டியவை.

காலச்சுவடு பதிப்பகம் உலக மற்றும் இந்திய கிளாசிக் வரிசையில் சுகுமாரன், ஜி.குப்புசாமி, அகிலன், அசதா, ஆனந்த், தி.அ.சீனிவாசன், எம்.எஸ், யுவன் போன்றோரின் சீரிய மொழியாக்கத்தில் பல நூல்களை வெளியிட்டிருக்கிறது. தனிமையின் நூறு ஆண்டுகள், பனி, கா, என் பெயர் சிவப்பு, கடல், பொம்மை அறை, நிச்சலம், வீழ்ந்தவர்கள், கசாக்கின் இதிகாசம், உடைந்த குடை ஆகிய நூல்கள் அவற்றில் நினைவுகூரத்தக்கவை. கிழக்கு மற்றும் சந்தியா பதிப்பகங்கள் புனைவல்லாத பல வரலாற்று நூல்களை மொழிபெயர்த்து வெளியிட்டிருக்கிறார்கள். போலவே பாரதி புத்தகாலயம்

குழந்தைகளுக்கான பல அரிய நூல்களை உலக மற்றும் இந்திய மொழிகளினின்றும் மொழிபெயர்த்துக் கொணர்ந்திருக்கிறார்கள். என்சிபிஹெச், வ.உ.சி போன்ற பதிப்பகங்கள் அச்சில் இல்லாத பல பழைய மொழிபெயர்ப்பு நூல்களை மறுபதிப்பு செய்து வருவதோடு புதிய மொழியாக்கங்களையும் வெளியிட்டு வருகின்றன. இது தவிர்த்து பாரதி புக் ஹவுஸ், நற்றிணை வெளியிட்டுள்ள எம்.ஏ.சுசீலாவின் தஸ்தாவ்ஸ்கி மொழிபெயர்ப்புகள், ராமானுஜத்தின் மொழியாக்கத்தில் வெளியாகிய மண்ட்டோ படைப்புகள் (புலம்) ஆகியவையும் தனித்துக் குறிப்பிடப்பட வேண்டியன.

தமிழுக்கு வளம் சேர்க்கும் வண்ணம் பல மொழிபெயர்ப்புகளை வெளியிட்டுள்ள இப்பதிப்பகங்களின் வரிசையில் சில வருடங்களுக்கு முன்னால் இணைந்திருக்கும் பதிப்பகம் எதிர் வெளியீடு. வேர்கள், நார்வீஜியன் வுட், நள்ளிரவின் குழந்தைகள், பட்ட விரட்டி, கூண்டுப்பறவை ஏன் பாடுகிறது, ஆதிவாசிகள் இனி நடனம் ஆட மாட்டார்கள் போன்ற மிக முக்கியமான அந்நிய மொழி படைப்புகளைத் தமிழில் கொண்டு வந்திருக்கிறார்கள்.

இதுகாறும் தமிழில் மொழியாக்கம் செய்யப்பட்டிருக்கும் நூல்கள், மொழிபெயர்ப்பாளர்கள், பதிப்பகங்கள் குறித்த நினைவை வரைந்து பார்க்கையில் கிடைத்தத் தோராயமான கோட்டுச்சித்திரம்தான் மேற்கண்டது. இன்று ஓரளவு அங்கீகாரமும், விற்பனை சாத்தியங்களும் இருந்தாலும் கூட மொழிபெயர்ப்பாளர்களுக்கு பல சமயங்களில் கிடைப்பது இரண்டாவது வரிசை இடம்தான். எனினும் பிறிதொரு மொழியில் தான் தேடிக் கண்டடைந்த படைப்பை, வாசித்து அடைந்த பரவசத்தை பிறருடன் பகிர்ந்து கொள்ள வேண்டும் என்கிற ஆவலிலேயே ஒரு மொழிபெயர்ப்பாளன் தன் பணியைத் தொடங்குகிறான். நாம் ரசித்தவொரு அயல்மொழிப் படைப்பை மேலும் அணுக்கமாகப் புரிந்துகொள்ள ஒரே வழி அதை நம் தாய்மொழியில் பெயர்த்து எழுதுவதுதான் என்று சொல்லுவார்கள். அவ்விதமாகத் தானடைந்த சுயநிறைவை பிறருக்கான ஒன்றாகவும் விரிவடையச் செய்யும் செயல்பாட்டிற்குக் கடினமான உழைப்பும், அசாதாரணமான அர்ப்பணிப்புணர்வும் தேவை. இயல்பாகவே இக்குணங்களைக் கொண்டிருப்பதாலேயே, கார்த்திகைப் பாண்டியன் இத்துறைக்குள் வந்த சிறிது காலத்திற்குள்ளாகவே ஒரு நாவல்

(ஒரு முகமூடியின் ஒப்புதல் வாக்குமூலம் - யுகியோ மிஷிமா), இரண்டு உலகச்சிறுகதைத் தொகுப்புகள் (எருது, சுல்தானின் பீரங்கி), ஒரு கவிதைத் தொகுப்பு (நரகத்தில் ஒரு பருவகாலம் - ஆர்தர் ரைம்போ) ஆகியவற்றை மொழியாக்கம் செய்திருக்கிறார். இப்பணிகளுக்காக விகடன் விருது, இளம் படைப்பாளிக்கான சுந்தர ராமசாமி விருது மற்றும் ஆத்மாநாம் விருதுகளையும் பெற்றிருக்கிறார்.

ஒரு காஷ்மீரிக்கதை உட்பட பத்து அயல்மொழிச் சிறுகதைகள் அடங்கிய மூன்றாவது தொகுப்பு இது. ஒரு சில இந்திய ஐரோப்பிய மொழிகளைத் தவிர பிறமொழி இலக்கியங்களை அறிந்துகொள்ள நமக்கிருக்கும் ஒரே தொடர்புவழி ஆங்கிலம்தான். இந்தத் தொகுப்பிலுள்ள கதைகளையும் கார்த்திகைப் பாண்டியன் ஆங்கிலம் மூலமாகவே பெயர்த்துத் தந்திருக்கிறார். மொழியாக்கம் செய்வதற்கான மூலக்கதைகளை தெரிவு செய்ய இரண்டு அளவுகோல்களை வைத்திருப்பதாக அவர் கூறுகிறார். ஒன்று, தமிழில் அதிகம் அறியப்படாத படைப்பாளியின் கதையாக இருக்க வேண்டும். இரண்டாவது, கதையின் வடிவம் அல்லது உள்ளடக்கத்தில் புதுமை இருக்க வேண்டும். புதிய குரல்களை, பொருண்மைகளைத் தமிழுக்குக் கொண்டு வந்து பார்க்க வேண்டும் என்கிற அவருடைய உத்வேகத்தை இத்தொகுப்பிலுள்ள கதைகள் சரியாகவே பிரதிபலிக்கின்றன.

முதல் கதையான 'தொலைநோக்கி' (ரஷ்யா), கடைசிக்கதையான 'காவி' (இந்தியா), தொகுப்பின் நடுவிலுள்ள 'துண்டிக்கப்பட்ட தலையின் கதை' (மொராக்கோ) ஆகிய மூன்று கதைகளுமே அரசியலை, அதிகாரத்தின் வன்முறையை, அதை எதிர்கொள்ளும் திறனற்ற சாமானியர்களின் பதைபதைப்பைத்தான் முன்வைக்கின்றன. ஆனால் ஒவ்வொரு கதையும் வெவ்வேறுவிதக் கூறுமுறையைக் கொண்டிருப்பதைப் பார்க்கலாம். கேட்கிற கதையளவிற்கே சொல்கிற குரலின் ஏற்ற இறக்கங்களுக்கும், சொல்லாமல் இடைவிடுகிற மௌனங்களுக்கும் அர்த்தமுண்டு என்பதை உணர்த்துபவையாக அமைந்திருக்கின்றன இந்தக்கதைகள்.

'பெஞ்சமின் ஸெக்கின் கதை' என்கிற போஸ்னியச் சிறுகதை அசாதாரணமான விவரிப்பு முறையைக் கொண்டிருக்கிறது. ஒரு சிறுவனின் பகற்கனவு என்கிற ஒற்றைப்புள்ளியில் சுருக்கி

விடக்கூடிய சிறிய அனுபவத்தை முழு வாழ்விற்குமான ஒன்றாக விரிக்கும்போது கிடைக்கும் அபூர்வமான தரிசனமாக அமைகிறது இக்கதை. இதைப் படித்து முடித்ததும் போர்ஹேஸின் *"Secret Miracle"* மற்றும் அம்புரோஸ் பியர்ஸின் *"An Old Occurance in Owl Creek"* ஆகிய இரண்டு கதைகளும் நினைவுக்கு வந்தன. இம்மூன்று கதைகளுக்கும் உத்திரீதியாக சிறு ஒற்றுமை இருக்கிறது என்றபோதும் வெவ்வேறு உணர்த்துதல்களை முன்வைக்கின்றன.

ஒரு வாய்மொழிக்கதையின் எளிமையோடு, கவித்துவமான விவரணையும் அதே சமயத்தில் உளவியல்ரீதியிலான ஆழமான அவதானிப்புகளையும் கொண்ட 'கோமாளி' என்கிற எகிப்தியக்கதை என்னை வெகுவாகப் பாதித்தது. இந்தத் தொகுப்பின் மிகச்சிறந்த கதையென இதையே சொல்வேன். 'அந்த நிறம்' என்கிற பிரிட்டிஷ் கதை மெய்யாகவே மிகச்சிறிய கதை. அச்சில் ஒன்றரைப் பக்கம்தான் வருகிறது. ஆனால் படிப்பவரின் மனதில் அது ஒரு கவிதையின் கனத்தை ஏற்றி வைத்து விடுகிறது.

ஓர் அழகிய நிறமாலையை ஒத்த உணர்வுகளின் கலவையைக் கொண்டதாகத் தொகுக்கப்பட்டிருக்கும் இச்சிறுகதைகள் வாசிக்கத் தடங்கல் ஏதுமில்லாத மொழியாக்கத்தைக் கொண்டிருக்கின்றன. 'பொதியூட்டப்பட்ட துப்பாக்கி', 'மகிழுந்து' போன்ற தூயத் தமிழ் வார்த்தைகளை நவீனச் சிறுகதைகளின் நடுவே, அதுவும் வேற்றுமொழிக் கதைகளின் இடையில் வைத்துப் பார்க்கையில் அவை சற்றே வித்தியாசமாகத் தொனித்தாலும் கூட தொடர்ந்த வாசிப்பில் எதுவும் துருத்திக் கொண்டு தெரிவதில்லை.

இக்கதைகளை அவற்றின் ஆங்கில வடிவத்தோடு ஒப்பிட்டுப் பார்க்க எனக்கு வாய்க்கவில்லை. வார்த்தைக்கு வார்த்தை அப்படியே மொழிபெயர்ப்பதைக் காட்டிலும் அர்த்தத்தொனிகளை வேறு மொழிக்கு இயல்பாகக் கடத்துவதிலேயே ஒரு மொழியாக்கத்தின் பெறுமதி அடங்கியுள்ளது என்று நான் நம்புகிறேன். தவிரவும், 'முழுமையாக மொழிபெயர்க்கப்பட்ட படைப்பு என்று எதுவுமில்லை. போதுமென்று ஒரு கட்டத்தில் கைவிடப்பட்டவை மாத்திரமே உண்டு' என்கிற ஏ.கே.ராமானுஜத்தின் கூற்று ஒன்று உண்டு.

அவ்வகையில் மூலத்தினின்றும் மூன்றாவது மொழிக்குப் பெயர்க்கப்பட்டிருக்கும் இக்கதைகள் பல வகைகளிலும் அலாதியானதொரு வாசிப்பனுபவத்தைத் தருபவையாக அமைந்திருக்கின்றன. கார்த்திகைப் பாண்டியனுக்கு என் அன்பும் வாழ்த்துகளும்!

க.மோகனரங்கன்
23.11.2018

டானிலா டேவிடோவ் (1977)

(Danila Davydov – Russia)

ரஷியாவின் மாஸ்கோ நகரில் பிறந்த டானிலா டேவிடோவ் அந்நாட்டின் இளம் தலைமுறைக் கவிஞர்களில் முக்கியமானவர். கவிதையியலில் முனைவர் பட்டம் பெற்றுள்ளார். சிறுகதைகள், கட்டுரைகள் எழுதுவதோடு இலக்கிய விமர்சனங்களிலும் ஈடுபடுகிறார். ரஷிய மொழியில் எழுதும் இளம் கலைஞர்களுக்கான *"Debut Prize"* முதன்முதலில் அறிவிக்கப்பட்ட 2000-ஆம் ஆண்டு டேவிடோவின் சிறுகதைத் தொகுப்புக்கு வழங்கப்பட்டது. 1999 முதல் 2004 வரை இளம் எழுத்தாளர்கள் சங்கமான *"Vavilon"*-இன் தலைவராகவும் டேவிடோவ் செயல்பட்டிருக்கிறார். தொலைநோக்கி என்கிற இந்தச் சிறுகதை "சிறந்த ஐரோப்பியச் சிறுகதைகள் 2012" எனும் தொகுப்பிலிருந்து மொழிபெயர்க்கப்பட்டுள்ளது.

தொலைநோக்கி

டானிலா டேவிடோவ்

இப்பெல்மேன் மிகவும் அதிர்ஷ்டசாலி. குண்டுவெடிப்பு பேருந்தில் இருந்த அனைவரையும் கொன்றது, ஓட்டுனரை, பயணிகளை, அவனைத் தவிர மற்றவரனைவரையும். இன்னும் சில நிமிடங்களில் இறங்கி விடலாம் என்கிற எண்ணத்தோடு பின்கதவுகளின் அருகே நின்றிருந்தான் என்பதுதான் அவனுடைய நல்லதிர்ஷ்டத்துக்குக் காரணமாக இருக்கக்கூடும், மேலும் அந்த வெடிகுண்டு (ஒருவேளை அது, வேறெதுவுமாக, நம்பவியலாத ஏதோவொன்றாக இல்லாமல், வெடிகுண்டாக இருந்தால்) பேருந்தின் முன்பக்கத்தில் இருந்தது. மிகச்சரியாக இப்பெல்மேன் போட்டியின் நேர்மைத்தன்மை குறித்து யோசித்துக் கொண்டிருந்த கணத்தில், கேட்க முடிந்ததை விடப் பெரிதாக ஒரு சத்தம் கேட்டது, கண்ணைக் குருடாக்கும் ஒளிவெள்ளம், எந்தச் சந்தேகத்துக்கும் இடமின்றி பேருந்து கவிழ்ந்தது. பச்சை நிறத்திலும் ஆரஞ்சு நிறத்திலும் கிரகணங்களை இப்பெல்மேன் கண்டான், கடுமையான வலியைத் தன் கண்களில் உணர்ந்தான், கீழே விழுந்தான் என்றபோதும் தன்னுணர்வை இழக்கவில்லை; மாறாக உயிர் பிழைப்பதற்கான உள்ளுணர்வின் உந்துதலுக்கு அவன் தன்னை ஒப்புக்கொடுத்தான், தானாகவே அவனுடைய கரங்களை வந்தடைந்ததாகவும் பிரத்தியேகமான முறையில்

அவனுக்கெனவே திறந்து கொண்டதாகவும் தோன்றிய அவசர வழியின் கதவுகளை அவனுடைய கரங்கள் பற்றிக்கொண்டன. ஊர்ந்து வெளியேறியபோது கூட என்ன நிகழ்ந்ததென்பது இப்பெல்மேனுக்கு சரியாகப் புரிபடவில்லை, ஆனால், அவனுக்குப் பின்னால் இரண்டாவது குண்டுவெடிப்பு நிகழ்ந்தபோது (தீயின் நாவுகள் எரிவாயுக்கலனைத் தொட்டு விட்டிருந்தன), தான் குருடாகிப் போயிருப்பதை அசாதாரணமான தெளிவோடு அவன் உணர்ந்தான். அனேகமாகக் குண்டுவெடிப்பு நிகழ்ந்த மறுகணம் கண்ணாடித்துண்டுகள் அவனுடைய கண்களைக் கிழித்திருக்க வேண்டும், என்றாலும், தன்னுடைய பார்வையிழப்பென்பது வெறுமனே விபத்தில் மூளை கலங்கிப் போனதற்கான அறிகுறிதான் என்று சொல்லியிருந்தால் கூட அவன் வாதிட்டிருக்க மாட்டான்; குண்டுவெடிப்பின் விளைவுகள் குறித்துத் தெளிவில்லாமல் இருந்தான். ஒருவேளை நான் அதிர்ச்சியால் பாதிக்கப்பட்டிருக்கலாம், தனக்குத்தானே சொல்லிக் கொண்டான், மேலும் அதிலிருந்து நான் மீளும்போது என்னுடைய பார்வையும் திரும்பி விடும். என்றபோதும், அப்படி ஏதும் நிகழப்போவதில்லை என்பதையுணர வெகுநேரம் ஆகவில்லை. வேறு யாரேனும் பிழைத்திருக்கிறார்களா என்பதைக் கண்டறிய முயன்றான், அனைவரும் இறந்து விட்டார்கள் என்பதைக் கிட்டத்தட்ட அவன் அறிந்திருந்தாலும்; மூன்று அல்லது நான்கு முறை அழைத்துப் பார்த்தபோது எந்த எதிர்வினையும் இல்லை. குளிராக இருந்தது. தான் அங்கே தங்கக்கூடாதென்று இப்பெல்மேனுக்குத் தோன்றியது. நகர்ந்து விட வேண்டும். நகரத்தின் எல்லை இரண்டு கிலோமீட்டர்கள் தொலைவில் இருந்தது, ஆனால் பார்வையின் சகாயக்குறிப்புகள் ஏதுமின்றி, அங்கே நடந்து போவது அத்தனை எளிதாயிருக்காது. சாலையின் ஓரமாக நடப்பதுதான் எளிதான காரியமாயிருக்கும், ஆனால் எரிந்து கொண்டிருந்த பேருந்தை விட்டு ஊர்ந்து வெளியேறுகையில் அது சாலையின் எந்தப்பக்கம் கவிழ்ந்து கிடக்கிறதென்பது இப்பெல்மேனுக்குத் தெரியவில்லை. நான் வெறுமனே நடக்க வேண்டும், இப்பெல்மேன் நினைத்துக் கொண்டான், ஒன்று நான் நகரத்தை அடைவேன் அல்லது எதிர்த்திசையில் சாலையின் ஓரமாயிருக்கும் ஒரு கிராமத்தைச் சென்றடைவேன். நகர்வதுதான் முக்கியம், ஏனெனில் அப்படிச் செய்யாமல் போனால் அவன் இறக்கவும் நேரிடலாம். எதனால் தான் இறப்போம் என்பதை இப்பெல்மேன் அறிந்திருக்கவில்லை, ஆனால் சட்டென்று, உதிரத்தில் நஞ்சு

கலப்பதை நினைத்து, உடனே தான் கவலைப்பட வேண்டியது அதைப்பற்றித்தான் என்று முடிவு செய்தான். எழுந்து நிற்க முயன்றான், தள்ளாடினான், தன்னுடைய சமநிலையை இழந்து, கீழே அமர்ந்தான்; மீண்டும் முயன்றான், எழுந்து, ஒரு அடி எடுத்து வைத்தான், பிறகு இன்னொன்று. கண்களைத் தவிர அவனுடைய மற்ற உறுப்புகளனைத்தும் பத்திரமாயிருந்தன. நான் போக வேண்டும், தனக்குத்தானே அவன் உரக்கச் சொல்லிக் கொண்டான். அந்த ஒலி அவனுக்குப் பிடித்துப்போக, இனிமேலும் அவனால் பார்க்கவியலாத அந்திநேரப் புதர்க்காடுகளில் தங்களுக்கான இருக்கைகளைப் பிடித்தமர்ந்திருந்த கற்பனையான பார்வையாளர்களின் கரவொலிகளுக்குப் பதிலளிப்பதைப் போல, மீண்டும் ஒருமுறை சொன்னான். தான் களைப்புற்றிருப்பதைக் கண்டுணரும் வரை கிட்டத்தட்ட அரைமணி நேரம் அவன் கனத்த மௌனத்தினூடாக நடந்தான். கடந்து செல்லும் ஏதேனும் மகிழுந்தில் தொற்றிக் கொள்ளலாம் எனும் நம்பிக்கையோடு சாலையின் நடுவில் அமர்ந்தான், ஆனால் மகிழுந்து எதுவும் கடந்து செல்லவில்லை, ஒரு ஆந்தை மட்டுமே இருளுக்குள் அலறியபடி தனக்கான இரையைத் தேடிக் கொண்டிருந்தது. ஆச்சரியப்பட ஏதுமில்லை, இப்பெல்மேன் நினைத்துக் கொண்டான், வாரநாட்களின் நடுவே அதிகாலை இரண்டு மணிக்கு கிராமப்புறங்களில் எண்ணற்ற மகிழுந்துகள் கடந்து போகுமென்று எதிர்பார்க்க முடியாது. இப்போது அங்கே இரண்டு ஆந்தைகள் இருந்தன, ஒன்று மற்றொன்றைக் கண்டுபிடித்து வாதிடத் தொடங்கியது. ஆந்தைகள் மனிதனின் சதையை உண்ணுமா என்பதில் இப்பெல்மேனுக்குக் குழப்பமிருந்தது. காகங்கள் உண்ணுமென்பதை அவன் அறிந்திருந்தான், ஆனால் காகங்களோடு ஒப்பிடும்படியான பொதுவான சங்கதிகளேதும் ஆந்தைகளிடம் கிடையாது, அத்தோடு, அவை இரவில் மட்டுமே வெளியே வந்தன. குளிர் அதிகரித்தது. ஒரு வாகனம் நெருங்கி வருவதைத் திடீரென்று அவன் கேட்டான். அது நின்றது, கதவு பலத்த சத்தத்துடன் அறைந்து மூடப்பட்டது, அதனைக் கடந்து இப்பெல்மேனை நெருங்கி வந்த ஓட்டுனன் உறுமியபடி தந்த திடமான உதையில், அவன் உருண்டு போய் சகதிக்குள் விழுந்தான், பிறகு அந்த ஓட்டுனன் மீண்டும் மகிழுந்தில் ஏறிக் கிளம்பிச் சென்றான். மிகவும் சிரமப்பட்டு மீண்டும் சாலையை வந்தடைந்த இப்பெல்மேன் எந்தத் திசையில் சென்று கொண்டிருக்கிறோம் என்பதையறியாமல் தள்ளாடியபடி

முன்னேறிச் சென்றான். நீண்ட நேரம் நடந்தான், ரொம்பவே நீண்ட நேரம். மீண்டும் மனவுறுதியோடு எழுந்து நடந்தாலும் கூட பல சமயங்களில் தார்ச்சாலையின் மீது நிராதரவாகக் கிடந்தான். அவன் ஆச்சரியங்கொள்ளும் வகையில் கண்களில் இருந்த வலி தாளமுடியாதவொன்றாக இருக்கவில்லை, ஆனால் அதை உதாசீனப்படுத்தவும் முடியவில்லை. சீக்கிரமே விடிந்துவிடும் என்பதை இப்பெல்மேன் கணக்கில் கொண்டிருந்தான், ஆகவே அவன் தவறான திசையில் நடந்து கொண்டிருந்தாலும், கூடிய விரைவிலோ அல்லது தாமதமாகவோ ஏதேனும் ஒரு கடந்து செல்லும் மகிழுந்து அவனருகே நிற்கும், காயப்பட்டிருக்கும் ஒரு மனிதனைத் துன்புறுத்துவற்காக அல்லாமல் அவனுக்கு உதவி செய்திட. பேருந்தில் நிகழ்ந்த குண்டுவெடிப்பு பற்றிய செய்தி ஏற்கனவே சட்டத்தின் பாதுகாவலர்களைச் சென்றடைந்திருக்க வேண்டுமென்கிற எண்ணம் அவனுக்குள் எழுந்தது, நிச்சயமாக அவர்கள் உயிர்பிழைத்தவர்களைத் தேடிக் கொண்டிருப்பார்கள், வெகு விரைவில் அவன் கண்டுபிடிக்கப்படுவான். ஆனால், ஏதோவொரு காரணத்தால், அவனால் எந்த மகிழுந்துகளின் சத்தத்தையும் கேட்க முடியவில்லை, சாலையில் ஓரத்திலிருந்த புற்களில் சின்னச்சின்ன மிருகங்கள் மட்டுமே மெலிதாகக் கிறீச்சிட்டுக் கொண்டிருந்தன. நிதானமாக ஓய்வெடுத்த இப்பெல்மேன் தனக்குள் ஒரு உள்ளார்ந்த அமைதியை உணர்ந்தான். மறுமலர்ச்சியடைவதைப் போல, என்று அவன் எண்ணிக் கொண்டான். காலை வேளையின் புத்துணர்ச்சி, ஒருவேளை, ஏற்கனவே அது காலை நேரமாக இருந்தால், அப்படித்தானிருக்க வேண்டும், ஒரு முரணைப்போல், எளிதில் யூகிக்கும்படியாக குறைவதற்கான எந்த அறிகுறியையும் காட்டாத அவனுடைய பார்வையற்ற விழிகளில் இருந்த ஊசியால் குத்தும் உணர்வை அந்தப் புத்துணர்ச்சி கிட்டத்தட்ட ஒத்திருந்தது. தொலைதூரத்தில் சேவல் கூவுவதை அவன் கேட்டான், ஆகவே அது காலைநேரம்தான் என்பதோடு ஒரு கிராமமும் அருகில் எங்கோ இருக்க வேண்டும். எந்தவொரு மகிழ்ச்சியையும் அவன் உணரவில்லை, வெறுமை மாத்திரமே, அளவுக்கு அதிகமாக இருந்த வெறுமையால் இப்பெல்மேன் நிரம்பி வழிந்தான், அவனுடைய கவனத்துக்கு வராமலே தன்னுணர்வை இழந்து வீழ்ந்தான். எழுந்து கொண்டதையும் கூட அவன் கவனிக்கவில்லை, ஏன் இப்படி - ஒரு ஈரமான கரம் அவனுடைய நெற்றியைத் தொட்டது. உனக்கு என்ன நேர்ந்தது, ஒரு மெல்லிய

குரல் விசாரித்தது, ஆச்சரியமோ அல்லது பயமோ அதில் இருந்ததாகத் தெரியவில்லை. நான் எங்கிருக்கிறேன், இப்பெல்மேன் கேட்டான், அல்லது அவன் கேட்டான் என்பதை விட வெறுமனே சொன்னான். இங்கே. இப்பெல்மேன் எழுந்து கொள்ள முயன்றான் என்றபோதும் தன்னிடம் அதற்கானத் தெம்பில்லை என்பதை உணர்ந்தான், மேலும் எப்படிப் பார்த்தாலும் முதுகுக்குக் கீழேயிருந்த வைக்கோல் அவனுக்கு ரொம்பச் சௌகரியமாக இருந்தது. அங்கேயே படுத்திரு, குரல் சிரித்தது, நான் உனக்குக் கொஞ்சம் பால் கொண்டு வருகிறேன். அந்த மனிதன் ஓடிப்போனான். இப்பெல்மேனுக்கு அது தெளிவாகக் கேட்டது, அந்த மனிதன் விரைவில் திரும்பி வந்தான். இதைக் குடி. அந்தக் குளிர்ச்சியான பால்தான் இப்போது இப்பெல்மேனுக்குத் தேவையாக இருந்த சங்கதி. உனக்குக் கட்டுப்போட வேண்டும், உன் உடல் முழுதும் இரத்தம். உன்னுடைய பெயர் என்ன? உனது? இப்பெல்மேன், என்றான் இப்பெல்மேன், ஏதோவொரு காரணத்துக்காக மிகப்பெருமையாக உணர்ந்தான், ஏனெனில் அவன் இப்பெல்மேன்தானே தவிர வேறு யாருமல்ல என்பதை அவனுடைய நினைவாற்றல் மிகத்தெளிவாக அவனுக்குள் பதிவு செய்திருந்தது, பிறகு, ஒன்று அல்லது இரண்டு விநாடிகள் கழித்து, தான் சத்தம் போட்டு யோசிப்பதை அவன் உணர்ந்தான், ஆனந்தக் களிப்போடு தன்னுடைய பெயரை உரக்கச் சொல்லி ஒரு பைத்தியத்தைப் போல நடந்து கொண்டிருக்கிறான், ஒரு முழுமையான பைத்தியம். நான் பைத்தியம் என்று நீ நினைக்கிறாய், இல்லையா? நான் லயோகா, அந்தக்குரல் சொன்னது, மீண்டும் சிரித்தபடி. இல்லை, நான் என்ன சொல்கிறேன் என்பதை நீ கேட்கிறாயா, தன்னுடைய உரத்த, கட்டுப்பாடற்ற, பெயரின் சுய-உச்சரிப்பால் இப்பெல்மேன் சங்கடப்பட்டான். வலிக்கிறது, அதனால்தான் வினோதமாக நடந்து கொண்டேன். பரவாயில்லை, எல்லாம் சரியாகத்தான் இருக்கிறது. லயோகா என்றழைக்கப்பட்ட சிறுவன் சட்டென்று தனது கரங்களை இப்பெல்மேனின் மீது தவழ விட்டான், கட்டிக்கொண்டு, மீண்டும் சிரித்தான். உனக்கு என்ன வயது, இப்பெல்மேன் கேட்டான். பாட்டி நேற்று நகரத்துக்குச் சென்றாள், பிறகு இதுபோல ஏதோவொன்று நடக்கிறது. எதைப்போல ஏதோவொன்று? பெரியவர்கள் உன்னிடம் ஒரு கேள்வி கேட்டால் நீ பதில் சொல்ல வேண்டும். மிரட்டும் தொனியில் இப்பெல்மேனின் குரல் ஒலிக்கவில்லை, நிச்சயமாக

அப்படியில்லை, பள்ளிக்கூட ஆசிரியத்தன்மையின் ஒரு துளியைக்கூட நீங்கள் அதற்குள் கண்டுபிடிக்க முடியாது. கட்டுப்போடுவதற்கானத் துணி கொஞ்சமாக இருந்தது, என்னால் அதைக் கண்டுபிடிக்க முடியுமா என்று பார்க்கிறேன். அவன் மீண்டும் ஓடிப்போனான். அவனுடைய பாட்டி நேற்று நகரத்துக்குப் போயிருக்கிறாள், இப்பெல்மேன் நினைத்தான், அதன்பிறகு இதுபோல ஏதோவொன்று நடக்கிறது. அவன் என்ன சொல்கிறான், இதைப்போல ஏதோவொன்று? அனைத்து விதமான பயங்கரங்களையும் அவன் உருவகப்படுத்தத் தொடங்கினான், அனேகமாக அதுவொரு வேற்றுகிரக படையெடுப்பாகக்கூட இருக்கலாம், ஆனால் அதைத் தீவிரமாக அவன் யோசிக்கவில்லை, வெறுமனே சோம்பலுற்றவனாக, அயர்ச்சியுற்றுத் தூங்க வேண்டுமென்பதற்காகப் படுக்கையில் கிடக்கும்போது கடைசியாகப் பார்த்த ஏதோவொரு குறைந்த-செலவிலான சோக நாடகத்தைப் பற்றி யோசிக்கும் விதத்தைப் போல. உன்னுடைய தலையைச் சற்றே உயர்த்து, சிறுவன் திரும்பி வந்ததை இப்பெல்மேன் கவனித்திருக்கவில்லை, உனக்கு நான் கட்டுப்போடுகிறேன், ஓ, நான் அயோடினை மறந்து விட்டேன். உன்னிடம் அயோடின் உள்ளதா? ஆம், ஏதொவொரு வகை தொற்றுநீக்கியாக இருக்கலாம், நான் போய்ப் பார்க்கிறேன் - அவன் மீண்டும் ஓடிப்போனான், பிறகு வெகு விரைவாக, இயற்கைக்கு மாறான வேகத்தோடு, எப்படியோ அவன் திரும்பி வந்தான், ஊசியாய்க் குத்தும் ஒரு தைலத்தை இப்பேல்மேனின் கண்களில் தடவினான். இப்பெல்மேன் வேதனையில் சாபமிட்டான், ஆனால் ஏன், அவன் உடனடியாக வியந்தான், ஏற்கனவே ஊசியாய்க் குத்தும் ஏதோவொன்றின் மீது தடவப்படும் ஊசியாய்க் குத்தும் சமாச்சாரமென்பது இரண்டு எதிர்மறைகளை ஒன்றிணைப்பதைப் போல இருந்திருக்க வேண்டும். இரண்டு கழித்தற்குறிகளை இணைத்தால் என்ன வருமென்று நீ அறிவாயா? அவன் லயோகாவைக் கேட்டான். நிச்சயமாக எனக்குத் தெரியும், என்றான் சிறுவன், இந்த சந்தேகத்தால் காயமுற்றவனாக, இப்பெல்மேனின் தலையைச் சுற்றித் துணியைக் கட்ட ஆரம்பித்தான், ஆனால் அது கூட்டல்குறியை உண்டாக்கும் என்பதைச் சொல்லவில்லை. நீ இங்கு என்ன செய்கிறாய்? அதுவா, நான் நட்சத்திரங்களைப் பார்ப்பதற்காக ஒரு பேருந்தில் ஏறி வந்தேன். ஏன் நீ அதை நகரத்தில் இருந்தே பார்க்கக்கூடாது, அங்கே நட்சத்திரங்கள் இல்லையா என்ன? இப்பெல்மேன்

ஒருகணம் தயங்கினான். சரிதான், எப்படி நான் அதை விவரிக்க? அங்கேயும் கூட அவற்றை நீ பார்க்கலாம், நிச்சயமாக, ஆனால் அங்கே சுற்றிலும் நிறைய வெளிச்சமிருக்கும், இரவிலும் கூட, தெருவிளக்குகள், சாளரத்தின் வழியே வரும் வெளிச்சம், அதுபோன்ற சங்கதிகள், மேலும் தன்னைச் சுற்றிலும் வெறும் வயல்வெளிகளை மட்டுமே கொண்ட ஒரு மணற்குன்று இங்கே இருக்கிறது, மரங்கள் கிடையாது, வீடுகள் கிடையாது, தொடுவானத்தை அனைத்துத் திசைகளிலும் இருந்து உன்னால் பார்க்க முடியும், பார்ப்பதற்கு வெகு அற்புதமான இடம். எதற்காக நீ நட்சத்திரங்களைப் பார்க்க விரும்புகிறாய்? சிறுவனின் கேள்வி முட்டாள்தனமானதாகத் தோன்றியிருக்கலாம் ஆனால் இப்பெல்மேன் அப்படி நினைக்கவில்லை, அதற்கு எதிர்மாறாக யோசித்தான். இன்னும் சற்று நேரம் அவன் சிந்தித்தான். கவனி, என்னிடம் ஒரு தொலைநோக்கி இருக்கிறது, குறைந்தபட்சம் குண்டுவெடிப்புக்கு முன்னால் அது என்னிடம் இருந்தது. நீ வானொலி கேட்பதுண்டா? திடீரென்று ஆர்வங்கொண்டவனாக, இப்பெல்மேன் கேட்டான், பாட்டியிடம் தொலைக்காட்சி உண்டு. லயோகா இப்பெல்மேனின் தலையை நீவி விட்டான்: எப்படி இருக்கிறது, வலிக்கிறதா? இல்லை. வலிக்கத்தான் செய்தது, என்றாலும், அது அயோடினால் உண்டான வலி என்பதைப் போலவும், உடலின் வேதனையை வெளிப்படுத்தாத ஆண்மையின் தீரமுடையவனாகத் தன்னை முன்னிறுத்த விரும்பாதவனாகவும், இப்பெல்மேன் காட்டிக்கொண்டான். எதற்காக உனக்கு தொலைநோக்கி தேவைப்படுகிறது? அதுவொரு பொழுதுபோக்கு, நான் விரும்பி ஈடுபடும் ஒரு சமாச்சாரம், தொலைநோக்கி வழியாகப் பார்ப்பதை நான் விரும்புகிறேன், சனிக்கிழமைகளில் கிராமப்புறங்களுக்குச் சென்று இரவு முழுதும் நட்சத்திரங்களைப் பார்த்திருப்பேன், அது உன்னை வெகு அமைதியாக உணரச் செய்திடும். நானொரு கிரகத்தைக் கண்டுபிடித்திருக்கிறேன், அவன் பெருமையோடு சேர்த்துச் சொன்னான். நீயா! நான்தான். நிஜமாகவா? ஆம், நிஜமாகத்தான். லயோகா மீண்டும் ஒருமுறை அவன் மீது சாய்ந்து நெற்றியில் முத்தமிட்டான். சொல்வதெனில், அதுவொரு சிறிய கிரகம்தான், ஐந்து கிலோமீட்டர்கள் பரப்பளவில், வெறுமனே விண்வெளியில் சுற்றிவரும் ஒரு மாபெரும் பாறை, ஆனால் நான்தான் முதலில் கண்டுபிடித்தேன், ஆக அதனால்தான் இப்பெல்மேன் என அதற்குப் பெயரிட்டார்கள். உனக்குத் தெரியுமா? லயோகா கேட்டான்,

அங்கே என்னமோ நடந்து கொண்டிருக்கிறது, தொலைக்காட்சியில் காட்டினார்கள், அதற்குப் பிறகுதான் நீ வந்தாய். விண்வெளி ஊடுருவலாளர்களா? இல்லை, சிறுவனுடைய குரலில் தீவிரம் மிகுந்திருந்தது, போர் என்று நான் நினைக்கிறேன். இப்பெல்மேனை அழுந்த முத்தமிட்டு அவனுடைய கால்ச்சராய்களைக் கழற்றத் தொடங்கினான். என்ன செய்கிறாய், நிறுத்து, பரவாயில்லை, பரவாயில்லை. அவர்கள் உறங்கியெழுந்தபோது, லயோகா சொன்னான், நீ இந்தத் தானியக்களஞ்சியத்திலேயே படுத்திரு - இப்பெல்மேன் மகிழ்ச்சியடைந்தான், அதுவொரு தானியக்களஞ்சியமாகத்தான் இருக்கும் எனத் தீவிரமாக அவன் நம்பினான் - ஏனெனில் பாட்டி திரும்பி வந்திருக்கலாம், உன்னைப்போல அவள் காயம் அடையாதிருந்தால், அல்லது அதைவிடவும் மோசமாக ஏதும் நேராதிருந்தால். அவன் ஓடிப்போனான். இப்பெல்மேன் நட்சத்திரங்களை யோசிக்க முடிவு செய்தான். போர் பற்றிய செய்தி அவனை சங்கடப்படுத்தவில்லை, போர்க்களத்தின் நடுவில் வீழ்ந்த ஒருவனைப் போல அவன் உணர்ந்தான், மேலும் எண்ணங்கள் தன்னை விட்டு விலகி பற்றற்று இருக்கவும் அவனால் அனுமதிக்கவியலும், வானவியல் சாஸ்திரங்களைப் பற்றிக் கூட யோசிக்கலாம், ஆனால் வானவியல் பற்றிய அவனுடைய எதிரலைகள் சட்டென்று தவறான திசையில் விரைந்தோட, தன்னையுமறியாமல் விண்வெளி ஊடுருவலாளர்களின் மாபெரும் கப்பற்டையை தான் கற்பனை செய்து கொண்டிருப்பதை இப்பெல்மேன் உணர்ந்தான், ஊடுருவலாளர்களை என்றல்லாது அவர்களின் மாபெரும் கப்பற்படையை, ஏனெனில் இன்னும் ரொம்பப் பெரிய தனிப்பட்ட விண்வெளி ஜீவராசிகளைப் பற்றி அவன் யோசிப்பதென்பது ஒட்டுமொத்த பால்மண்டலத்தின் சின்னஞ் சிறு கப்பற்படைகளோடு ஒப்பிட்டால் கூட ஒன்றுமில்லை என்றே தோன்றியது. பாட்டியின் கதை முடிந்தது, என்றான் லயோகா, தானியக்களஞ்சியத்துக்குள் நுழைந்தபடி, அவர்கள் இங்கு வருவதற்கு முன்னால் உனக்கு கொஞ்சம் சாசேஜ் கொண்டு வரட்டுமா? யார் இங்கு வருவதற்கு முன்னால்? உனக்குத் தெரியும், அவர்கள்தான். அவர்கள் என்று யாரைக் குறிப்பிடுகிறாய்? எதிரிகள். இங்கே வா, நீ கேள்விப்பட்டதை எனக்குச் சொல். அது, போர் மூண்டிருப்பதாக அவர்கள் சொல்கிறார்கள். உனக்குத் தெரியுமா, வைக்கோலின் மீதிருந்து தன் முதுகை நகர்த்த இப்பெல்மேன் சிரமப்பட்டான், நிறைய

யோசித்து இதன் பின்னணியில் என்னமோ நடக்கிறது என்பதை நான் உணர்ந்து கொண்டேன். என்ன? போர், குண்டுவெடிப்புகள், உன் பாட்டி இன்னும் திரும்பாமல் இருக்கிறாள், நான் இங்கே படுத்திருக்கிறேன். என்ன? நான் நினைக்கிறேன், தனக்கு வசதியான நிலையில் அமர்ந்து கொண்டு இப்பெல்மேன் சொன்னான், இது வெறும் போரல்ல, இதுவொரு விசேசமான போர். ஏன்? எதையும் அத்தனை எளிதாகச் சொல்லிவிட முடியாது. நான் உன்னுடைய துணிக்கட்டை மாற்றுகிறேன். கொஞ்சம் பொறு, பின்னர் அதைச் செய்வதற்கு நேரமிருக்கும். உலகத்தில் திடீரென்று நிகழ்ந்த கொந்தளிப்பின் மனத்தோற்றத்திலும் வாய்நிறைய சாசேஜோடு பேச நேர்ந்ததிலும் இப்பெல்மேன் கிளர்ச்சியுற்றான்: இதுவொரு ஆக்கிரமிப்பு, புரிகிறதா, விண்வெளியிலிருந்து வந்திருக்கும் ஆக்கிரமிப்பு, ரொம்ப எளிமையான திட்டம், அவர்களாகத் தங்களிருப்பை வெளிப்படுத்திக் கொள்ளும்வரை இப்படி நடக்குமென்பதை யாரும் நம்பமாட்டார்கள், அனைத்தையும் ஆக்கிரமிப்பார்கள், அதன்பிறகுதான் மக்கள் தன்னிலைக்கு வரத் தொடங்குவார்கள், ஆனால் அதற்குள் எல்லாம் முடிந்திருக்கும். கடைசி சாசேஜையும் அவன் விழுங்கினான். ஏற்கனவே அவர்கள் அனைத்தையும் பிடுங்கிக் கொண்டார்கள் என்று நினைக்கிறேன், நான் சொல்வது என்னவென்றால், முக்கியமான நகர்ப்பகுதிகள் அனைத்தையும், அவர்கள் தங்களுடைய கட்டுப்பாட்டின் கீழ் அனைத்தையும் கொண்டு வந்து விட்டார்கள். வெடித்துச் சிரித்த சிறுவன் இப்பெல்மேனின் மீது தாவி விழுந்தான். ஹேய், பொறுமையாய் இரு. இப்பெல்மேன் உடையணிய உதவியபடி, லயோகா சொல்லிக் கொண்டேயிருந்தான், நீ விசித்திரமானவன், உண்மையாகவே நீ விசித்திரமானவன், வேற்றுகிரகவாசிகள் என்று நீ யாரைச் சொல்கிறாய், அவர்கள் எதிரிகள், நீ பேசிக் கொண்டிருக்கிறாய் அல்லவா, விண்வெளியில் யாருமில்லை, நான் தொலைக்காட்சியில் கேட்டேன், அவர்கள் சீனர்கள்தான் என நான் பந்தயம் கட்டுவேன். ஆமாம், இப்பெல்மேன் உரக்க யோசித்தான், அவர்கள் சீனர்களாகவும் இருக்கலாம். ஆனால், இதனை அவன் தனக்குள்ளாக மட்டும் யோசித்தான், வேற்றுகிரகவாசிகள் என்பதுதான் என்னை ஒரு அதிநாயகனாக உணரச்செய்யும், ஆகவே நாம் அப்படியே வைத்துக்கொள்வோம், மேலும் எவ்வகையிலேனும் யார் கவலைப்படப் போகிறார்கள், எப்படிப்பார்த்தாலும் எனக்குப் பார்வையுமில்லை, அவர்கள் என்னைக் கொன்றாலும் நான் அதனைப் பார்க்க மாட்டேன்.

லயோகா, செத்துப்போவதை எண்ணி நீ பயப்படுகிறாயா? என்ன, ஆமாம், நிச்சயமாக. நானும் தான், ஆனால் இதற்குமேலும் நானதைப் பற்றிக் கவலைப்படவில்லை. அவன் அழத்தொடங்கினான், அவனுடைய கட்டுகளை மீறி, காயப்பட்ட அவனுடைய கண்களை மீறி, மேலும் அழுகிறான் எனில் அவனுடைய கண்கள் இன்னும் அவை இருக்க வேண்டிய இடத்தில்தான் இருக்கின்றன என்பது கிட்டத்தட்ட ஒரு மணி நேரம் அல்லது அதற்கு மேலும் ஆனபிறகே அவனுக்குத் தட்டுப்பட்டது, வெறுமனே அவை வேலை பார்க்கவில்லை, ஆகவே நம்பிக்கை இன்னும் மீதமிருக்கிறது, என்றாலும், உண்மையில், அவன் ஒன்றும் கண்பார்வை நிபுணரெல்லாம் கிடையாது, இதுபோன்ற சமாச்சாரங்களின் அடிப்படை சங்கதிகளைக்கூட அவன் அறியமாட்டான், மேலும் பூமிவாசிகளுக்கு சிகிச்சையளிக்க போர்க்கால மருத்துவமனைகளை வேற்றுகிரகவாசிகள் அமைத்திருப்பார்களா என்கிற சந்தேகமும் அவனுக்கிருந்தது. லயோகா அவனுடைய கட்டுகளை அகற்றினான், கண்ணீர்த்துளிகளைத் துடைத்தான், பிறகு வேற்றுகிரகவாசிகள் வந்து அவனுடைய கைகளையும் கால்களையும் பிடித்துத் தூக்கிச்சென்று எங்கோ கொண்டுபோய் கிடத்தினார்கள், உண்மையாகவே வெகு கவனமாக வெறுமனே கீழே கிடத்தினார்கள் என்பதோடு வேற்றுகிரக நாய்களுக்கான உணவைப்போல தன்னை வீசியெறியவில்லை என்பதாலும் இப்பெல்மேன் சற்றே ஆச்சரியம் கொண்டான், பிறகு அவர்கள் அவனோடு சேர்ந்து கிளம்பினார்கள், ஏனெனில் அவர்கள் அவனைக் கொண்டு சென்று கிடத்திய இடம் ஒரு வாகனமாக இருந்தது, எரிவாயுவின் மணம் வீசியது, தார்ச்சாலையில் இருந்த மேடுபள்ளங்களில் தாவிக்குதித்தது, பிறகு மீண்டும் அழத் தொடங்கிய இப்பெல்மேன் சிறுவன் எங்கிருக்கிறான் என்பதை அறிந்து கொள்ள விரும்பினான், லயோகா, நீ எங்கிருக்கிறாய்? நான் உன்னை நேசிக்கிறேன், உனக்குத் தெரியும்தானே, நான் உன்னை நேசிக்கிறேன். அமைதியாய் இரு, எதிர்பாராதவிதமாய் அந்தக் குரல் மனிதனுடையதாக இருந்தது, தைரியமாயிரு. அவர்கள் சீனர்கள்தான் என்று எண்ணினான் இப்பெல்மேன், அவமானமாக உணர்ந்தான், ஏனெனில் அவர்கள் வேற்றுகிரகவாசிகளாக இருந்திருந்தால் எதைப்பற்றியும் சங்கடமாக உணர்ந்திருக்க வேண்டியதில்லை ஆனால் அவர்கள் சீனர்களெனில் ஒட்டுமொத்த சங்கதியும் வேறொன்றாக மாறிப்போகும், அவர்களும் நம்மைப்போலத்தான்,

அதிமனிதர்களல்ல. என்ன ஆயிற்று, நீங்கள் எங்களை வென்று விட்டீர்களா? இப்பெல்மேன் புலம்பினான். இந்த மனிதனுக்கு மூளை சரியில்லை என்றது குரல். வலியின் காரணமான அதிர்ச்சி, என்றது மற்றொன்று. பரவாயில்லை, நாம் அவனை மாவட்ட மருத்துவமனைக்கு எடுத்துச்செல்வோம், அவர்கள் பார்த்துக் கொள்வார்கள். வேசைக்குப் பிறந்தவர்களே, இப்பெல்மேன் விசும்பினான், வேசைக்குப் பிறந்தவர்களே, அடாவடிப் பேர்வழிகளே, எலிகளே. அவசர ஊர்தி வளைவில் சென்று மறையும்வரை ஏவலாளிகளின் பார்வையில் படாமல் தானியக்களஞ்சியத்தின் பின்னால் ஒளிந்திருந்த சிறுவன் இப்போது வீட்டுக்கு ஓடினான். பாட்டி, தொலைநோக்கி என்றால் என்ன? உன்னை நன்றாக அடிக்க வேண்டும், அதுதான். இல்லை, அது உண்மையில்லை. அப்படியா, எனக்குத் தெரியாதென்று நிச்சயமாக நம்புகிறேன். பாட்டி, போர் வரப்போகிறதா? நீ நினைப்பதைக் காட்டிலும் சீக்கிரமாகவே உனக்கு இதற்கான விடை கிடைக்கும். பாட்டி! போய் பசுவிடம் சென்று பால் பீய்ச்சு. பாட்டி, யார் பலசாலிகள், நாமா சீனர்களா? நிச்சயமாக, நாம்தான், நீ என்னதான் நினைத்துக் கொண்டிருக்கிறாய், நீ மோசமானவனாக நடந்து கொண்டால் நான் உன் அப்பாவிடம் சொல்லி விடுவேன் பிறகு அவர் திரும்பி வரும்போது உன்னை நன்றாக அடிப்பார். பாட்டி! ஆனால் தன்னுடைய பாட்டியின் முகத்திலிருந்த உணர்வுகளைக் கண்டவுடன் லயோகா குடிசையை விட்டு வெளியேறி ஓடினான், சொல்லத் தேவையின்றி, மாட்டுத்தொழுவத்துக்கு என்றல்லாது தானியக்களஞ்சியத்துக்கு, அங்கே வைக்கோலுக்கு அடியில்தான் அது ஒளிந்து கிடந்தது, என்னவென்று அவனுக்குத் தெரியாததாகத் தோன்றிய அந்தப்பொருள்.

- அடவி

❍ ❍ ❍

கொன்சாலோ எம். டவரெஸ் (1970)

(Goncalo M.Tavares – Portugal)

அங்கோலாவின் லுவாண்டா எனும் நகரில் பிறந்தவர் டவரெஸ். அவரது பால்யம் போர்ச்சுகலின் வடபகுதியில் உள்ள அவிய்ரோவில் கழிந்தது. தற்போது லிஸ்பன் பல்கலைக்கழகத்தில் பேராசிரியராகப் பணிபுரிகிறார். இலக்கிய விமர்சனங்கள், நாடகங்கள், குழந்தைகளுக்கான புத்தகங்களோடு எண்ணற்ற சிறுகதைகளும் எழுதியிருக்கிறார். கிட்டத்தட்ட முப்பது மொழிகளில் இவரது படைப்புகள் மொழிபெயர்க்கப்பட்டுள்ளன. "ஜெருசலேம்" என்கிற இவருடைய முக்கியமான நாவலுக்கு 2005-ஆம் ஆண்டுக்கான ஹோசே சரமோகா விருது வழங்கப்பட்டுள்ளது. ஆறு கதைகள் என்கிற இந்தச் சிறுகதை "சிறந்த ஐரோப்பியச் சிறுகதைகள் 2011" என்கிற தொகுப்பில் இடம்பெற்றுள்ளது.

ஆறு கதைகள்

கொன்சாலோ எம். டவரெஸ்

கள்ளங்கபடமற்ற தேசம்

வருத்தம் வெகுவாகப் பரவியிருந்த காரணத்தால் மனிதர்கள் புன்னகைக்க பணம் தரும்படியானது. நகரத்தின் மக்கள் கூட்டங்களுக்கிடையில், கடந்து செல்பவர்களினிடையே, புன்னகைக்கக்கூடிய சில குடிமக்களுக்காக சாதாரண உடையணிந்த மனிதர்கள் காத்து நின்றார்கள், ஆரவாரமில்லாமல், அவர்களை நிற்கும்படி ஆணையிட்டார்கள்.

தங்களை அறிமுகம் செய்து கொண்டார்கள் - "நாங்கள் அரசாங்கத்தில் பணிபுரிகிறோம்," என்றார்கள் - பிறகு புன்னகைத்தவர்களின் அடையாள அட்டையைக் காட்டும்படி கேட்டார்கள். அவன் அல்லது அவளுடைய பெயரையும் முகவரியையும் குறித்துக் கொண்டார்கள்.

மாத இறுதியில், இந்தப் புன்னகைக்கும் குடிமக்கள் தங்களுக்கான காசோலைகள் வரப்பெற்றார்கள். அவர்களுடைய ஊதியத்தோடு ஆவணமொன்றும் வந்தது, சில வரிகளோடு, எடுத்துக்காட்டாக, "பிப்ரவரி மாதத்தின் போது வீதியில் நீங்கள் மூன்று முறை புன்னகைத்ததாகத் தெரிய வந்துள்ளது."

இப்படியாக, வெகு குறைந்த காலத்தில், இந்த வழக்கத்தின் காரணமாக தேசத்தின் உணர்வுச்சூழல் மொத்தமும் உருமாற்றம் கண்டது. அவர்களுடைய பேராசையின் பொருட்டோ அல்லது உண்மையாகவே மனிதர்களின் அடிப்படை இயல்புகளை ஊதியங்கள் மாற்றியிருந்தனவோ என்னவோ, இரண்டே வருடங்கள் எனும் காலகட்டத்துக்குள், ஒரு சர்வதேச செய்தி நிறுவனம் எழுதியதைப் போல, "தங்களுடைய குடிமக்களின் மனதில் ஆழப்பதிந்த மற்றும் தளராத நன்னம்பிக்கைகளுக்காக" புகழ்பெற்ற தேசமாக அது மாறியது.

அதன்பிறகு புன்னகைகளுக்கான மாநில அரசுதவி விரைவில் நிறுத்தப்பட்டது, ஆனால் இதுகுறித்து யாரும் குடிமக்களிடம் எதையும் எப்போதும் தெரிவிக்கவில்லை என்பதால், தங்களுடைய முட்டாள்தனமான, எதிரிடையான, போதாமையுடைய, பயனற்ற, அர்த்தமற்ற புன்னகைகளை அவர்களனைவரும் தொடர்ந்து அணிந்திருந்தார்கள்.

முதிய மனிதர்

உண்மையாகவே அவற்றையெல்லாம் வாசிக்கப் போதுமான நேரம் தன்னிடம் இல்லாத காரணத்தால் - மெல்ல மெல்ல, ஒவ்வொரு வாரமும், அவர் தனது பார்வையை இழந்து கொண்டிருந்தார் - உலகத்திலேயே மிகப்பெரிய நூலகத்திலுள்ள அத்தனை புத்தகங்களின் தலைப்புகளை மட்டுமாவது வாசிக்க வேண்டுமென்று அந்த முதிய மனிதர் விருப்பம் கொண்டிருந்தார். ஒரு புத்தகத்தினுடைய சாராம்சம் அதன் தலைப்பில் இருக்குமெனில், அட்டவணையில் இருக்கக்கூடிய தலைப்புகள் அனைத்தையும் வாசிப்பதன் மூலம், மொத்த நூலகத்தின் சாராம்சத்தையும் அவர் உள்வாங்கிக் கொள்ளலாம்.

ஜனவரி ஒன்றாம் தேதி காலை எட்டு மணிக்குத் தொடங்கினார். வடக்குப் பகுதியில் இருந்து ஆரம்பித்தார்.

அவருடைய தலை ஒருபுறமாகச் சாய்ந்திட, பிறகு எதிர்ப்புறமாக, மீண்டும் பழைய நிலைக்கு - தனது சுயநினைவை இழந்திருந்தார், அல்லது, குறைந்தபட்சம் ஏதோவொரு வகை

பக்கவாதத்தால் அவர் பாதிக்கப்பட்டிருந்தார் என்பதைப் போல - ஒவ்வொரு புத்தகத்தின் முதுகுத்தண்டிலிருந்து ஒவ்வொரு தலைப்பாக வாசித்துக் கொண்டிருந்தார்.

வெகு உயரத்திலிருந்த அடுக்குகளை எட்ட, அந்தவொரு காரணத்துக்காகவே அமைக்கப்பட்டிருந்த, உலோகத்தினாலான மடக்கு ஏணியைப் பயன்படுத்தினார்.

மிகுந்த உன்னிப்போடு, ஒரு புத்தகம் கூட, அது எந்த அடுக்கில் இருந்தாலும், தன்னுடைய பார்வையிலிருந்து தப்பி விடக்கூடாது என்பதற்காக, எங்கு சுற்றினாலும் ஏணியையும் தன்னோடு இழுத்துக்கொண்டே அலைந்தார்.

ஆம், அவர் மிகக்கவனமாக இருந்தார் - ஒரு புத்தகத்தைக்கூட அவர் தவற விடவில்லை - ஆனால் மிகுந்த நேரம் பிடிக்கும் பணியாக அது இருந்தது. நூலகத்தின் தெற்குப் பகுதியை அவர் வந்தடைவதற்குள் ஜூன் மாதம் வந்து விட்டிருந்தது, மேலும் அவரொன்றும் இளமைக்குள் திரும்பிக் கொண்டிருக்கவில்லை: அவர் இப்போது கிட்டத்தட்டக் குருடாகியிருந்தார். இந்த வேகத்தில் நூலகத்தின் இரண்டாம் பகுதியையும் முடிப்பதென்பது அனேகமாக அவருக்கு ஒருபோதும் சாத்தியமாகாது. மரணமும் முழுப் பார்வையின்மையும் ஒன்றன் பின் ஒன்றாக அவரை நெருங்கிக் கொண்டிருந்தன.

அவருடைய இறுதி நாட்களின் போது நூலகர்களும் காப்பாளர்களும் அவரை மிகவும் உற்சாகமூட்டினார்கள், மேலும் சிலர் அவரது ஏணியை இழுத்துச் செல்லவும் உதவினார்கள்.

"முழுதும் குருடாகிப் போகும் தருவாயில் இருக்கிறேன்," முதிய மனிதர் மீண்டும் மீண்டும் சொல்லிக் கொண்டிருந்தார். ஆனால் அனைவரும் இதனை "நான் இறக்கப் போகிறேன்" என்று அர்த்தம் தருவதாகவே புரிந்து கொண்டார்கள்.

ஆனாலும், சிரமங்கள் அதிகரித்தாலும் கூட, முதிய மனிதரால் இன்னும் வாசிக்க முடிந்தது. வார்த்தைகளை உச்சரிக்க அப்போதுதான் கற்றுக்கொள்ளும் ஒரு குழந்தையைப் போல அவர் இப்போது வாசித்தார்: ஒவ்வொரு எழுத்தாக.

நூலகத்திலிருந்த கடைசிப் புத்தகத்தை அவர் வந்தடைந்தார். மிதமிஞ்சிய சிரமத்தோடு அதன் தலைப்பை வாசித்தார். அதன்பிறகு பலமாக மூச்சு விட்டபடி ஒரு இருக்கையில் அமர்ந்தார். தன்னெழுச்சியாக, மனிதர்கள் கைதட்ட ஆரம்பித்தார்கள்: அவருடைய வியக்கத்தக்க சாதனை மற்றும் விடாமுயற்சியின் மீதான தங்களுடைய ஆச்சரியத்தை நூலகத்தின் பணியாளர்களும் காப்பாளர்களும் வெளிப்படுத்தினார்கள்.

முதிய மனிதர் தன்னுடைய இருக்கையிலேயே அமர்ந்திருந்தார்.

அங்கேதான் அவர் இன்னும் இருக்கிறார், அசையாமல், மிகத்துல்லியமாக அதே நிலையில் அமர்ந்திருக்கிறார். மிகுந்த மகிழ்ச்சியோடிருப்பதால் அவரால் இறக்க முடியவில்லை எனச் சொல்பவர்களும் இருக்கிறார்கள்.

நடனம்

அவர்கள் அதனை நம்பினார்கள். ஒருவரோடு நடனமாடுவதென்பது குறிப்பிட்டதொரு ஒழுங்கமைவோடு இரண்டு மனிதர்களினிடையே நிகழும் சீரான அசைவுகளின் தொகுதி மட்டுமல்ல என்பதை. அது முற்றிலும் நேர்மாறானது.

நடனமென்பது வெறுமனே உடல்சார்ந்த சங்கதியல்ல, மாறாக அதுவொரு ஆன்மீக அனுபவம் என்று அவர்கள் சொன்னார்கள். துணையோடு இணைந்து நடன அசைவுகளில் ஈடுபடுவதென்பது ஏதோவொரு இறுதியான, தீர்க்கமான செயலைத் தங்களுக்குள் பகிர்ந்து கொள்வதைப் போன்றது.

அது எப்படியானதென்றால், அவர்கள் சொன்னார்கள், அதன் உச்சநிலையில், நடனம் ஒருவகையான கூடுவிட்டுக்கூடு பாய்தலை நடனக்கலைஞர்களுக்குள் நிகழ்த்திடும், அதற்குள் இரண்டு மனிதர்கள் ஒருங்கிணைந்து ஒருவராக உருமாற்றம் கொள்வார்கள்: ஆகவே இறுதியில் சமமின்மை என்ற ஒன்றே இருக்கக்கூடாது என்பதைப்போல, அவர்களது சங்கதிகளும் மனங்களும் தங்களுக்குள் சமநிலையை வந்தடையும். அவர்கள் சொல்வதைப்போல, நடனத்துணைகளின் நடுவே நிகழும் இந்தப் புதிரான சங்கதிகளின் அந்தரங்க சுழற்சி இல்லாமற்போனால்,

ஆறு கதைகள் | 35

“ஒத்திசைவோடு” நடனமாடுவது எந்தவொரு இணைக்கும் சாத்தியப்படாது.

ஒப்பீட்டளவில் ஒரு நபர் மற்றவரைக் காட்டிலும் சற்றே அதிகமான முன்கோபத்தைக் கொண்டிருந்தால், இறுதியில் பெரிய வித்தியாசம் எதுவும் நிகழப் போவதில்லை: அதனால், துணைகளில் ஒருவருக்கு எதிர்மறை இயல்புகளில் ஒரு சில கிராம்கள் அதிகரிக்கலாம், மற்றவரோ அதேவேளையில் அதேபோன்ற ஒரு சில கிராம்களை இழந்திருக்கக்கூடும்.

இவ்வகையில், அறிவார்ந்த, உடல்சார்ந்த, அறம் சார்ந்த, பொருளாதார, கலாச்சார, நடத்தை சார்ந்த, மேலும் பலவகையான சமன்குலைவுகளைச் சீராக்கும் நேர்த்தியான வழிமுறையென்பதாக நடனத்தை அவர்கள் பார்த்தார்கள்.

என்றபோதும், உண்மை யாதெனில், நடனங்கள் தங்கள் மீது கொண்டிருந்த விளைவுகளை மக்கள் உணர்ந்தபோது, நடனமாடுவதை அவர்கள் மொத்தமாக நிறுத்தினார்கள். எத்தனை தனித்துவம் நிரம்பிய குணங்கள் தங்களுக்கிருப்பதாக அவர்கள் நம்பினாலும், யாரும் தங்களுடைய துணைகளை இழக்க விரும்பவில்லை. (மனிதர்கள் பொதுவாகத் தங்களின் ஏதோவொரு விசயம் குறித்துத் திருப்தியுடன் இருக்கையில் அது இந்தப் பரிமாற்றத்தின்போது நட்டமாகிவிடும் தரப்பில் தங்களை நிறுத்தும் என்று யூகிக்கிறார்கள், அவர்களுடைய துணை யாராக இருந்தாலும் சரி.) தங்கள் அறிவுத்திறனில் கொஞ்சத்தை இழந்திடுவோம் எனச் சில நடனக்கலைஞர்கள் அச்சங்கொண்டிருந்தார்கள், மற்றவர்கள் தங்களுடைய பலத்தில் எதையும் இழக்க விரும்பவில்லை, பிறர் தங்களுடைய பணத்தை, இன்னும் சிலர் தங்களுடைய கலாச்சாரத்தை.

இணைகளில் எவரும் அதன்பிறகு நடனமாடவில்லை. தனி நடனம் மட்டுமே எஞ்சியிருந்தது. கடந்து சென்ற காலங்களின் நினைவாக என்பதைப்போல, ஒருவரோ அல்லது இன்னொரு நடனக்கலைஞர் மட்டுமோ, தங்களுடைய நடன அசைவுகளை ஒத்திகை பார்த்துக் கொண்டிருப்பார்கள், கண்ணாடியின் முன்னால்.

புனித கீதம்

வெவ்வேறு நாடுகளைச் சேர்ந்த ஐந்து மனிதர்கள் அனைவரும் ஒரே நேரத்தில் தங்களுடைய தேசிய கீதத்தைப் பாடத் தொடங்கினார்கள். இவ்வகையில்: ஐந்து வெவ்வேறு பாடல்கள், ஐந்து வெவ்வேறு மொழிகள், ஐந்து லயங்கள்.

இதுபோன்ற ஒழுங்கற்ற கூச்சல்கள் அதைக் கேட்க நேர்கிற யாரையும் குழப்பத்தில்தான் ஆழ்த்தும்.

ஒரு மொழியின் வார்த்தை மற்றொன்றின் வார்த்தைகளோடு கலந்து ஒலித்தது, வெவ்வேறு பாடல்களின் லயங்கள் ஒன்றின் மேல் மற்றொன்று சாய்ந்து திடப்பொருட்களைப்போல மோதிக்கொண்டன, இறுதியாகப் பின்வாங்கின.

சில நேரங்களில் ஒரு மொழியைச் சேர்ந்த வார்த்தை மற்றொன்றின் வார்த்தைகளை அழித்தொழிப்பதாகவும் தோன்றியது.

ஆழத்தில், இது குரல்கள், லயங்கள் மற்றும் வார்த்தைகளின் போர் என்பது தெளிவாகியது.

ஐந்து படைப்பிரிவுகளைப் போல் இயங்கும் ஐந்து பாடல்கள்.

விரைவில், இந்த ஆர்ப்பரிக்கும் மோதலில் மற்ற பாடல்களும் இணைந்து கொண்டன. கடந்து சென்றவர்களில் மற்ற நாடுகளைச் சேர்ந்த யாரேனும் இருந்தால் இந்தப் பாடற்குழுவில் சேர்ந்து கொண்டார்கள். கலவையாக ஒலித்த சத்தத்தில் தங்களுடைய தேசிய கீதம் கேட்காமலிருப்பதை அவர்களால் பொறுத்துக் கொள்ள முடியவில்லை.

நாங்கள் இருந்தது உண்மையாகவே ஒரு உலகளாவிய நகரம். சில மணி நேரங்களில், ஆறு-டஜனுக்கும் மேற்பட்ட பாடகர்கள் அந்த சுறுசுறுப்பான நடைபாதையில் சேர்ந்திருந்தார்கள், ஒவ்வொருவரும் தங்களுடைய புனித கீதத்தைப் பாடிக் கொண்டிருந்தார்கள்.

ஆனால் திடீரென்று அத்தனை பாடகர்களும் வாயை மூடி அமைதியானார்கள். மேலும் சில நொடிகளில் நிலவரம் மொத்தமாக மாறியது.

இப்போது அமைதி நிலவ, அவர்களனைவரும் ஒரே தேசத்திலிருந்து வந்தவர்களாகக் கூட இருக்கலாம்.

சண்டை முடிந்திருந்தது.

"நிசப்தம் சற்று அமைதியாகத்தான் இருக்கிறது," சற்றே முயற்சித்துத் தன்னைச் சுற்றி என்ன நடக்கிறதென்பதைப் பார்க்க விரும்பிய மூதாட்டியொருத்தி நினைத்துக் கொண்டாள்.

ஆனால் இப்போது அமைதியாக இருந்தாலும் கூட, பாடகர்கள் அப்படியே நின்றிருக்கவில்லை.

ஒவ்வொருவரும் தங்களுடைய பையிலிருந்த பொதியூட்டப்பட்ட துப்பாக்கியை வெளியே எடுக்க நகர்ந்து கொண்டிருந்தார்கள். அவர்கள் உறுதியாக நம்பினார்கள், நிச்சயமாக இது பிரச்சினைகளைத் தீர்த்து வைக்கும்.

அம்மாவும் அவளுடைய மூன்று குழந்தைகளும்

அம்மா தனியாக நடக்கிறாள், ஏற்கனவே தலையிழந்தவளாக, தன்னுடைய மூன்று குழந்தைகளைத் தேடியபடி. அவள் கொல்லைப்புறத்தில் இருக்கிறாள்; அவளுடைய தலை வெட்டி வீசியெறியப்பட்டது, வெளியேறிப் பாயும் இரத்தம் ஒரு தடத்தை உருவாக்குகிறது, ஒரு பயணத்துக்கான பாதையை, அவளுடைய மூன்று குழந்தைகளும் அவளைக் கண்டுபிடிக்க வேண்டுமெனில் நிச்சயமாக அது தேவைப்படும். தானாகவே தன்னுடைய மூன்று குழந்தைகளையும் கண்டுபிடிக்க அவள் விரும்பக்கூடும், ஆனால் அவள் தலையில்லாமல் இருக்கிறாள் - ஆகவே இந்தப் பணி அவளுடைய சக்திக்கு அப்பாற்பட்டது.

கொல்லைப்புறத்தில் அம்மா தலையில்லாதவளாகச் சுற்றி வருகையில் எண்ணற்ற கோழிக்குஞ்சுகள் அவளிடமிருந்து விலகி ஓடுகின்றன, நிமிர்ந்து பார்த்து, மனித வடிவத்தைக்

கொண்டிருக்கும் இந்த சங்கதி என்னவென்று புரியாமல் குழம்புகின்றன.

கொல்லைப்புறம் பெரிதாக இருப்பதால் தலை வெட்டியெறியப்பட்ட பெண் தொடர்ந்து முன்னேறுகிறாள், ஒவ்வொரு அடியாக, சற்றேறக்குறைய அவளுடைய கண்களைக் கட்டி விடப்பட்டவள் போல. ஆம், அதுவொரு குழந்தைகளின் விளையாட்டை ஒத்திருக்கிறது, "மார்க்கோ போலோ" - ஆனால் இந்தப் பெண்ணின் கண்கள் கட்டப்பட்டிருக்கவில்லை, தெளிவாகப் புரிய வைக்க முடியுமென்று நம்புகிறோம், அவளுடைய தலை ஒரு கோடரியால் வெட்டப்பட்டது. தன்னுடைய குழந்தைகளை அழைத்தபடி அந்தப் பெண் போகிறாள் (ஆனால் அவளால் எப்படி கூச்சலிட முடியும்?) என்றாலும் சட்டென்று: அவள் பாதையைத் தொலைத்திருந்தாள். மிக நிச்சயமாக ஒரு புதிர்ப்பாதையைப் போன்ற ஏதோவொன்றினுள் அந்தத் தலையில்லாத பெண்மணி வழிதவறி நுழைந்திருந்தாள், மேலும் இந்த புதிர்ப்பாதைக்குள் பல்வேறு வகையான மிருகங்களை அவள் கடந்து சென்றபடி இருக்கிறாள்: வெள்ளாடுகள், பன்றிகள், கோழிக்குஞ்சுகள், ஒரு குதிரை - உங்களுக்குத் தெரியும்தானே, மிருகங்கள். இரண்டு பன்றிகள் புணர்ந்து கொண்டிருக்கின்றன, ஆனால் தலையில்லாத பெண்மணியோ அதைப் பார்க்கவில்லை.

மூன்று குழந்தைகளும் கூட புதிர்ப்பாதைக்குள் நுழைந்திருக்கின்றன, தங்களுடைய தாயின் இரத்தத்தடத்தைப் பின்பற்றிச் செல்கின்றன.

பிற்பாடு, அந்தப் புதிரிலிருந்து வெளியேறிச் செல்வதற்கான பாதையை அவள் கண்டுபிடிக்க வேண்டுமெனில், தரையில் தான் நழுவ விடுகிற இரத்தம் தான் அதற்கான ஒரே வழி என்பதை அம்மா அறிந்திருந்தாள். இதன் பொருட்டு வெகு விரைவாகவும் வெகு அதிகமாகவும் இரத்தம் வெளியேறுவதை எண்ணி அவள் பயந்தாள், ஆனால் இரத்தத்தைத் தன்னால் தடுக்க முடியாதென்பதும் அவளுக்குத் தெரியும். சில சமயங்களில் தனது வலது கையை மிகச்சரியாகக் கழுத்துவரை உயர்த்துகிறாள், அவளுடைய தலை வெட்டப்பட்ட இடம் வரை, தனது கையால் சிறிது இரத்தத்தை அள்ளியெடுக்கிறாள், பிறகு வேண்டுமென்றே

அதனைத் தரையின் மீது தெளிக்கிறாள். உதிரத்தின் மணம் அடர்த்தியாகவும் தீவிரமாகவும் இருக்கிறது; பின்னர் அதைத் தொடர்ந்து செல்வதென்பது அவளுக்கு எளிதாயிருக்கும்.

ஆனால், அவளைப் பின்தொடர்ந்து வருகிற மூன்று குழந்தைகளும், உரக்க அழைத்து அவளைத் தேடியபடி தரையின் மீதிருக்கும் இரத்தத்தைத் துடைத்தழிக்கிறார்கள். குழந்தைகளில் இளையவன்தான் இறுதியாக வருகிறான், அவர்களுடைய அம்மாவினுடைய இரத்தத்தின் சின்னஞ்சிறு தடத்தைக்கூட துடைத்தெறிவது அவனுடைய பொறுப்பாயிருக்கிறது. இதுவொரு குழப்பமான விசயம், எத்தனை அவமானம், மூத்த குழந்தை சொன்னான். அவமானம், அவமானம், நடுவிலிருந்த குழந்தை அதை வழிமொழிந்தான்.

தங்களுடைய அம்மாவை அவர்கள் அழைக்கிறார்கள், ஆனால் அவர்களுடைய அம்மா அதைக் கேட்பதில்லை. அவளுக்குத் தலையில்லை, எந்தவொரு விசயத்தையும் அவளால் கேட்க முடியாது. (என்றாலும் தலையில்லாத நிலையில் கூட உரக்கச் சத்தமிடும் அவளுடைய திறனால் நாம் குழம்பிப் போயிருக்கிறோம்.) தொலைவில் அவள் தன்னுடைய குழந்தைகளை அழைக்கிறாள்; தொலைவில் எதையோ கேட்கும் குழந்தைகள் இரத்தத்தடத்தைப் பின்பற்றித் தொடர்ந்து போகிறார்கள்.

ஏதோவொரு புள்ளியில் அம்மாவின் குரல் தெளிவாகக் கேட்கத் தொடங்குகிறது. மூன்று குழந்தைகளும் ஓடுகிறார்கள். முன்புறத்தில், மூத்த குழந்தை; பின்புறத்தில், இளைய குழந்தை. திடீரென்று அம்மாவும் குழந்தைகளும் ஒருவரையொருவர் கண்டுபிடிக்கிறார்கள். அம்மாவுக்குத் தலை இல்லை, மூத்த குழந்தை அலறுகிறான், நடுவிலுள்ள குழந்தை அழுகிறான், மேலும் இளைய குழந்தை நடுங்குகிறான்.

அம்மா, தலையில்லாத நிலையிலும், அவர்களை ஆற்றுப்படுத்த முயலுகிறாள். வழியில் எங்காவது அவளுடைய தலையைப் பார்த்தார்களா எனக் கேட்கிறாள்.

தாங்கள் பார்க்கவில்லையென அவர்கள் பதிலுரைக்கிறார்கள்.

ஆனால் இவையெல்லாம் எப்படி நடந்ததென்று அறிந்து கொள்ள அவர்கள் விரும்புகிறார்கள்.

எப்படி அது வெட்டப்பட்டது? என்று மூத்த குழந்தை கேட்கிறான்.

யார் வெட்டியது? என்று நடுவிலிருக்கும் குழந்தை கேட்கிறான்.

ஏன்? என்று இளைய குழந்தை கேட்கிறான். .

அம்மா மறுமொழி உரைக்கிறாள்:

கோடரியால்.

உங்கள் அப்பா.

ஏனென்றால் படுக்கையில் அதிக இடம் வேண்டுமென அவர் விரும்பினார்.

சில நிமிடங்களுக்கு குழந்தைகள் அமைதியாக உட்கார்ந்திருந்தார்கள், ஆனால் பிறகு மூத்த குழந்தை அலறுகிறான், நடுவிலுள்ள குழந்தை அழுகிறான், மேலும் இளைய குழந்தை நடுங்குகிறான்.

இந்த நிகழ்வுகள் தொடர்ந்து கொண்டேயிருக்க, சட்டென்று இடியுடன் கூடிய ஒரு மின்னற்கீற்று, புதிர்ப்பாதையின் மேலே தோன்றி, அவர்களை அச்சுறுத்தியது; வெளிச்சமும் ஒலியும் தீர்க்கமாயிருந்தன.

அச்சங்கொண்டவர்களாக அனைவரும் அமைதியாகி நிமிர்ந்து பார்த்தார்கள், அம்மாவும் கூட, இன்னும் ஒட்டிக் கொண்டிருக்கும் தனது கழுத்துப்பகுதியின் ஒரு துண்டினை வளைப்பதைத் தவிர பெரிதாக அவளால் வேறெதுவும் செய்ய முடியவில்லை.

அந்தத் தருணத்தின் அமைதியைப் பயன்படுத்திக் கொண்டு, அம்மா மீண்டும் கேட்கிறாள்:

நீங்கள் என்னுடைய தலையைப் பார்த்தீர்களா?

அது எவ்வளவு பெரியது? என்று மூத்த குழந்தை கேட்கிறான்.

அதன் எடை என்ன? என்று நடுவிலிருக்கும் குழந்தை கேட்கிறான்.

அதனுடைய கண்கள் திறந்திருந்தனவா? என்று இளைய குழந்தை கேட்கிறான்.

இந்த அளவிருக்கும், என்கிறாள் அம்மா, சரியான அளவைச் சுட்டியபடி அவளுடைய கைகள் கழுத்துக்கு மேலே நீள்கின்றன.

ஏழு கிலோவுக்கும் அதிகமாயிருக்கும், அதன் எடை அவ்வளவுதான் இருந்தது.

ஆம், அதன் கண்கள் திறந்திருந்தன.

என்னுடைய தலை உங்களையெல்லாம் பார்த்தால் அடையாளம் தெரிந்து கொள்ளும். தயவு செய்து, அதனைக் கண்டுபிடியுங்கள்.

மூன்று குழந்தைகளும் சட்டென்று திரும்பி தலையைக் கண்டுபிடிக்க ஓடுகிறார்கள். மூத்த குழந்தை வெகு வேகமாக ஓடுகிறான், நடுவிலிருக்கும் குழந்தை சற்று மெதுவாக ஓடுகிறான், இளைய குழந்தை இருப்பதிலேயே மெதுவாக ஓடுகிறான். நடுவிலிருக்கும் குழந்தை திரும்பிப் பார்த்து தன்னுடைய அம்மாவோடு சேர்ந்து காத்திருக்கலாமா என்றெண்ணுகிறான், ஆனால் இளையவன் தனக்குப் பின்னால் ஓடி வருவதைக் கண்டவுடன், அவனும் தொடந்து முன்னேறிச் செல்கிறான்.

இளைய குழந்தை திரும்பிப் பார்த்து தன்னுடைய அம்மாவோடு சேர்ந்து காத்திருக்கலாமா என்றெண்ணுகிறான், ஆனால் தன்னுடைய மூத்த சகோதரர்கள் இருவரும் இன்னும் முன்னால் ஓடிக் கொண்டிருக்கிறார்கள் என்பதைப் பார்த்த பிறகு, அவனும் ஓட்டத்தைத் தொடர்கிறான். போகலாம், போகலாம்! என்கிறான் முன்னால் ஓடுகிற மூத்த குழந்தை.

அவர்கள் மூவரும் மூன்று பகல்களும் மூன்று இரவுகளும் ஓடுகிறார்கள், நான்காவது நாளின் தொடக்கத்தில் சூரியோதயத்தின் போது தங்களுடைய அம்மாவின் தலைக்கு முன்னால் தாங்கள் நின்றிருப்பதை உணர்ந்திடும்வரை, கொல்லைப்புறத்தில் அது தரையின் மீது கிடக்கிறது. ஏற்கனவே

அவர்கள் புதிர்ப்பாதையை விட்டு வெளியேறி வந்திருந்தார்கள், மேலும் இப்போது தங்களுடைய அம்மாவின் தலையிடம் தங்களை அறிமுகம் செய்து கொண்டார்கள்:

நான்தான் உங்களுடைய மூத்த மகன்.

ஆனால் அவர்களுடைய அம்மாவின் தலைக்கு அவனை யாரென்று அடையாளம் தெரியவில்லை.

நான்தான் நடுவில் உள்ளவன்.

ஆனால் அவர்களுடைய அம்மாவின் தலைக்கு அவனை யாரென்று அடையாளம் தெரியவில்லை.

நான்தான் இளையவன்.

ஆனால் அவர்களுடைய அம்மாவின் தலைக்கு அவனை யாரென்று அடையாளம் தெரியவில்லை.

அவர்களில் யாரையும் அவர்களுடைய அம்மாவின் தலைக்கு யாரென்று அடையாளம் தெரியவில்லை. மூத்த குழந்தை அலறுகிறான், நடுவிலுள்ள குழந்தை அழுகிறான், மேலும் இளைய குழந்தை நடுங்குகிறான்.

ஆனால் தங்களுடைய வருத்தத்துக்குப் பிறகு அவர்கள் கோபமடைகிறார்கள். மூத்தவன் தங்களுடைய அம்மாவின் தலையை உதாசீனம் செய்கிறான், நடுவில் உள்ளவன் அதன் மீது காறித் துப்புகிறான், இளையவனோ அதனை எட்டி உதைக்கிறான்.

தலையைக் கைவிட்டு மீண்டும் புதிர்ப்பாதைக்குள் நுழைய அவர்கள் தீர்மானிக்கிறார்கள், தங்களுடைய அம்மாவின் தலையில்லாத உடலோடு மீண்டும் இணைந்து கொள்ள - அவர்களை அடையாளம் கண்டுகொண்ட உடலோடு.

மிகுந்த வேகத்தோடு அவர்கள் புதிர்ப்பாதைக்குள் நுழைகிறார்கள், ஆனால் விரைவில் வேகம் குறைந்து போகிறது.

இந்த வழியாகச் செல்ல வேண்டும், என்கிறான் மூத்தவன்.

இல்லை, இந்த வழியில், என்கிறான் நடுவில் உள்ளவன், இன்னொரு வழியைச் சுட்டியபடி.

இந்த வழியாகச் செல்ல வேண்டும், என்கிறான் இளையவன், மூன்றாவதாக ஒன்றைச் சுட்டிக்காட்டி.

சரியான வழியை அறிந்து கொள்ள வாய்ப்பேயில்லை. அவமானத்தைத் தவிர்க்கும் பொருட்டு, தங்களுடைய அம்மாவின் பாதையைச் சுட்டிய இரத்தத்தை அவர்களாகவே துடைத்திருந்தார்கள், எனவே இப்போது எந்த வழியில் செல்வதென்று அவர்களுக்குத் தெரியவில்லை. பின்தொடர்ந்து சொல்ல அவளுடைய இரத்தத்தடத்தில் எதுவும் மீதமிருக்கவில்லை.

நிறைய ஆலோசனைக்குப் பிறகு, ஒவ்வொருவரும் தங்களுடைய பாதையில் செல்லும் தீர்மானத்தைத் தேந்ந்தெடுத்தார்கள்.

தங்களுடைய அம்மாவை யார் கண்டுபிடித்தாலும் மற்றவர்களுக்குக் கேட்கும்படி உரக்கக் கூச்சலிட வேண்டுமென மூவரும் முடிவு செய்தார்கள். எனவே மற்றவர்கள் அந்தக் குரலைத் தொடர்ந்து வரலாம் - பிறகு நாமனைவரும் ஒன்றிணைவோம், என்று சொன்னார்கள்.

இப்படி முடிவெடுத்த பிறகு, தங்களுடைய அம்மாவுக்காகக் குரல் கொடுத்தவாறே, ஒவ்வொருவரும் தனக்கான பாதையில் மிகுந்த வேகத்தோடு நுழைந்தார்கள்.

மூத்தவன் உரக்கக் கூச்சலிடுகிறான்.

நடுவில் உள்ளவன் உரக்கக் கூச்சலிடுகிறான்.

இளையவன் உரக்கக் கூச்சலிடுகிறான்.

மூத்தவன் தலையில்லாத தன்னுடைய அம்மாவின் உடலைக் கண்டுபிடிக்கிறான்.

இன்னும் அவளால் முணுமுணுக்க முடிகிறது: நான் நிறைய இரத்தத்தை இழந்து விட்டேன்.

அவள் இறந்து கொண்டிருக்கிறாள்.

மூத்தவன் உரக்கக் கூச்சலிட முயற்சி செய்கிறான், ஆனால் எதுவும் வெளிவரவில்லை. ஒரு சத்தம் கூட. அவன் ஊமையாகி விட்டான். அல்லது அப்படி ஆகி விட்டதாக நடிக்கிறான்.

இப்போது தன்னுடைய சகோதரர்களிடமிருந்து விடுதலையடைந்தவனாக, தனது இறந்து கொண்டிருக்கும் அம்மாவின் உடலின் முன் அவன் மண்டியிடுகிறான்.

நாணயம்

இரண்டாவது முறையாக நாணயத்தை எடுக்க வாஸ் கார்டோபெக் குனிந்தான்.

"மறுபடியும் சாதித்து விட்டாய்!" அவனோடிருந்த இளம்பெண் ஆர்ப்பரித்தாள்.

மேலும் சிரித்தாள்.

ஒரு வகையில் பார்த்தால், வாஸ் கார்டோபெக் நோயுற்றிருந்தான். அவனுடைய கண்களுக்குக் கீழிருந்த பகுதிகளை எரிச்சலூட்டும் கொப்புளங்கள் பாழ்படுத்தின, கழுத்திலும், "எனது முகத்தின் ஒரு பகுதியாயிருக்கும் அமைதியற்ற உற்சாகம்" என்று அவனால் அழைக்கப்பட்டவற்றைத் தணிக்க, தொடர்ந்து தன்னுடைய தோலின் வெடிப்புகளைச் சுரண்டிக் கொண்டேயிருக்கும்படி அவனை அந்தக் கொப்புளங்கள் வற்புறுத்தின.

சில நாட்களுக்கு முன் ஓரிரவில், சிற்சில மாதங்களுக்கு முன்னால், அந்த இளம்பெண், அவர்களிருவரும் காதல் செய்து முடித்த பிறகு, குறிப்பிட்டதொரு கட்டுப்பாட்டுடனான வக்கிரத்தோடு, அவனுடைய கருத்த கொப்புளங்களைக் கணக்கிடத் தொடங்கினாள்: ஒன்று, இரண்டு, மூன்று, நான்குஞ்.

ஆனால் அவர்களிருவரும் காதல் செய்து முடித்த பிறகு தான்.

"நீங்கள் மாபெரும் செல்வந்தர், ஐயா!" அவள் கேலி செய்தாள், "பதினான்கு கொப்புளங்களைக் காட்டிலும் அதிகமாக உள்ளன."

கார்டோபெக் தனது வலது கரத்தால் அவற்றை விடாமல் தேய்த்துக் கொண்டேயிருந்தான், மிகக்குறிப்பாகக் கண்களுக்கு நேர்கீழேயிருந்த கொப்புளங்களை.

அவனுடனான முந்தைய சந்திப்பின் போது, அவனது தாயும் அவனோடு வந்திருந்தாள், மருத்துவர் அவனிடம் சொன்னார்: "கொப்புளங்கள், அவ்வளவுதானே, நான் என்ன செய்ய வேண்டுமென விரும்புகிறாய்? நல்லவிதமாகத் தோற்றமளிப்பதுதான் நல்ல ஆரோக்கியத்தோடு இருப்பதைச் சொல்லக்கூடிய ஒரே அறிகுறி என நீ நம்புவாயெனில், உண்மையாகவே நீ நோயுற்றுத்தான் இருக்கிறாய், ஐயா. இல்லையா, அதை மறந்து விடு. கொப்புளங்களைப் பார்க்கச் சகிக்கவில்லைதான், ஒத்துக் கொள்கிறேன், ஆனால் கொப்புளங்கள் எதுவுமில்லாமல் கூட உன்னை விட அசிங்கமான மனிதர்களும் இருக்கத்தான் செய்கிறார்கள்."

இந்தப் புள்ளியில், பரிசோதனை அறையிலிருந்து தன்னுடைய தாய் வெளியேற கார்டோபெக் உதவினான். எதுவும் அவளுக்குப் புரியவில்லை; யாருடைய உதவியுமின்றி தனியாக வாழத் தேவையான குறைந்தபட்சத் திறன்களை வெகுநாட்களுக்கு முன்பே அவள் இழந்திருந்தாள். தாங்கள் முன்னேறிச் செல்வதை வெறித்துப் பார்க்கும் முதிய மனிதர்களிடமிருந்து தனது கவனத்தைத் திருப்பும் முயற்சியாக, முகத்தில் தழும்புகளோடிருக்கும் மனிதன் வீதியைக் கடந்து செல்ல ஒரு மூதாட்டிக்கு உதவுகிறான், என நினைத்துக் கொண்டான் கார்டோபெக்.

சில நாட்களுக்குப் பிறகு, அவனுடைய முகத்தின் "உற்சாகம்" மிக மோசமாக மாறியது; இப்போதந்தக் கொப்புளங்கள் எரிந்தன, ஒருவித அமைதியோடு, மென்மையான சுடரொன்றைப் போல, என்றான் கார்டோபெக்.

இருந்தாலும் கூட, அவனைக் கேலி செய்வதை அந்த இளம்பெண் நிறுத்தவில்லை. பெருந்தன்மையோடு அவளுக்கு நிறைவான ஊதியத்தை அவன் தந்தபோதும், திரு.கார்டோபெக்கின் பொறுமையைச் சோதிக்கும் முயற்சிகளை அவள் கைவிடவில்லை. முதலில், அவன் தனக்குத் தந்த நாணயங்களை ஒரு சிறிய குவியலாகப் போட்டு அவள் எண்ணத்

தொடங்கினாள்: ஒன்று, இரண்டு, மூன்று, நான்கு, ஐந்து.. நாணயக்குவியல் சரியும்போது - பலமுறை அவ்வாறு நிகழ்ந்தது - அந்த இளம்பெண் மீண்டும் முதலில் இருந்து எண்ணத் தொடங்குவாள்: ஒன்று, இரண்டு, மூன்று, நான்குஞ் பதினான்கு நாணயங்கள் இருந்தன.

நாணயங்களைக் கணக்கிடுவதைத் தொடர்ந்து - சிறிய இடைவெளிக்குப் பிறகு - கார்டோபெக்கின் முகத்திலுள்ள கொப்புளங்களின் எண்ணிக்கையைக் கணக்கிடுவது நடக்கும், அதைத் தொடர்ந்து வெற்றியைப் பறைசாற்றும் ஒரு அருவருப்பான புன்னகை அந்த இளம்பெண்ணின் முகத்தில் அரும்பும்.

“பதினொரு கொப்புளங்கள்,” என்றாள் முத்லில்.

அதன் பிறகு, சில நொடிகள் கழித்து, “பதினான்கு சிறிய நாணயங்கள்!” மீண்டும் திரு.வாஸ் கார்டோபெக்கைப் பார்த்து அவள் புன்னகைத்தாள்.

பெரும்பாலும் எளிமையான உடைகளையே கார்டோபெக் அணிந்தான். அவன் உடையணியும் விதத்தின் மீது நகரம் பெரியளவில் ஆதிக்கம் செலுத்த அவன் அனுமதித்ததில்லை என்பது தெளிவாகத் தெரிந்தது. அவனது ஆளுமையை வடிவமைத்த மற்ற அடிப்படைக்கூறுகளும் அவனுடைய விருப்பத்திலிருந்தே உருவாயின. அல்லது அவற்றை உருவாக்கக் காரணமாயிருந்தன. கார்டோபெக் வெகு அரிதாகத்தான் நகர மையத்திறகுச் செல்வான். அப்படிச் சென்றாலும் கூட, தான் அசௌகரியமாக உணர்வதை அவனால் தடுக்க முடியாது. கடைசியில் அது நகர வாழ்க்கை தன்னுடைய குடிமகன்களின் மீது திணிக்கிற பயங்கரமான கோரிக்கைகளின் மீதான வசைமாரியில் சென்று முடியும்.

சில நேரங்களில் அங்கிருந்த அத்தனை கூட்டமும் பயனற்ற அதே சைகைகளை மீண்டும் மீண்டும் இரகசியமாகச் செய்கிற மனிதர்களால்தான் நிரம்பி வழிகிறதோ என்று தோன்றும். இந்த மனிதர்களெல்லாம் தங்களுடைய வாழ்வில் நீக்கமற நிறைந்திருக்கும் தடுமாற்றங்களை எதிர்க்க முற்படுபவர்கள் என்பதோடு காலத்தின் இடைவிடாத தாக்குதலைத்

தங்களால் கட்டுப்படுத்தவியலாது என்கிற உண்மையையும் கண்டுகொள்ளாதவர்கள் - நூற்றாண்டு மற்றும் எந்தவித முக்கியமுமற்ற இந்தவொரு நாள் என இரண்டுமே நகர்ந்து கொண்டிருந்தன, அவர்கள் விரும்பினாலும் அல்லது விரும்பாவிட்டாலும் கூட - நகரத்தின் நிரந்தர அமளியிலும் அதன் பதினாயிரம் சடங்குகளிலும் தங்களைப் புதைத்துக் கொண்டிருப்பவர்கள், ஒரு எடுத்துக்காட்டாக, வெகு வேகமாக நகரும் வாகனத்தின் கவனத்தை ஈர்க்க, விரல்களை விரித்து, தங்களுடைய கைகளை உயர்த்தி நிற்பதைச் சொல்லலாம். ஆனால் அப்படியில்லை, இது எதிர்ப்பை வெளிக்காட்டும் வடிவமல்ல; இவையெல்லாம் கோரிக்கைகள் வைப்பதைக் காட்டிலும் எதற்கும் இணங்கிப்போகப் பழக்கப்பட்டிருந்த உடல்களின் வெற்று அசைவுகள் மாத்திரமே. வாஸ் கார்டோபெக் அப்படித்தான் நினைத்தான், அவன், மிகக்குறிப்பாக அவனுடைய சின்ன உலகத்துக்குள் - அந்தப் பரபரப்பான மனிதர்களைப் பொறுத்தவரை எந்தவித முக்கியத்துவமுமில்லாத ஒரு உலகம், நிச்சயமாக - ஆணைகளிட மட்டுமே அவன் பழகியிருந்தான்.

மருத்துவர் அவனை மறுபடியும் சந்தித்தார். ஆறு மாதங்கள்தான் கடந்திருந்தன, மேலும் அதேவேளையில் இந்தச் சங்கதியோடு மிகநெருங்கிய தொடர்பு கொண்டிருந்த மற்றொன்றும் நிகழ்ந்திருந்தது: கார்டோபெக்கின் அம்மாவினுடைய மரணம்.

கார்டோபெக் இளம்பெண்ணோடு இணைந்து மருத்துவரின் அலுவலகத்துக்குள் நுழைந்தான், காத்திருப்பதற்காக அவர்களிருவரும் அமர்ந்தார்கள். வரவேற்பறைப் பெண் அவனை அடையாளம் கண்டுகொண்டாள். நொடி நேரப் பார்வைக்குப் பிறகு, அவள் கேட்டாள், “மோசமாகியுள்ளதா?”

“ஆம்,” என்று பதிலளித்தான்.

கொப்புளங்கள் அளவில் பெரிதாகியிருந்தன, தற்போது சாம்பலையொத்த நிறத்தில் - மருத்துவத்துறையில் அது குறித்துக் கேள்விப்பட்டதில்லை - தனித்தனியாக ஒவ்வொரு கொப்புளத்தின் நடுப்பகுதியில் இருந்தும் விரிவடைந்திருந்தன. சாதாரண மனிதர்களுக்கு ஒவ்வாமை உண்டாக்கக்கூடிய சங்கதிகளைக் கையாள அவள் பயிற்சி பெற்றிருந்த காரணத்தால், முதன்முதலாக அந்த முகத்தைப் பார்க்கையில்

உண்டாகும் திகைப்பில் மனிதர்கள் வெளிப்படுத்தும் வழக்கமான முகச்சுளிப்புக்குள் அவள் வீழ்ந்து விடவில்லை. உண்மையில் அந்த முகம், சொல்வதெனில், கோரமானதொரு தோற்றத்தை வந்தடைந்திருந்தது. அது எப்படி இருந்ததெனில், கார்டோபெக்கினுடைய முகத்தின் அசாதாரண நிலை, ஒரு ஆரம்பகட்ட தயக்கத்திற்குப் பிறகு, ஒட்டுமொத்தமாக வேறொரு தோற்றவகைக்கு மாறியிருந்தது, இனிமேலும் ஒரு நாகரீகமான சமூகத்தில் வாழத் தகுதியற்றதைப் போல. கார்டோபெக்கின் முகம் மிகக் கொடூரமானதாகவும் அருவருப்பானதாகவும் மாறியிருந்தது. அதைப் பார்த்த மனிதர்களின் மீது அவன் தாக்குதல் தொடுப்பதைப் போலிருந்தது. கார்டோபெக்கால் இதைக் காட்டிலும் மோசமாக எந்தவொரு பார்வையாளரையும் இழிவு செய்திருக்க முடியாது, மற்ற நோயாளிகள் அனைவரின் முன்னால் வரவேற்பறையின் நடுவே தன்னுடைய உடைகளைத் துறந்து அவன் நிர்வாணமாக நின்றிருந்தால் கூட. அவனுடைய முகத்தின் அவலட்சணம் நம்ப முடியாததொரு இடத்தை வந்தடைந்திருந்தது. வெறுமனே உடல்சார்ந்த குறைபாடு என்றல்லாது, அதுவொரு பாவம்.

அவனோடிருந்த இளம்பெண்ணும் கூட நிச்சயமாகக் கவனிக்கப்படாமல் இருக்கவில்லை. அவள் உடையணிந்திருந்த விதம் இரண்டு விசயங்களைத் தெளிவுபடுத்தியது: அவள் அந்த நகரத்தைச் சேர்ந்தவளல்ல, மேலும் அவளொரு வேசையும் கூட. தன்னுடையில் இருக்கையில் அமைதியாக அமர்ந்திருக்க அவளால் முடியவில்லை, தனது பணிவினைக் காட்ட கீழாடையைத் திருத்துவதைப் போன்றதொரு பொருந்தாத செயலில் ஈடுபட்டாள், ஆனால் மொத்த வரவேற்பறையையும் சுற்றி வந்து அங்கிருந்த அனைவரையும் சவாலுக்கு அழைத்த ஒரு சாகசப்பார்வையும் அந்த செயலோடு இணைந்திருந்த காரணத்தால், அது அவ்வளவு பாசாங்கான ஒன்றாக வெளிப்பட்டது. அங்கே இருந்தது அவளை அழகானவளாக உணரச்செய்தது.

அங்கிருந்த அனைவருக்கும் இந்த இணையால் உருவான சங்கடம் வெகு சீக்கிரமாகவே ஒரு இக்கட்டான நிலையை வந்தடைந்தது. உருவாக்கிக்கொண்டதொரு காரணத்தோடு,

மருத்துவரைப் பார்ப்பதற்காகக் காத்திருந்த முதிய பெண்களில் ஒருத்தி, அங்கிருந்து எழுந்து கிளம்பிச் சென்றாள்.

"உன்னுடைய அம்மா எங்கே?" வரவேற்பறைப் பெண் கேட்டாள்.

"இறந்து விட்டாள்," எனப் பதிலுரைத்தான் கார்டோபெக், அழைக்கப்படுவதற்குத் தயாராக எழுந்து நின்றிருந்தான். "இரண்டு மாதங்களுக்கு முன்னால்," சேர்த்துச் சொன்னான்.

வரவேற்பறைப் பெண் கண்களைத் தாழ்த்தினாள். தற்போது முன்யோசனையற்ற வார்த்தைகளால் அவள் நிலைமையை இன்னும் மோசமாக்கி இருக்கிறாள்.

இறுதியாக கார்டோபெக்கின் முறை வந்தது. மருத்துவர் கேட்டுக்கொண்டதால், அவனுடைய இளம்பெண் வரவேற்பறையில் காத்திருந்தாள்.

அனைவரைப் பார்த்தும் அவள் இப்போது புன்னகைத்தாள். தன்னை மதித்து மருத்துவர் பேசினாரென்பது அவளை மகிழ்ச்சியில் ஆழ்த்தியிருந்தது.

"உன் முகம் மிகவும் மோசமாயிருக்கிறது," என்று அறிவித்தார் மருத்துவர்.

பிறகு அவர்கள் அமர்ந்தார்கள்.

"ஆனால் உன்னைப் பற்றிய ஆய்வு முடிவுகள் என்னிடமிருக்கின்றன," என்றவர் தொடர்ந்து சொன்னார். "மருத்துவம் சார்ந்த எந்தப் பிரச்சினையுமில்லை, கவனி. நீ, திரு.கார்டோபெக், உனக்கு எந்த நோயுமில்லை. மிகத்தெளிவாக இதுவொரு புறம் சார்ந்த பிரச்சினை, அதாவது முழுக்கவே புறம் சார்ந்த பிரச்சினை மட்டுமே என்று சொல்கிறேன், உனது உடம்பினுள்ளே சிக்கல்கள் இருப்பதற்கான அடையாளங்கள் எதுவுமில்லை, மேலும் உன்னுடைய முகத்திலுள்ள சங்கதி எதுவாகயிருந்தாலும் அது உள்ளே ஊடுருவிச் செல்கிறது எனச் சந்தேகிப்பதற்கான சாத்தியங்களும் இல்லை. உண்மைதான், தோற்றம் மாறுவதென்பது விரும்பத்தகாத ஒன்றுதான், ஆனால் மருத்துவத்துறையின் மூலம் இப்போது நாங்கள்

செய்யக்கூடியதெல்லாம் எரிச்சலிலிருந்து விடுபட சில பொருட்களைப் பரிந்துரைப்பது மட்டுமே. இத்தகைய துயரத்தை உன்னுடைய முகம் வளர்த்துக் கொண்டிருப்பதால் ஒரு நிமிடம் முன்னதாக நீ சாகப்போகிறாய் என்று அர்த்தமாகாது."

கார்டோபெக் ஆசுவாசமாக உணர்ந்தான்: கடந்த சில வாரங்களில் தன்னுடைய கொப்புளங்கள் கிட்டத்தட்ட ஒரு மரண தண்டனைக்கு ஈடானவை என்கிற முடிவுக்கு அவன் வந்திருந்தான். நிச்சயம் தான் கேட்கப்போகிறோம் என்று நம்பிய வார்த்தைகளுக்கு எப்படி பதிலளிப்பது என்கிற தைரியமான வழிமுறையைக்கூட அவன் பயிற்சி செய்திருந்தான்: இன்னும் ஆறு மாதங்கள்தான் நீ உயிரோடு இருப்பாய்!

ஆகவே, மருத்துவரின் வலியுறுத்தல்கள் கிட்டத்தட்ட ஒரு வெற்றியைப் போல அவனால் எதிர்கொள்ளப்பட்டன.

மற்ற சோதனைகளெல்லாம் விரைந்து நடைபெற்றன. அவன் செல்வதற்காக மருத்துவர் கதவைத் திறக்குமுன்பாக, வாஸ் கார்டோபெக் - தன்னுடைய நன்றியைத் தெரிவிக்கும் விதத்தில் - தனது வலது கரத்தை கைப்பைக்குள் திணித்து ஒரு நாணயத்தை வெளியே எடுத்தான், மருத்துவரிடம் அதனைத் தந்தான். கார்டோபெக்கிடமிருந்து நகர்ந்து நின்றதன் மூலம் இந்த அடையாளச்சின்னத்தைப் பெற்றுக்கொள்ள மருத்துவர் மறுத்தார், மேலும் சிரிக்காமலிருக்க தன்னால் இயன்றவரை முயன்றார், மன்னிப்பு கேட்பதைப்போல புன்னகைத்தபடி சொன்னார்:

"யாரும் மருத்துவர்களுக்கு அன்பளிப்புகளைத் தருவதில்லை" என்றார். "குறைந்தபட்சம் நகரத்தில் மட்டும். நீயே வைத்துக்கொள்."

தடுமாறியவனாக, வாஸ் கார்டோபெக், நாணயத்தைத் தன் கைகளால் மூடினான்: நானொரு நாட்டுப்புறத்தான், தனக்குத்தானே சொல்லிக் கொண்டான், நாட்டுப்புறத்தான் என்பதைத் தவிர வேறொன்றுமில்லை! மறுபடியும், அவன் அதைத் தெளிவாக நிரூபித்திருக்கிறான். நானொரு புத்தி சுவாதீனமற்றவன் எனத் தனக்குள் முணுமுணுத்தான்.

"வாழ்த்துகள்" என்றார் மருத்துவர், கார்டோபெக் மற்றும் இளம்பெண் என இருவரிடமும்.

வீதியின் நடுவில், மிகத்துல்லியமாக இதுதான் நகரத்தின் மையப்பகுதி என்று வீதியில் குறிக்கப்பட்டிருந்த இடத்திலிருந்து இருநூறு மீட்டர்கள் தொலைவில், கார்டோபெக் இரண்டாவது முறையாகத் தன்னுடைய நாணயத்தைத் தவற விட்டான்.

"மறுபடியும்!" எரிச்சலுற்றவனாக கார்டோபெக் அலுத்துக்கொண்டான்.

அந்த இளம்பெண் உரக்கச் சிரித்தாள்.

- அடவி

o o o

சமந்தா ஸ்வெப்ளின் (1978)

(Samantha Schweblin - Argentina)

அர்ஜெண்டினாவின் தலைநகரான ப்யூனஸ் ஏரிஸில் பிறந்தவர். 2001-இல் வெளியான இவருடைய முதல் சிறுகதைத் தொகுப்புக்கு "கலைகளுக்கான தேசிய நல்கை" வழங்கப்பட்டது. 2008-இல் வெளியான இரண்டாவது சிறுகதைத் தொகுப்பு லத்தீன் அமெரிக்க நாடுகளுடனான சமூக-கலாச்சார மேம்பாட்டிற்கென க்யூப அரசாங்கம் வழங்கும் *"Casa Des La Americas"* விருதினை வென்றது. போர்கேஸ், கோர்த்தஸார் போன்றவர்களின் வழித்தோன்றல் என பத்திரிக்கைகள் இவரைப் புகழ்கின்றன. ஜெர்மன், ப்ரெஞ்ச் மற்றும் இத்தாலி உட்பட பல மொழிகளில் இவருடைய கதைகள் மொழிபெயர்க்கப்பட்டுள்ளன.

வாய் நிறைய பறவைகள்

சமந்தா ஸ்வெப்ளின்

தொலைக்காட்சியை அணைத்து விட்டு சாளரத்தின் வழியாக வெளியே பார்த்தேன். அவசரகால விளக்குகள் ஒளிர்ந்து கொண்டிருக்க சில்வியாவின் மகிழுந்து வீட்டின் முன்னால் நிறுத்தப்பட்டிருந்தது. தட்டப்படும் கதவுக்கு பதில் சொல்லாமலிருக்கும் வாய்ப்புகள் உண்மையாகவே ஏதேனும் உண்டா என நான் யோசித்தேன், ஆனால் மீண்டும் மணி அடித்தது; நான் வீட்டிலிருப்பது அவளுக்குத் தெரியும். கதவினருகே சென்று அதனைத் திறந்தேன்.

“சில்வியா,” என்றேன்.

“ஹாய்,” என்றாள், எதையும் நான் சொல்வதற்கு முன்னதாகவே உள்ளே நுழைந்தாள். “நாம் பேச வேண்டும்.”

நீள் சாய்விருக்கையை அவள் சுட்டிக்காட்ட நான் அடிபணிந்தேன், ஏனென்றால், சில சமயங்களில், கடந்தகாலம் கதவைத் தட்டி நான்கு ஆண்டுகளுக்கு முன்பு நிகழ்ந்ததைப் போல இப்போதும் என்னை நடத்தும்போதும், நான் முட்டாளாகத்தான் இருக்கிறேன்.

"நீ இதை விரும்பப் போவதில்லை. இது.. இது கொடுமையானது," தன்னுடைய கடிகாரத்தைப் பார்த்தாள். "சாராவைப் பற்றியது."

"எப்போதும் அது சாராவைப் பற்றியதாகத்தான் இருக்கிறது," என்றேன்.

"நான் அதீதப்படுத்துவதாக நீ சொல்லப் போகிறாய், எனக்குப் பைத்தியமென்றும், அது போன்ற எல்லா சங்கதிகளையும். ஆனால் அதற்கெல்லாம் இன்று நேரமில்லை. நீ இப்போதே வருகிறாய், இதை உன்னுடைய கண்களால் நீ பார்க்க வேண்டும்."

"என்ன நடக்கிறது?"

"தவிரவும், நீ வரப்போவதாக நான் சாராவிடம் சொல்லியிருக்கிறேன், எனவே அவள் உனக்காகக் காத்திருக்கிறாள்."

இருவரும் ஒருகணம் மௌனமாயிருந்தோம், அடுத்து என்ன செய்வதென்று நான் யோசித்தேன், தன்னுடைய முகத்தைச் சுளித்தபடி எழுந்து அவள் கதவினருகே செல்லும்வரைதான். என்னுடைய மேலங்கியை எடுத்துக்கொண்டு அவளைப் பின்தொடர்ந்தேன்.

எப்போதும் தோற்றமளிப்பதைப் போலவே வீட்டின் வெளிப்புறம் தென்பட்டது, வெகு சமீபமாக வெட்டப்பட்ட புல்வெளி, மேலும் இரண்டாவது மாடியின் முகப்பிலிருந்து தொங்கிய சில்வியாவின் பலவண்ண மலர்கள் பூக்கும் செடிவகைகள். இருவரும் தங்களுடைய மகிழுந்துகளை விட்டிறங்கி எதுவும் பேசிக் கொள்ளாமல் உள்ளே நுழைந்தோம். சாய்விருக்கையில் சாரா அமர்ந்திருந்தாள். அந்த வருடத்துக்கான வகுப்புகள் முடிந்திருந்தாலும், தனது நடுநிலைப் பள்ளிச் சீருடையை அவள் அணிந்திருந்தாள், நீலப்பத்திரிக்கைகளில் காணக்கிடைக்கும் பள்ளிச்சிறுமிகளைப் போல அவளுக்கு அது பொருந்தாமலிருந்தது. முதுகை நேராக நிமிர்த்தி, முழங்கால்களை இணைத்துக்கட்டி கைகளை அவற்றின் மீது வைத்து, பூங்காவிலோ அல்லது சாளரத்தின் வழியாகவோ தென்பட்டதொரு புள்ளியில் உன்னித்தவளாக, தன் அம்மாவின் யோகா பயிற்சிகளில்

வாய் நிறைய பறவைகள் | 55

ஏதோவொன்றைக் கைக்கொண்டிருப்பவளைப் போல, அவள் உட்கார்ந்திருந்தாள். எப்போதும் அவள் சற்றே வெளிறிய தோற்றத்தோடு மெலிந்தவளாகத் தென்பட்டாலும் கூட, ஆரோக்கியம் அவளுடம்பில் பொங்கி வழிந்தது என்பதையும் நான் உணர்ந்திருந்தேன். தொடர்ந்து சில மாதங்கள் உடற்பயிற்சி செய்ததைப்போல அவளுடைய கைகளும் கால்களும் மிகுந்த பலமுடையவையாகத் தோன்றின. அவளது மயிர்க்கற்றைகள் மின்னின, கன்னங்கள் சற்றே இளஞ்சிவப்பு நிறத்திலிருந்தன, ஏதோ வரைந்ததைப் போல, ஒருவேளை அதுவே உண்மையாகவும் இருக்கக்கூடும். நான் உள்ளே நுழைவதைப் பார்த்தவுடன் புன்னகைத்தபடி சொன்னாள்:

“ஹாய், அப்பா.”

உண்மையாகவே எனது மகள் மிகுந்த அன்புக்குரியவள், ஆனால் அவளிடம் என்னவோ சரியில்லை என்பதைப் புரிந்து கொள்ள எனக்கு அந்த இரண்டு வார்த்தைகள் போதுமானதாயிருந்தன, நிச்சயம் அவள் அம்மாவோடு தொடர்புடைய ஏதோவொன்று. ஒருவேளை அவளை என்னோடு அழைத்துச் சென்றிருக்கலாமோ எனச் சில சமயங்களில் நான் சிந்தித்தது உண்டு, ஆனால் இப்போதெல்லாம் கிட்டத்தட்ட ஒருபோதும் நான் யோசிப்பதில்லை. தொலைக்காட்சிக்கு சில அடிகள் தொலைவில், சாளரத்தை ஒட்டி, கூண்டொன்று இருந்தது. பறவைகளுக்கான கூண்டு - இரண்டு அல்லது இரண்டரை அடி உயரமிருக்கலாம் - காலியாக, மேற்கூரையில் இருந்து தொங்கியது.

“அது என்ன?”

“கூண்டு,” எனச் சொல்லி சாரா புன்னகைத்தாள்.

தன்னைத் தொடர்ந்து சமையலறைக்கு வரும்படி சில்வியா என்னிடம் சைகை செய்தாள். கண்ணாடிச் சாளரத்தினருகே இருவரும் நிற்க நாங்கள் பேசுவதை சாரா கவனிக்கவில்லை என்பதை உறுதி செய்திடும் வகையில் அவள் திரும்பிப் பார்த்தாள். அவள் இன்னும் சாய்விருக்கையில் நேராகத்தான் அமர்ந்திருந்தாள், ஏதோ நாங்கள் அங்கே வரவேயில்லை என்பதைப்போல, வீதியைப் பார்த்துக் கொண்டிருந்தாள். தாழ்ந்த குரலில் சில்வியா என்னிடம் பேசினாள்.

"கவனி, மிகுந்த பொறுமையோடு நீ இதை கேட்க வேண்டும்."

"சுற்றி வளைத்துப் பேசாதே. என்ன நடக்கிறது?"

"நேற்றிலிருந்து நான் அவளுக்கு எந்த உணவும் தரவில்லை."

"விளையாடுகிறாயா?"

"உன்னுடைய கண்களால் அதை நீ பார்க்க வேண்டும் என்பதற்காக."

"ஆ-ஹ்ஹ்ஹா.. உனக்கென்ன பைத்தியமா?"

நாங்கள் முன்னறைக்குத் திரும்ப வேண்டுமென்று சொல்லியவள் ஒரு இருக்கையைச் சுட்டிக் காட்டினாள். நான் சாராவின் முன்னால் சென்றமர்ந்தேன். வீட்டை விட்டு சில்வியா வெளியேறினாள், கண்ணாடிச் சாளரத்தைக் கடந்து அவள் செல்வதையும் பிறகு மோட்டார் வண்டிக் கொட்டகைக்குள் நுழைவதையும் நான் பார்த்தேன்.

"உன் அம்மாவுக்கு என்ன ஆனது?"

சாரா தோள்களைக் குலுக்கினாள், தனக்குத் தெரியாது என்பதை எனக்கு புரியவைப்பதைப் போல. நீண்ட, கருமையான அவளது கேசம் குதிரைவாலைப் போலச் சுற்றி முடிச்சிட்டிருந்தது, முன்பக்க மயிர்கள் கிட்டத்தட்ட அவள் கண்களின் மீது விழுந்தன. ஒரு காலணிப்பெட்டியோடு சில்வியா திரும்பி வந்தாள். ஏதோவொரு மென்மையான பொருளென்பதைப்போல, இரண்டு கைகளாலும், அதை நேராகப் பற்றியிருந்தாள். கூண்டினருகே சென்று அதைத் திறந்தாள், ஒரு கோல்ப் பந்தின் அளவேயிருந்த சின்னஞ் சிறு சிட்டுக்குருவியை பெட்டியிலிருந்து வெளியேயெடுத்து, கூண்டுக்குள் திணித்துப் பூட்டினாள். தரையின் மீது பெட்டியை வீசி, மேசையின் கீழ் குவிந்து கிடந்த அதைப் போலவேயிருந்த ஒன்பது அல்லது பத்து பெட்டிகளோடு சேர்ந்து கொள்ளும் வகையில், ஓரமாக அதனை உதைத்துத் தள்ளினாள். பிறகு சாரா எழுந்தாள், அவளுடைய குதிரைவாலின் ஒருபக்கம் மின்னிக் கொண்டிருக்க மறுபக்கம் கழுத்தின் பின்பகுதியில் மறைந்திருந்தது, கயிற்றாட்டம் போலத் துள்ளிக் குதித்தபடி கூண்டை நோக்கிச் சென்றாள், வயதில் அவளைக் காட்டிலும் ஐந்து வருடங்கள் குறைவான சிறுமிகள்

செய்வதைப் போல. அவள் முதுகு எங்களைப் பார்த்திருக்க, குதிகால்களை உயர்த்தி, கூண்டைத் திறந்து பறவையை வெளியே எடுத்தாள். அவள் என்ன செய்கிறாளென்பதை என்னால் பார்க்க முடியவில்லை. பறவை கிறீச்சிட ஒருகணம் அவள் தடுமாறினாள், அனேகமாக அந்தப் பறவை தப்பிக்க முயன்றதால் இருக்கலாம். சில்வியா தனது கைகளால் வாயை மூடிக்கொண்டாள். சாரா எங்களிடம் திரும்பியபோது அதற்குமேலும் அந்தப்பறவை அங்கிருக்கவில்லை. அவளுடைய வாய், மூக்கு, கன்னம் மற்றும் இரண்டு கைகள் என யாவும் ரத்தத்தால் தீற்றப்பட்டிருந்தன. அவள் புன்னகைத்தாள், வெட்கம் கொண்டவளாக, அவளுடைய இராட்சத வாய் பிளந்து திறக்க, அவளின் சிவந்த பற்கள் என்னைத் துள்ளியெழச் செய்தன. நான் குளியலறைக்கு ஓடினேன், உள்ளே என்னைப் பூட்டிக்கொண்டு கழிவறையில் வாந்தியெடுத்தேன். சில்வியா என்னைத் தொடர்ந்து வந்து மற்றொரு கதவின் வழி உள்நுழைந்து குற்றங்கூறுவதையும் ஆணையிடுவதையும் ஆரம்பிக்கப் போகிறாள் என்றெண்ணிணேன், ஆனால் அவள் அப்படிச் செய்யவில்லை. என்னுடைய முகத்தையும் வாயையும் கழுவினேன், அவர்கள் பேசுவதைக் கேட்டபடி கண்ணாடியின் முன்னால் நின்றிருந்தேன். மேலேயிருந்த தளத்திலிருந்து கனமான ஏதோவொரு பொருளை அவர்கள் கீழே எடுத்துச் சென்றார்கள். முன்கதவை சிலமுறை திறக்கவும் மூடவும் செய்தார்கள். சமையலறை மாடத்திலிருந்த புகைப்படமொன்றைத் தான் எடுத்துச் செல்லலாமா என சாரா கேட்டாள். எடுத்துச் செல்லலாம் என்று சில்வியா பதிலறுத்தபோது அவளுடைய குரல் ஏற்கனவே வெகு தொலைவைச் சென்றடைந்திருந்தது. சத்தம் ஏற்படாத வகையில் கதவைத் திறக்க முயன்றேன், வரவேற்பறைக்குள் எட்டிப் பார்த்தேன். வாயிற்கதவு அகலத் திறந்திருக்க சில்வியா கூண்டினை என் மகிழுந்தின் பின்னிருக்கையில் ஏற்றிக் கொண்டிருந்தாள். சில அடிகள் எடுத்து வைத்தேன், சில கெட்ட வார்த்தைகளால் அவளை வசைபாடி விட்டு வீட்டை விட்டுக் கிளம்பும் எண்ணத்தோடு, ஆனால் சாரா சமையலறையை விட்டு வெளியேறி வீதியை நோக்கி முன்னேறிச் சென்றாள், ஆக அவள் என்னைப் பார்த்து விடக் கூடாதென நான் உறைந்து நின்றிருந்தேன். அவர்கள் கட்டியணைத்தார்கள். சில்வியா அவளை முத்தமிட்டு பயண இருக்கையில் அமர வைத்தாள். கதவை மூடிவிட்டு அவள் திரும்பி வரும் வரை நான் காத்திருந்தேன்.

"என்ன கருமம் இது..?"

"நீ அவளைக் கூட்டிப்போ," மேசையினருகே சென்று காலிப்பெட்டிகளை நசுக்கவும் மடக்கவும் தொடங்கினாள்.

"கடவுளே, சில்வியா, உன் மகள் பறவைகளை உண்ணுகிறாள்!"

"இதற்கு மேலும் என்னால் பொறுத்துக்கொள்ள முடியாது."

"அவள் பறவைகளை உண்ணுகிறாள்! அவளுக்கென்ன மறை கழன்று விட்டதா? நாசமாய்ப்போன அந்த எலும்புகளை அவள் என்னதான் செய்கிறாள்?"

குழப்பமடைந்தவளாக, சில்வியா என்னைப் பார்த்தாள்.

"அவற்றையும் விழுங்கி விடுகிறாள் என்றே நினைக்கிறேன். எனக்குத் தெரியாது, ஒருவேளை பறவைகளுக்கு.." சொன்னவள் என்னைப் பார்த்தபடி அங்கேயே நின்றிருந்தாள்.

"அவளை என்னோடு கூட்டிக்கொண்டு போக முடியாது."

"அவள் இங்கேதான் இருப்பாளெனில் நான் தற்கொலை செய்து கொள்வேன். தற்கொலை செய்து கொள்வதற்கு முன்னால் முதலில் அவளைக் கொல்வேன்."

"அவள் பறவைகளை உண்ணுகிறாள்!"

சில்வியா குளியலறைக்குச் சென்று தன்னை உள்ளே வைத்து பூட்டிக்கொண்டாள். நான் வெளியே பார்த்தேன், கண்ணாடிச் சாளரத்தின் வழியாக. மகிழுந்திலிருந்து சாரா என்னைப் பார்த்து மகிழ்வோடு கையசைத்தாள். என்னை நானே ஆற்றுப்படுத்த முயன்றேன். கதவை நோக்கி சில தளர்வான எட்டுகளை எடுத்து வைத்திட எனக்கு உதவக்கூடிய சங்கதிகளைப் பற்றி யோசித்தேன், அந்தக் கணத்தில் நான் மீண்டும் ஒரு சாதாரண மானிடப் பிறவியாக மாறிட வேண்டுமென்று பிரார்த்தனை செய்தேன், பேரங்காடியில், தான் எடுத்துக் கொண்டிருக்கும் பயிறுவகைகள்தான் சிறந்தவை என்பதை உறுதியாக நம்புகிற, பாதுகாக்கப்பட்ட உணவுவகை அடுக்குகளின் முன் பத்து நிமிடங்கள் நிற்கும் திராணி படைத்த நேர்த்தியும் ஒழுங்கமைவும் கொண்ட ஒரு மனிதனாக. சில மனிதர்கள் மனிதர்களையே உண்ணுவார்கள் என்றறிய நேர்ந்த பிறகு உயிருள்ள பறவைகளை

உண்ணுவதொன்றும் அத்தனை மோசமில்லை என்பது போன்ற விசயங்களையெல்லாம் சிந்தித்தேன். மேலும், உடல்நலம் சார்ந்த கோணத்தில் பார்க்கையில் போதைப்பொருட்களைக் காட்டிலும் இது பரவாயில்லை என்றுதான் சொல்ல வேண்டும், அத்தோடு சமூக நோக்கிலும் பதிமூன்று வயதில் அடையும் கர்ப்பத்தை விட இதனை மறைப்பது எளிதான ஒன்றுதான். ஆனால் மகிழுந்தின் கதவுப்பிடி கூட அவள் பறவைகளை உண்ணுகிறாள், அவள் பறவைகளை உண்ணுகிறாள் எனத் திரும்பத்திரும்பச் சொல்லிக் கொண்டிருப்பதாக எனக்குத் தோன்றியது.

நான் சாராவை வீட்டுக்கு அழைத்துச் சென்றேன். வழியில் அவள் எதுவும் சொல்லவில்லை என்பதோடு நாங்கள் வந்து சேர்ந்த பிறகு தன்னுடைய பொருட்களை அவளே வெளியே எடுத்து வைத்தாள். அவளுடைய கூண்டு, உடுப்புப்பெட்டி - வண்டியின் பின்புறத்தில் அவற்றை வைத்திருந்தார்கள் - மேலும் நான்கு காலணிப்பெட்டிகள், மோட்டார் வண்டிக் காப்பகத்திலிருந்து சில்வியா கொணர்ந்ததைப் போலவே. எவ்வகையிலும் என்னால் அவளுக்கு உதவ முடியவில்லை. கதவைத் திறந்து, அவள் சென்று எல்லாவற்றையும் எடுத்து வரும்வரை அவளுக்காக அங்கேயே காத்திருந்தேன். உள்ளே நுழைந்த பிறகு மாடியறையை அவள் பயன்படுத்திக் கொள்ளலாம் என்பதைச் சுட்டிக்காட்டினேன். எல்லாம் முடிந்து அவள் இயல்பு நிலைக்குத் திரும்பிய பிறகு, கீழே வரச்சொல்லி என் முன்னால் அமரச் செய்தேன், உணவருந்தும் அறையின் மேசையின் மீது. இரண்டு கோப்பைகளில் காப்பி தயாரித்தேன், ஆனால் நீர்க்கரைசல்களை அருந்துவதில்லை என சாரா தன்னுடைய கோப்பையை ஓரமாக ஒதுக்கினாள்.

"நீ பறவைகளை உண்ணுகிறாய், சாரா," என்றேன்.

"ஆமாம், அப்பா."

அவமானமுற்றவளாக, தன்னுடைய உதடுகளைக் கடித்தவாறு சொன்னாள்:

"நீங்களும்."

"நீ உயிருள்ள பறவைகளை உண்ணுகிறாய், சாரா."

"ஆமாம், அப்பா."

மேசையில் எங்களுக்கு எதிர்ப்புறம் அமர்ந்திருக்கும், அவளுடைய தட்டைக் காட்டிலும் தலை உயரமாயில்லாத, வெறியோடு ஒரு பூசணியை உண்டு கொண்டிருக்கும் ஐந்து வயது சாராவை நான் நினைத்துப் பார்த்தேன், மேலும் நான் எண்ணினேன், எப்படியாவது, இந்த சிக்கலை நாங்கள் தீர்க்க வேண்டும். ஆனால் இப்போது எனக்கு முன்னாலிருந்த சாரா மீண்டும் சிரித்தபோது என்னை நானே கேட்டுக் கொண்டேன், சற்று வெதுவெதுப்போடும் அசைவுகளோடும் உள்ள ஒரு சங்கதியை விழுங்கும்போது, உடல் முழுக்க சிறகுகளும் கால்களும் கொண்ட ஒன்றை உங்கள் வாய்க்குள் வைத்திருக்கையில் என்ன மாதிரியான உணர்விருக்கும், என்னுடைய வாயை கைகளால் மூடிக்கொண்டேன், சில்வியா செய்ததைப் போல, பிறகு யாரும் தீண்டியிராத இரண்டு காப்பிக் கோப்பைகளின் முன் அவளைத் தனியே விட்டு நான் வெளியேறினேன்.

மூன்று நாட்கள் கடந்து சென்றன. கிட்டத்தட்ட அத்தனை நேரமும் சாரா வசிப்பறையில்தான் இருந்தாள், நீள் சாய்விருக்கையில் நேராய் அமர்ந்து முழங்கால்களைக் கட்டித் தன்னுடைய கைகளை அவற்றின் மீது வைத்தவளாக. வெகுநேரம் வெளியேயிருக்கும் பூங்காவைப் பார்த்தவாறு அவள் அங்கேயே அமர்ந்திருப்பாள் என்பதை அறிந்தவனாக, நான் அலுவலகத்துக்கு முன்கூட்டியே சென்றேன், "பறவை," "பச்சையாக," "பிணி நீக்கம்," "தத்தெடுப்பு," முதலான வார்த்தைகளின் எண்ணற்ற சேர்மானங்களைப் பற்றித் தேடுவதில் பல மணி நேரத்தை இணையத்தில் செலவிட்டேன். ஏழு மணி போல, வீட்டுக்குள் நுழைந்து, நாளெல்லாம் நான் கற்பனை செய்ததைப் போலவே அவளிருப்பதைப் பார்க்கையில், என்னுடைய கழுத்தின் பின்புறமுள்ள முடி விறைத்துக் கொள்ளும், மேலும் அவளை உள்ளே வைத்துப் பூட்டி விட்டு விரைந்து வெளியேறும் அவசரம் எனக்குள் எழும், குழந்தையாயிருக்கும்போது ஒருவர் பூச்சிகளை வேட்டையாடி காற்று தீருமட்டும் அவற்றை கண்ணாடிக் குடுவைகளில் போட்டு அடைப்பதைப்போல, காற்றுக்கூடப் புகமுடியாத நிலையில் அவளைப் பூட்ட வேண்டும் எனத் தோன்றும். என்னால் அதைச் செய்யவியலுமா? நான் சிறுபிள்ளையாய் இருந்தபோது தன்னுடைய வாய்க்குள் எலிகளைத் திணித்த தாடிக்காரப் பெண்ணொருத்தியை சர்க்கஸில் பார்த்தேன்.

சில கணங்களுக்கு அவற்றை அப்படியே வைத்திருப்பாள், மூடிய உதடுகளின் நடுவே வால் அசைந்து கொண்டிருக்கும், என்னமோ அது அவளுக்கு மாபெரும் மகிழ்ச்சியைத் தருவது போல, கண்களை முன்னும் பின்னுமாக உருட்டியபடியும் புன்னகைத்தவாறும் பார்வையாளர்களின் முன்னே நடந்து செல்வாள். இப்போது கிட்டத்தட்ட அத்தனை இரவுகளும் நான் அந்தப் பெண்ணை நினைத்தேன், உறங்க முடியாதவனாக எனது படுக்கையில் புரண்டபடி, சாராவை ஒரு மனநல விடுதியில் சேர்ப்பதற்கான சாத்தியங்களை யோசித்தபடியும். ஒருவேளை வாரத்தில் ஒரு முறையோ அல்லது இரு முறையோ நானவளைச் சந்திக்கலாம். சில்வியாவும் நானும் மாற்றி மாற்றிப் போகலாம். நோயாளியைத் தனிமைப்படுத்த வேண்டும் என மருத்துவர்கள் சொல்லக்கூடிய சாத்தியங்களைப் பற்றியும் யோசித்தேன், ஒரு சில மாதங்களுக்கு குடும்பத்தை விட்டு அவளை விலக்கி வைக்க நேரிடலாம். அனேகமாக அனைவருக்கும் சாதகமான ஒரு முடிவு அது, ஆனால் அப்படியானதொரு இடத்தில் சாராவால் இருக்க முடியுமா என்பதில் எனக்கு நம்பிக்கையில்லை. அல்லது ஒருவேளை அவளால் முடியலாம். எப்படிப் பார்த்தாலும், அவளுடைய அம்மா அதற்கு அனுமதிக்க மாட்டாள். அல்லது ஒருவேளை அவள் அனுமதிக்கலாம். என்னால் தீர்மானிக்க முடியவில்லை.

நான்காம் நாள் சில்வியா எங்களைப் பார்க்க வந்தாள். தான் கொண்டு வந்த காலணிப்பெட்டிகளை முன்கதவின் பின்னால் வைத்தாள், சரியாக அதன் உட்புறத்தில். எங்களில் யாரும் அது குறித்து எதுவும் சொல்லவில்லை. அவள் சாராவைப் பற்றி விசாரிக்க நான் மாடியறையைச் சுட்டினேன். அவள் கீழிறங்கி வந்தபோது ஒரு கோப்பை காப்பியை அவளிடம் நீட்டினேன். வசிப்பறையில் அமர்ந்து நாங்கள் அருந்தினோம், மௌனத்தினூடாக. அவள் வெளுத்திருந்தாள், மேலும் ஒவ்வொரு முறையும் கோப்பையை ஏந்துகிற தட்டின் மீது வைக்கும்போது பீங்கான் நாராசமாகச் சப்தமெழுப்பும் வகையில் அவளுடைய கைகள் வெகுவாக நடுங்கிக் கொண்டிருந்தன. மற்றவர் என்ன நினைக்கிறார் என்பதை இருவரும் அறிந்திருந்தோம். "இது உன்னுடைய தவறு, இதைத்தான் நீ சாதித்திருக்கிறாய்," என நான் சொல்லலாம், "அவள் மீது நீ அக்கறை செலுத்தவில்லை என்பதால் தான் இப்படி நிகழ்கிறது," என்பதைப் போல அபத்தமான ஏதோவொன்றை அவள்

சொல்லலாம். ஆனால் உண்மை என்னவென்றால் ஏற்கனவே நாங்களிருவரும் வெகுவாகக் களைப்புற்றிருந்தோம்.

"நானிதைக் கவனித்துக் கொள்கிறேன்," கிளம்பும் முன்பாக, காலணிப்பெட்டிகளைச் சுட்டிக்காட்டி, சில்வியா சொன்னாள். நான் எதுவும் சொல்லவில்லை, ஆனால் உள்ளுக்குள் ஆழ்ந்த நன்றியாயுணர்ந்தேன்.

பேரங்காடியில் தானியங்கள், இனிப்புகள், காய்கறிகள், மாமிசம் மற்றும் பால்பண்ணை பொருட்கள் ஆகியவற்றைக் கொண்டு மனிதர்கள் தங்களுடைய தள்ளுவண்டிகளை நிறைத்தார்கள். எனக்கான பதப்படுத்தப்பட்ட சாமான்களோடு நானென்னைக் கட்டுப்படுத்திக் கொண்டு வரிசையில் அமைதியாகக் காத்திருந்தேன். வாரத்தில் இரண்டு அல்லது மூன்று முறைகள் சென்றேன். சில சமயங்களில், எதையும் வாங்க வேண்டிய தேவை இல்லாதிருந்தாலும், வீட்டுக்குப் போவதற்கு முன்னால் நான் அங்கே சென்றேன். ஒரு தள்ளுவண்டியை எடுத்துக் கொண்டு எதையெல்லாம் நான் மறந்திருக்கக்கூடும் என யோசித்தபடி முற்றத்தில் நடப்பேன். இரவில் நாங்களிருவரும் ஒன்றாக தொலைக்காட்சியினைப் பார்ப்போம். சாரா, விறைப்பாக, அவளுடைய நீள் சாய்விருக்கையின் முனையில் அமர்ந்தவாறு, நான் மறுபுறம், அவள் நிகழ்ச்சியைத்தான் தொடர்கிறாளா அல்லது மறுபடியும் அவள் கண்கள் பூங்காவின் மீது தான் நிலைத்திருக்கிறதா என்பதற்காக அவ்வப்போது அவளை வேவு பார்த்துக் கொண்டிருப்பேன். எங்களிருவருக்குமான உணவினைத் தயாரித்து அவற்றை இரு தட்டுகளில் வைத்து வசிப்பறைக்கு எடுத்து வருவேன். சாராவினுடையதை அவள் முன்னால் வைப்பேன், அது அங்கேயேதான் இருந்தது. நான் சாப்பிடத் தொடங்கும்வரை காத்திருந்து பிறகு அவள் சொல்வாள்:

"என்னை மன்னியுங்கள், அப்பா."

அவள் எழுந்து கொள்வாள், தனது அறைக்குச் சென்று மிகவும் மெதுவாகக் கதவை மூடிக் கொள்வாள். முதல் முறை நான் தொலைக்காட்சியின் சத்தத்தைக் குறைத்து அமைதியாகக் காத்திருந்தேன். ஒரு கூர்மையான, மிகச்சிறிய கிறீச்சிடல் கேட்டது. சில நொடிகளுக்குப் பிறகு குழாய்வாய் மற்றும் நீரோடும் சத்தம். சில சமயங்களில் ஒருசில நிமிடங்கள் கழித்து,

அழகாகத் தலைவாரியும் அமைதியடைந்தவளாகவும், அவள் கீழிறங்கி வருவாள். சில சமயங்களில் நன்றாகக் குளித்து தனது இரவு உடைகளை ஏற்கனவே அணிந்தவளாகக் கீழே வருவாள்.

சாரா வெளியே செல்ல விரும்பவில்லை. அவளுடைய நடத்தையைப் படித்து அனேகமாக அகோராஃபோபியாவின் (திடல் மருட்சி) ஆரம்பகட்ட நிலையால் அவள் பாதிக்கப்பட்டிருப்பதாக எண்ணினேன். சில நேரங்களில் ஒரு நாற்காலியை பூங்காவுக்குக் கொண்டு சென்று சிறிது நேரம் வெளியே போய் வரலாம் என அவளைச் சமாதானப்படுத்த முயன்றேன். ஆனால் அதனால் எந்தப் பயனுமில்லை. என்றபோதும், ஏதோ நாள் முழுதும் சூரியனுக்குக் கீழே உடற்பயிற்சிகள் செய்ததைப்போல, ஆற்றலால் பிரகாசித்தத் உடலினை அவள் தக்க வைத்திருந்தாள், ஒவ்வொரு நாளும் இன்னும் அழகாகத் தோற்றமளித்தாள். எப்போதாவது, என்னுடைய வழக்கப்படி தேடும்போது, ஒரு இறகினைக் கண்டெடுப்பேன். உணவருந்தும் அறைக்கதவின் பின்புறமிருக்கும் தரையில், காப்பிக்கலத்திற்குப் பின்னால், வெள்ளிப் பாத்திரங்களின் நடுவே, மேலும் குளியலறைப் பள்ளத்தில் இன்னும் ஈரமாக. அவற்றை எடுத்து, நான் இப்படிச் செய்வதை அவள் பார்த்து விடக்கூடாது என்று வெகு கவனமாக, கழிவறைக்குள் வீசியெறிவேன். சில சமயங்களில் தண்ணீரோடு சேர்ந்து அவை எப்படி காணாமல் போகின்றன என்பதைப் பார்த்தபடி அங்கேயே நின்றிருப்பேன். சில சமயங்களில் கழிவறை மறுபடியும் நிறைந்திடும், அதற்குள் நீர் மெல்ல நிலைகொள்ளும், மறுபடியும் ஒரு கண்ணாடியைப்போல, பிறகும் அதைப் பார்த்தவாறு நான் அங்கேயே நின்றிருப்பேன், பேரங்காடிக்குப் போக வேண்டிய தேவையிருக்குமா என்று யோசித்தபடி, தேவையற்ற பொருட்களால் இந்த மனிதர்கள் தங்களுடைய தள்ளுவண்டிகளை நிரப்புவதென்பது உண்மையில் நியாயம்தானா என்பதைப் பற்றியும், சாராவைப் பற்றி நினைத்தபடி, பூங்காவில் என்ன இருந்ததோ அதைப் பற்றியும் எண்ணியவாறு அங்கே நின்றிருப்பேன்.

ஒருநாள் மதியம் மிகப் பயங்கரமான காய்ச்சலால் பாதிக்கப்பட்டு தான் படுக்கையில் கிடப்பதைத் தெரியப்படுத்துவதற்காக சில்வியா என்னை அழைத்திருந்தாள். எங்களைச் சந்திக்க வர முடியாதென்று அவள் சொன்னாள். அவள் இல்லாமல் என்னால் சமாளித்துக் கொள்ள முடியுமா என்று

என்னைக் கேட்டாள், பிறகு தான் எங்களைச் சந்திக்க வர முடியாது என்றால் அவளால் மேலும் பெட்டிகளைக் கொண்டு வரவியலாது என்று அர்த்தமென்பதை நான் புரிந்து கொண்டேன். அவளுக்குக் காய்ச்சல் இன்னும் இருக்கிறதா அவள் ஒழுங்காகச் சாப்பிடுகிறாளா, அவள் மருத்துவரைச் சந்தித்தாளா என்றெல்லாம் நான் கேட்டேன், இவற்றுக்கெல்லாம் போதுமான பதில்களால் அவள் முழுமையாக ஆக்கிரமிக்கப்பட்ட நிலையில் நான் துண்டிக்கப் போகிறேன் என்று சொல்லி தொலைபேசியைத் துண்டித்தேன். தொலைபேசி மீண்டும் ஒலித்தது, ஆனால் நான் பதிலளிக்கவில்லை. நாங்கள் தொலைக்காட்சி பார்த்தோம். என்னுடைய உணவை நான் கொணர்ந்தபோது தன்னுடைய அறைக்குச் செல்வதற்காக சாரா எழுந்து கொள்ளவில்லை. நான் உண்டு முடிக்கும்வரை அவள் பூங்காவைப் பார்த்திருந்தாள், அதன் பிறகுதான் நாங்கள் பார்த்துக் கொண்டிருந்த நிகழ்ச்சிக்குள் மீண்டு வந்தாள்.

மறுநாள், வீட்டுக்குத் திரும்புவதற்கு முன்னால், நான் பேரங்காடியைக் கடந்து சென்றேன். எப்போதும் செய்வதைப் போல, ஒரு சில பொருட்களையெடுத்து என் தள்ளுவண்டிக்குள் போட்டேன். முதன்முறையாக அந்தப் பேரங்காடியை நான் உளவு பார்ப்பதைப்போல முற்றத்தின் வழியாக நடந்தேன். வளர்ப்புப் பிராணிகளுக்கான பிரிவில் நின்றேன், நாய்கள், பூனைகள், முயல்கள், பறவைகள் மற்றும் மீன்களுக்கான உணவுவகைகள் அங்கேயிருந்தன. அவையெல்லாம் என்னவென்று பார்ப்பதற்காக ஒருசில உணவுப்பொட்டலங்களை எடுத்தேன். எந்தெந்தப் பொருட்களால் செய்யப்பட்டிருந்தன என்பதை வாசித்தேன், எத்தனை கலோரிகளை அவை வழங்கின என்பதோடல்லாமல் ஒவ்வொரு இனம், எடை மற்றும் வயது சார்ந்து எப்படிப்பட்ட அளவுகளில் அந்த உணவுகள் பரிந்துரைக்கப்பட்டுள்ளன என்பதையும். அதன்பிறகு தோட்டக்கலை பிரிவுக்குச் சென்றேன், அங்கே மலர்களோடும் அல்லது மலர்கள் இல்லாமலும் இருந்த செடிகள், பூந்தொட்டிகள் மற்றும் மண் ஆகியவை மட்டுமேயிருந்தன, எனவே நான் மீண்டும் வளர்ப்புப் பிராணிகளின் பிரிவுக்குத் திரும்பி வந்து பிற்பாடு நான் என்ன செய்யப் போகிறேன்பதை யோசித்தபடி நின்றிருந்தேன். தங்களுடைய தள்ளுவண்டிகளை நிறைத்த மனிதர்கள் என்னைச் சுற்றிலும் நழுவிக் கொண்டிருந்தார்கள். அன்னையர் தினத்தை முன்னிட்ட பால்பண்ணை

பொருட்களுக்கான தள்ளுபடி விற்பனை ஒலிபெருக்கிகளில் அறிவிக்கப்பட்டு பிறகு ஏராளமான பெண்களைக் கொண்டிருந்தாலும் தன்னுடைய முதல் காதலை எண்ணி ஏங்கும் மனிதனொருவனைப் பற்றிய மெல்லிசைப் பாடலொன்றை அவர்கள் இசைத்தார்கள், இறுதியாக என்னுடைய வண்டியைத் தள்ளி அங்கிருந்து விலகி பதப்படுத்தப்பட்ட பொருட்களுக்கான பிரிவுக்குத் திரும்பவும் நான் வந்தடையும்வரை.

அன்றிரவு தூங்கிப்போக சாரா சிறிது நேரமெடுத்துக் கொண்டாள். என்னுடைய அறை அவளுடையதின் கீழிருந்தது, பதற்றத்தோடு அவள் நடப்பதையும், படுத்துக் கொள்வதையும், மீண்டும் எழுவதையும் மேற்கூரையின் வழியே நான் கேட்டேன். அவளுடைய அறை என்ன நிலைமையில் இருக்கும் என என்னை நானே கேட்டுக்கொண்டேன்; அவளுடைய வருகைக்குப் பிறகு நான் மேலே செல்லவில்லை. அனேகமாக அந்தவிடம் உண்மையானதொரு பேரழிவுக்கு உட்பட்டிருக்கலாம், குப்பைகளும் இறகுகளும் நிறைந்திருக்கும் ஒரு கால்நடைப்பட்டியைப் போல.

சில்வியாவின் அழைப்பிறகுப் பிறகான மூன்றாவது இரவு, வீட்டிற்குத் திரும்புவதற்கு முன்னால், ஒரு வளர்ப்புப்பிராணிகள் கடையினுடைய கூரையிலிருந்து தொங்கிய பறவைக்கூண்டுகளைப் பார்க்க நான் நின்றேன். சில்வியாவின் வீட்டில் நான் பார்த்த சிட்டுக்குருவியைப் போல எதுவும் தோற்றமளிக்கவில்லை. அவை பல வர்ணங்களில் இருந்தன, மேலும் பொதுவாக சற்றே பெரிதாயிருந்தன. நான் சிறிது நேரம் அங்கேயே நின்றிருந்தேன், எந்தப் பறவையின் மீதாவது ஈடுபாடு கொண்டிருக்கிறேனா என ஒரு விற்பனையாளன் நெருங்கி வந்து கேட்கும்வரை. நான் இல்லை என்றேன், நிச்சயமாக இல்லை, வெறுமனே பார்த்துக் கொண்டிருப்பதாகச் சொன்னேன். அவன் அருகிலேயே நின்றான், பெட்டிகளை நகர்த்தியவாறு, வீதியைப் பார்த்தபடி, பிறகு நிஜமாகவே எதையும் நான் வாங்கப் போவதில்லை என்பதை உணர்ந்தவனாக செயலறைக்குத் திரும்பிச் சென்றான்.

வீட்டில் சாரா நீள் சாய்விருக்கையில் காத்திருந்தாள், அவளுடைய யோகசான நிலையில் நேராக நிமிர்ந்து அமர்ந்திருந்தாள். நாங்கள் முகமன் சொல்லிக் கொண்டோம்.

"ஹாய், சாரா."

"ஹாய், அப்பா."

தன்னுடைய இளஞ்சிவப்பு நிறக் கன்னங்களை இழந்திருந்தாள், முன்பு போல ஆரோக்கியமானவளாக அவள் இப்போது தோற்றமளிக்கவில்லை. நான் எனக்கான இரவுணவைத் தயாரித்தேன், நீள் சாய்விருக்கையில் அமர்ந்து தொலைக்காட்சியை உயிர்ப்பித்தேன். சிறிது நேரம் கழித்து சாரா சொன்னாள்:

"அப்பா.."

நான் மென்று கொண்டிருந்ததை விழுங்கி விட்டு தொலைக்காட்சியின் சத்தத்தைக் குறைத்தேன், உண்மையிலேயே அவள் என்னிடம் பேசினாளா என்பதில் சந்தேகம் கொண்டவனாக, ஆனால் அவள் அங்குதானிருந்தாள், முழங்கால்களைக் கட்டி கைகளை அவற்றின் மீது வைத்தபடி, என்னைப் பார்த்துக் கொண்டிருந்தாள்.

"என்ன?" என்றேன்.

"நீங்கள் என்னை நேசிக்கிறீர்களா?"

எனது கையால் நானொரு சைகை செய்தேன், உடன் தலையாட்டலும். அவையெல்லாம் சேர்ந்து என்ன அர்த்தமெனில், ஆம், நான் உன்னை நேசிக்கவே செய்கிறேன். அவள் என்னுடைய மகள், இல்லையா? அப்போதும் கூட, ஒருவேளை, "சரியான விசயம்," என்று என்னுடைய முன்னாள்-மனைவி எதைக் கருதியிருப்பாள் என்றெல்லாம் யோசித்து, நான் சொன்னேன்:

"ஆமாம், அன்பே. நிச்சயமாக."

அதன் பிறகு சாரா புன்னகைத்தாள், மீண்டுமொரு முறை, பிறகு நிகழ்ச்சியின் ஏனைய நேரம் முழுவதும் பூங்காவைப் பார்த்துக் கொண்டிருந்தாள்.

மறுபடியும் நாங்கள் சரியாகத் தூங்கவில்லை, படுக்கையறையின் ஒரு முனையிலிருந்து மறுமுனைக்கு அவள் நடந்தபடியிருந்தாள், தூக்கம் வரும்வரை நானும் எனது படுக்கையில் உருண்டு

கொண்டேயிருந்தேன். மறுநாள் காலையில் நான் சில்வியாவை அழைத்தேன். அன்று சனிக்கிழமை, ஆனாலும் தொலைபேசியில் அவள் பதிலளிக்கவில்லை. பிற்பாடு நான் மீண்டும் அழைத்தேன், மதியவேளையிலும் கூட. குரல் அஞ்சல் அனுப்பியபோதும் அவளிடமிருந்து பதிலில்லை. காலைநேரம் முழுவதையும் நீள்சாய்விருக்கையில் அமர்ந்தவாறே சாரா கழித்தாள், பூங்காவைப் பார்த்தபடி. அவளுடைய கேசம் சற்றே கலைந்திருக்க இப்போது அவள் அப்படியொன்றும் நேராக அமர்ந்திருக்கவில்லை; நிறைய களைப்புற்றிருப்பதாகத் தோற்றமளித்தாள். அவள் நன்றாகத்தான் இருக்கிறாளா என்று நான் கேட்டபோது சொன்னாள்:

"ஆமாம், அப்பா."

"ஏன் நீ சிறிது நேரம் வெளியே சென்று பூங்காவில் இருக்கக்கூடாது?"

"வேண்டாம், அப்பா."

முந்தைய இரவு நடைபெற்ற உரையாடல் நினைவுக்கு வர, அவள் என்னை நேசிக்கிறாளா என நான் அவளிடம் கேட்கலாமா என்கிற எண்ணம் மனதுக்குள் உதித்தது, ஆனால் மறுகணமே அதுவொரு முட்டாள்தனமான யோசனையென்பதாகத் தோன்றியது. மீண்டும் நான் சில்வியாவை அழைத்தேன். இன்னுமொரு குரல் அஞ்சலை அனுப்பி வைத்தேன். மெல்லிய குரலில், நான் பேசுவதை சாரா கேட்டு விடக்கூடாது எனும் கவனத்தோடு, கருவியில் பேசினேன்:

"அவசரம், தயவு செய்."

தொலைக்காட்சியை உயிர்ப்பித்து விட்டு, நீள் சாய்விருக்கையில் அவரவர் முனையில் இருவரும் அமர்ந்தபடி, நாங்கள் காத்திருந்தோம். சில மணி நேரங்களுக்குப் பிறகு சாரா சொன்னாள்:

"மன்னித்துக் கொள்ளுங்கள், அப்பா."

அவள் தன்னை அறைக்குள் பூட்டிக்கொண்டாள். தெளிவாகக் கேட்பதற்காக நான் தொலைக்காட்சியை அணைத்தேன்: சாரா எந்தவொரு சத்தத்தையும் எழுப்பவில்லை. மீண்டுமொரு முறை சில்வியாவை அழைக்கத் தீர்மானித்தேன். ஆனால்

தொலைபேசியை எடுத்து அதன் இணைப்பொலியைக் கேட்டவுடன் துண்டித்தேன். மகிழுந்தை எடுத்துக் கொண்டு வளர்ப்புப் பிராணிகளின் கடையை வந்தடைந்தேன், விற்பனையாளனைத் தேடிப்பிடித்து எனக்கொரு சிறிய பறவை வேண்டுமெனச் சொன்னேன், அவனிடம் இருப்பவற்றில் மிகச்சிறிய பறவை. புகைப்படங்களுடனான அட்டவணையைத் திறந்த வைத்த விற்பனையாளன் விலையும் உணவுவகைகளும் இனத்துக்கு இனம் மாறுபடுமெனச் சொன்னான்.

"நீங்கள் அயல்தேசத்துப் பறவைகளை விரும்புவீர்களா அல்லது உள்ளூர் வகையினங்களுக்கு முன்னுரிமை தருவீர்களா?"

ஆயத்தமேடையின் மேற்புறத்தை எனது உள்ளங்கையால் ஓங்கியறைந்தேன். மேடையின் மீதிருந்த ஒருசில பொருட்கள் துள்ளிக்குதிக்க விற்பனையாளன் அமைதியாக நின்றிருந்தான், என்னைப் பார்த்தவாறே. நானொரு சிறிய, கருத்த பறவையைச் சுட்டினேன், கூண்டின் ஒரு முனையிலிருந்து மறுமுனைக்கு அது பதற்றமாக நகர்ந்து கொண்டிருந்தது. நூற்று இருபது பெசோக்களை என்னிடமிருந்து வசூலித்தவர்கள் பச்சைநிற அட்டையால் செய்த சதுரப்பெட்டியில் அடைத்து அதனை என்னிடம் தந்தார்கள், சுற்றிலும் சிறிதாய்த் துளைகளிடப்பட்டிருந்தன, இலவசமாகத் தந்த பறவை விதைகளின் பையை வாங்கிக் கொள்ள நான் மறுத்து விட்டேன், மேலும் அதன் வளர்ப்பாளர் வழங்கிய முகப்பில் அந்தப் பறவையின் புகைப்படம் பொருத்தப்பட்ட துண்டறிக்கையையும் தந்தார்கள்.

நான் திரும்பியபோது, சாரா இன்னும் பூட்டிக் கொண்டுதானிருந்தாள். அவள் வீட்டிற்கு வந்தபிறகு முதல்முறையாக நான் மேலேறிச் சென்று அவளுடைய அறைக்குள் நுழைந்தேன். திறந்திருந்த சாளரத்தின் முன்பாக படுக்கையில் அவள் அமர்ந்திருந்தாள். அவள் என்னைப் பார்த்தாள், ஆனால் நாங்களிருவருமே எதுவும் சொல்லவில்லை. நோயுற்றிருப்பவளைப் போல அவ்வளவு வெளுத்திருந்தாள். அறை சுத்தமாகவும் ஒழுங்காகவும் இருந்தது, குளியலறைக்குச் செல்லும் கதவு பாதி திறந்திருந்தது. கிட்டத்தட்ட இருபது காலணிப்பெட்டிகள் மேசையின் மேல் கிடந்தன, ஆனால் உடைக்கப்பட்டிருந்தன - நிறைய இடத்தை அவை அடைத்துக் கொள்ளக்கூடாது என்பதற்காக - மிகக் கவனமாக ஒன்றன்

மீது ஒன்றாக அடுக்கப்பட்டிருந்தன. சாளரத்தின் அருகே கூண்டு காலியாகத் தொங்கியது. சிறிய இரவு மேசையின் மீது, விளக்குக்கு அடுத்தாற்போல, அவளுடைய அம்மாவின் வீட்டிலிருந்து கொண்டு வந்திருந்த சட்டமிடப்பட்ட புகைப்படம். பறவை மெல்ல நகர்ந்திட அட்டைப்பெட்டியின் மீது அதன் கால் உராயும் சத்தத்தைக் கேட்க முடிந்தது, ஆனால் சாரா அசைவின்றி இருந்தாள். நான் மேசையின் மேலே பெட்டியை வைத்தேன், பிறகு, எதுவும் சொல்லாமல், அறையை விட்டு வெளியேறி கதவை அடைத்தேன். பிறகுதான் எனக்குச் சுகமில்லை என்பதை உணர்ந்தேன். ஓய்வெடுப்பதற்காக ஒரு கணம் சுவரின் மீது சாய்ந்தேன். என் கையில் இன்னமும் நான் பிடித்திருந்த வளர்ப்பாளரின் சுற்றறிக்கையைப் பார்த்தேன். அதன் பின்புறத்தில் பறவையை கவனித்துக் கொள்வது பற்றியும் இனப்பெருக்க சுழற்சிமுறைகள் குறித்த தகவல்களும் இருந்தன. இனச்சேர்க்கை காலங்களில் பறவைகளை இணைசேர்ப்பதற்கானத் தேவைகளையும் கூண்டிலிருக்கும் வருடங்களில் முடிந்தமட்டும் அவற்றை உற்சாகமாக வைத்திருக்கக்கூடிய சங்கதிகளையும் அந்தச் சுற்றறிக்கை வலியுறுத்தியது. நானொரு சுருக்கமான கிறீச்சிடலைக் கேட்டேன், பிறகு குளியலறைக் கழிவிடத்தின் நீரோட்டத்தையும். நீர் ஓடத் தொடங்கிய நிலையில் நான் உடல்நலம் சற்றே சீரடைந்தவனாக உணர்ந்தேன், மேலும் எப்படியாவது, படிகளில் கீழிறங்கிச் செல்வதற்கான வழியைக் கண்டுகொள்வேன் என்பதையும் அறிந்திருந்தேன்.

- கல்குதிரை

o o o

ஜோன் மெக்கிரிகோர் (1976)

(Jon McGregor – Britain)

வடக்கு அட்லாண்டிக்கின் பெர்முடாவில் பிறந்த ஜான் மெக்கிரிகோர் பிராட்ஃபோர்ட் பல்கலைக்கழகத்தில் ஊடகக்கல்வி பயின்றுள்ளார். கல்லூரியின் இறுதிக்காலத்தில் எழுதத் தொடங்கியவரின் சிறுகதைகள் *கிராண்டா* உட்பட மிக முக்கியமான இலக்கிய இதழ்களில் வெளியாகியுள்ளன. *பிபிசி* நடத்துகிற நாடுதழுவிய சிறுகதைப் போட்டியில் 2011 மற்றும் 2012 ஆகிய ஆண்டுகளில் இவரது கதைகள் இரண்டாமிடத்தை வென்றுள்ளன. இவருடைய முதல் நாவலான *"If Nobody speaks of Remarkable hings"* 2002-ஆம் ஆண்டின் மேன் புக்கர் விருதுப் பட்டியலில் இடம்பெற்றது. *பெட்டி ட்ராஸ்க்* விருதையும் *சாமர்செட் மாம்* விருதையும் அந்த நாவல் வென்றது. *So Many Ways to Begin, Even the Dogs, Reservoir* 13 ஆகியவை இவருடைய மற்ற நாவல்கள். 2012-ஆம் ஆண்டுக்கான சர்வதேச டப்ளின் இலக்கிய விருது *Even the Dogs* நாவலுக்கு வழங்கப்பட்டது. வெகு சமீபத்தில் வெளியாகிய நாவலான *Reservoir* 13 கோஸ்டா புத்தக விருதினை வென்றுள்ளது. மெக்கிரிகோரின் முதல் சிறுகதைத் தொகுப்பான *This Isn't the Sort of Thing That Happens to Someone Like you* 2012-இல் வெளியானது.

அந்த நிறம்

ஜோன் மெக்கிரிகோர்

சாளரத்தினருகே நின்று அவள் சொன்னாள், அம்மரங்கள் மீண்டும் அந்த அழகிய நிறத்திற்குத் திரும்புகின்றன. உண்மையாகவா என்று கேட்டேன். வீட்டின் பின்புறத்திலிருந்தேன், சமையலறையில். பாத்திரங்களைக் கழுவிக் கொண்டிருந்தேன். தண்ணீர் போதுமான சூட்டில் இல்லை. அதை என்ன நிறமென்று நீ அழைப்பாயெனத் தெரியவில்லை என்றாள். அவள் பேசிக் கொண்டிருந்தது சாலையின் மறுபுறமிருந்த மரங்களைப் பற்றி, சாலைகளின் சந்திப்பைத் தாண்டி. தாம் இருக்குமிடத்தில் அவை இத்தனை செழித்து வளர்வதென்பது அதிசயம்தான், போக்குவரத்தையும் மீறி. அவை என்னவென்பதை நானறிய மாட்டேன். அனேகமாக, ஏதேனும் ஒரு வகை மேப்பிள் அல்லது சைகமோராக இருக்கக்கூடும். ஒவ்வொரு வருடமும் இது நிகழ்ந்தாலும் அவள் எப்போதும் ஆச்சரியம் கொள்பவளாகவே இருக்கிறாள். ஒவ்வொரு வருடமும் இந்த வருடங்களும் கூட சிறுத்துக் கொண்டேயிருக்கின்றன. நாள் முழுதும் என்னால் அவற்றைப் பார்த்துக் கொண்டிருக்கவியலும், நிச்சயமாக என்னால் முடியும் என்றாள். நீரில் கைகளை ஊன்றி அங்கே அவள் நின்றிருப்பதைக் கவனித்தேன். அவளின்

சுவாசத்தை. அவள் ஏதும் சொல்லவில்லை. அங்கேயே நின்றிருந்தாள். தொட்டியைக் காலி செய்து மீண்டும் சுடுநீரால் நிரப்பினேன். அறை குளிராக இருந்தது, நீரிலிருந்தும் பாத்திரங்களினின்றும் வெளியேறி நீராவி வழிந்தோடியது. முகத்தின் மீது என்னால் அதனை உணர முடிந்தது. அவள் சொன்னாள், அவை வெறுமனே சிகப்பாக இல்லை, அது மட்டுமில்லைதானே, இல்லையென்று சொல்லி விடாதே. வாணலியை அலசி எண்ணெய்ப்பிசுக்கைச் சோதிக்க என் விரல்களை அதனைச் சுற்றி அலைய விட்டேன். ஏற்கனவே என் விரற்கணுக்கள் பழையபடி வலிக்கத் தொடங்கியிருந்தன. ஒரு வெயில் நாளில் நீ கண்களை மூடும்போது, கிட்டத்தட்ட அந்த நிறத்தைப் போன்றதுதான் அது, என்று சொன்னாள். அவளுடைய குரல் அத்தனை அமைதியாயிருந்தது. மோன அமைதியில் நின்று நான் கவனித்தேன். அதனை விவரிப்பது கடினம் என்றாள். கடந்து சென்ற ஒரு லாரியோடு சேர்ந்து மொத்த வீடும் குலுங்க சாளரத்தை விட்டு அவள் விலகி நிற்பதை, எப்போதும் அவள் செய்வதைப் போல, என்னால் கேட்க முடிந்தது. எதற்காக அவள் இத்தனை வியப்படைகிறாள் என நான் வினவினேன். அது இலையுதிர்காலம் என்பதை அவளுக்குச் சொன்னேன், இதுதான் நிகழக்கூடும்; பகல் நேரங்கள் குறைந்து, பச்சையம் உடைந்திட, இலைகள் வேறொரு நிறத்துக்கு மாறுகின்றன. ஒவ்வொரு வருடமும் இதைக் கடந்து செல்கிறாளென்பதை நான் அவளிடம் சொன்னேன். அவள் கூறினாள், அதுவொரு அற்புதமான காட்சி, அவை அழகாயிருக்கின்றன, அவ்வளவுதன், நீ வேறெதுவும் சொல்ல வேண்டியதில்லை. பாத்திரங்களைக் கழுவி முடித்தேன், நீரினை வெளியே ஊற்றி விட்டுத் தொட்டியை அலசினேன். அதீதச் சிவப்பில் அவள் அணியக்கூடிய கீழாடை ஒன்று இருந்தது, நாங்கள் இளமையாயிருந்த காலத்தில். ஒருமுறை அதற்குப் பொருத்தமாக தன் கேசத்தில் அவள் சாயம் பூசிக்கொள்ள நகரிலிருந்த சில மனிதர்கள் அது குறித்துப் பரிகாசம் செய்யும்படி ஆனது. தீஞ்சிவப்பு என்றுதான் அப்போது அவள் அதனை அழைத்தாள். அனேகமாக இந்த இலைகளும் அதைப்போலத்தான் இருந்தன, அவள் விவரிக்க முற்பட்ட இலைகள். கைகளை உலர்த்தி விட்டு முன்னறைக்கு நடந்து சென்று அவளினருகே நின்றேன். அவள் கையைத்

தேடியெடுத்துப் பற்றிக்கொண்டேன். பரவாயில்லை மீண்டும் சொல் என்றேன்.

○ ○ ○

சாதிக் நைஹோம் (1937-1994)

(Sadeq Naihoum – Libya)

லிபியாவின் பெங்காஸி எனும் நகரில் 1937–இல் பிறந்தவர். அராபிய மொழி தவிர ஆங்கிலம், ஜெர்மன், ஹூப்ரூ எனப் பல மொழிகளைக் கற்றறிந்த அறிஞர். அரசியல், மதம், வரலாறு மற்றும் இலக்கியம் எனப் பல்வேறு துறைகளிலும் ஆர்வமாக இயங்கியவர். லிபியச் சமூகத்தில் நிலவிய பண்பாடு மற்றும் கலாச்சாரம் சார்ந்த பழக்கவழக்கங்களின் மீது நைஹோமுக்குத் தீவிரமான விமர்சனங்கள் இருந்தன. குறியீட்டுத்தன்மையும் எள்ளலும் நிரம்பிய எழுத்துகளின் வழியாக லிபியாவின் அரசியல் நிலைப்பாடுகளைத் தொடர்ந்து கேள்விக்குட்படுத்தினார். சுல்தானின் கப்பற்கூட்டம் என்கிற இந்தக்கதையும் குறியீடுகளின் வழியாக அரச பயங்கரவாதம் பற்றியும் அதிகாரத்தின் முறைகேடுகளைக் குறித்தும் பேசுகிறது. 1976–ஆம் வருடம் தொடங்கி 1994–இல் தான் இறக்கும்வரை ஜெனீவா பல்கலைக்கழகத்தில் பேராசிரியராகப் பணியாற்றினார் சாதிக் நைஹோம். இன்றளவும் அவருடைய கதைகளும் கட்டுரைகளும் அராபிய இலக்கியச்சூழலில் மிகத் தீவிரமாக விவாதிக்கப்பட்டு வருகின்றன.

சுல்தானின் கப்பற்கூட்டம்

சாதிக் நைஹோம்

பழங்காலத்தில், ஜாலு ஒரு துறைமுக நகரமாக இருந்தது. "கடல்களின் அணிகலன்" என்றே மக்கள் அந்நகரை அழைத்தார்கள். வணிகர்களுடையதும் கடற்கொள்ளையரினுடையதுமென எண்ணற்ற கலங்கள் பெருகி அதன் நீர்ப்பரப்பில் நிறைந்திருந்தன. யானைகளின் தந்தங்களை ஏற்றிக் கொண்டு நாடோடிகளின் கவிகை வண்டிகள் ஜாலுவை வந்தடைந்தன; நறுமணச் சரக்கு வகைகள், அடிமைகள் மற்றும் சந்தனப் பொருட்களால் அதன் அங்காடிகள் நிரம்பி வழிந்தன - சீனப் பீங்கான் வகைகளாலும். ஜாலுவின் அத்தனை மக்களும் சுல்தான்களைப் போல வாழ்ந்தார்கள், சுல்தான் ஒருவனைத் தவிர, நம்பமுடியாத வகையிலானதொரு பெருந்துயரத்தை அனுபவிக்கும்படி அவன் சபிக்கப்பட்டிருந்தான், உயிர்த்திருக்கும் மிகப் பயங்கரமானதொரு தீங்கனவு, குறிப்பிட்டதொரு கருப்பு நாயைக் கனவில் காணும் பயத்தின் காரணமாக, தன்னுடைய சிரத்தைத் தலையணையின் மீது ஒருபோதும் அவனால் சாய்க்க இயலவில்லை அல்லது இரவு பகல் என எந்நேரமும் கண்களை மூடவும் முடியவில்லை.

குழிந்து உள்ளொடுங்கிய கண்களோடு, வெறுப்பூட்டும் அழுகிய நாற்றத்தோடு, அருவருப்பானதொரு

தோற்றத்தைக் கொண்டிருந்தது அந்த நாய். ஜாலுவின் கோட்டைச்சுவர்களுக்கப்பால் பரந்து விரிந்திருந்த உலர்மணற்குன்றுகளின் மேலாகத்தான் எப்போதும் சுல்தானின் முன்னால் தோன்றியது. கோரமான தனது தலையை நிமிர்த்தி பித்துப்பிடித்தாற்போல அந்த நாய் ஊளையிடுகையில் சுற்றியிருந்த மலைகள் யாவும் அருவருப்பான அதன் மூச்சிரைப்புகளில் மூழ்குவதாய்த் தோற்றமளித்தன. இன்னதென்று கூறமுடியாததொரு சமிக்ஞையாக, அந்தக் கருப்பு நாய் சுல்தானின் வெற்றுப்பாதங்களின் மீது தாவிப் பாய்ந்தது, உயிரைக் காப்பாற்றிக் கொள்ள அவன் ஓடினான், ஜாலுவின் சுவர்களைத் தாண்டிக் குதிக்குமுன்பாக வறண்ட மணற்குன்றுகளைக் கடந்து, உடனடியாக அதன் பிறகு திராட்சைக்கொடிகளைப் பாதுகாக்கும் கம்பிவலைகளோடு ஒவ்வொரு கிடைவரிசையாகப் பல வீடுகளையும் அவன் தாண்டிக் குதிக்க நேர்ந்தது. சுல்தானின் கனவில், பத்து இரும்புச்சுவர்களால் சூழ்ந்து பாதுகாக்கப்பட்ட அவனுடைய சலவைக்கல் மாளிகையை வந்தடையும்வரை, அந்த எதிரி அவனைத் துரத்தியது.

சுல்தானின் ஆரம்பகாலக் கனவுகளில், கடைப்புற எல்லையின் கோட்டைச்சுவர் அந்தக் கருப்பு நாயைத் தடுத்து நிறுத்தியது. பிறகு ஒரு புதுவருட நாளில் அது மீண்டும் தோன்றி முதற்சுவரை உடைத்து உள்ளே நுழைந்தது. மிகச்சரியாக ஒரு வருடம் கழித்து அந்தக் கருப்பு நாய் மறுபடி வந்து இரண்டாவது சுவரையும் அழித்தொழித்தது. மிக மோசமானதொரு அச்சம் பீடித்த நிலையில் கண்கள் அகலத் திறந்திருக்க, படுக்கையில் கிடந்தவாறே சுல்தான் இவையனைத்தையும் பார்த்திருந்தான்.

சுல்தானின் கனவு ஜாலுவின் அறிவார்ந்த மனிதர்களில் ஒருவர் பாக்கியில்லாமல் அனைவரையும் குழப்பத்தில் ஆழ்த்தியது. ஒவ்வொருவராக, அவர்கள் அரண்மனையை வந்தடைந்தார்கள். சிலர் சுல்தானின் முன்தலையில் முத்திரையிட்டார்கள், மற்றவர்கள் மந்திர உச்சாடனங்களைச் சொல்லி அனைத்து வகையான தாயத்துகளையும் உருவாக்கினார்கள், ஆனால் எந்தப் பயனுமில்லை. நம்பிக்கையை முற்றிலுமாய்த் தொலைத்திருந்த சுல்தானை யாராலும் குணப்படுத்த முடியவில்லை, இந்தக் காலகட்டத்தில், உறங்குவதற்கான ஆசையையும் அவன் மொத்தமாக இழந்திருந்தான், இரவு முழுதும் மதுவருந்தி விட்டு பகல் வேளைகளில் ஆயாசம் உந்தித்தள்ள தனது சலவைக்கல்

மாளிகையினூடாகத் தள்ளாடியபடி நடமாடினான். நான்காம் புதுவருட நாளில், மதுவால் முற்றிலும் உணர்விழந்தவனாக சுல்தான் தரையில் விழுந்தான், பிறகு வறண்ட மலைகளின் மேல் நின்று ஊளையிடும் கருப்பு நாயைக் கனவில் கண்டான். பயத்தில் அலறியபடி விழித்துக் கொண்டவன் தன்னைச் சந்திக்க அனுமதி கேட்டிருந்த கடைசி நிமித்தக்காரனை வரவழைக்க ஆணையிட்டான். தனிப்பட்ட முறையில் அந்த மனிதனின் தலையை வெட்டியெறிவதைத் தானே செய்து முடித்தான பிறகு இரக்கமற்ற தன் விதியை நொந்து அறைக்குள் சென்று பூட்டிக்கொண்டான்.

அதேநாளில், இரண்டு அன்னியர்கள் ஜாலுவை வந்தடைந்தார்கள். அனைவரும் நன்கறிந்த ஃபக்கீர்[1] ஒருவன்; மற்றவன், ஒரு நொண்டி விவசாயி. மேற்கு நுழைவாயிலின் வழியாக ஒரு வெண்ணிறக் கோவேறுகழுதையின் மீதமர்ந்து ஃபக்கீர் நகருக்குள் நுழைந்தான்; விவசாயி கிழக்கு வாயிலின் வழியாக நுழைந்தான். சுல்தானின் சலவைக்கல் மாளிகைக்குப் போகும் சாலையிலிருந்த சதுக்கத்தின் நடுவில் அவர்களிருவரும் சந்தித்தார்கள். ஃபக்கீரை ஜாலுவைச் சேர்ந்தவனென்று நம்பி வழி கேட்பதற்காக விவசாயி அவனைத் தடுத்து நிறுத்தினான். பிறகுதான் விவசாயி வெற்றுக்காலோடு இருப்பதை ஃபக்கீர் கவனித்தான், அத்தோடு அவனுடைய கால்முடம் வெகுதீவிரமாயிருந்த காரணத்தால் நடுவில் வளைந்து நிற்பதையும் கண்டுகொண்டான். பின்னும், ஒரு கோணிப்பை நிறைய பேரீச்சம்பழ விதைகளைத்தான் அவன் சுமந்து வந்திருந்தான். தனக்கு முன்னால் நின்றிருப்பவன் ஒரு அயல்நாட்டுப் பிச்சைக்காரன் மாத்திரமே என்பதோடு தான் கவனம் செலுத்தத் தகுதியற்றவன் எனவும் முடிவெடுத்து, தன்னுடைய வெண்ணிறக் கோவேறு கழுதையின் வயிற்றால் அவனை இடித்துத் தள்ளினான், பிறகு அதனை சுல்தானின் அரண்மனை இருந்த திசையில் செலுத்திச் சென்றான். தன்னை விட்டு விலகிச்செல்லும் ஃபக்கீரின் முன்பாக நின்றிருந்தான் நொண்டி விவசாயி, அவனுக்குப் பிரியாவிடை தந்து நீண்ட ஆயுளோடு வாழும்படி வாழ்த்தவும் செய்தான், “மனதில் இருத்திக்கொள், யா மௌலா[2], தனது கடவுளிடமிருந்தும் எஜமானனிடமிருந்தும் கிடைக்கக்கூடிய நல்ல அறிவுரைகளை மறுப்பதைத் தவிர அறிவார்ந்த மனிதர்களை அவமதிக்கும் சங்கதியென்று எதுவுமில்லை. அனைத்து குணநலன்களிலும்

அறிவே முதன்மையானது எனப் பன்னெடுங்காலமாகச் சொல்லி வருகிறார்கள், அத்தோடு, மதியூகம் நிரம்பிய அறிவாளியின் வார்த்தைகள் வாளை விடக் கூர்மையானவை என்றும்."

சுல்தான் தன்னுடைய நகங்களைக் கடிக்கத் தொடங்கினான். தங்களுடைய சேவைகளை அரசனுக்கு அர்ப்பணிக்க அருகிலிருந்தும் தொலைவிலிருந்தும் வரக்கூடிய அன்னியர்களின் முடிவற்ற வரிசையின் முன்னால் இந்தத் தீய பழக்கத்தில் ஈடுபடுவது அவனுக்குப் பழகிப் போயிருந்தது. இந்தச் செய்கை அவனை முழுமுற்றாய் ஆக்கிரமித்துக் கொண்டதையறிந்த திவான், மேன்மை பொருந்திய பேரரசருக்கென ஒரு அடிமையைப் பணியிலமர்த்தினார், மிகக்குறிப்பாக அவனுடைய நகங்களைக் கடிக்க மட்டுமே. துரதிர்ஷ்டவசமாக, அந்த அடிமை அப்போது அங்கிருக்கவில்லை, எனவே அவற்றைத் தானே சவைப்பதைத் தவிர வேறெதுவும் செய்வதற்கில்லை என்று சுல்தான் தீர்மானித்தான்.

பிறகு ஃபக்கீர் தன்னுடைய பேச்சைத் தொடர்ந்தான், "யா மௌலா, உங்களுடைய நற்பேறற்ற வாழ்க்கைமுறை குறித்தும் இந்தக் கருப்பு நாயின் கனவு பற்றியும் கேள்விப்பட்டிருக்கிறேன். ஆகவே நான் தொன்மையான புத்தகங்களில் தேடினேன், மேலும் நன்னெறியில் சிறந்த முன்னோர்களின் அறிவையும் நாடினேன். உங்களுடைய பிணிகளின் வேர்களையும் அதற்கான மருந்தையும் கண்டுணரும்வரை மாபெரும் ரகசியங்களின் பாதுகாவலர்களுடைய அறிவுரைகளில் ஒன்றிக் கிடந்தேன். கடவுளின் அனுமதியோடு, யா மௌலா, உங்களுடைய பிணிக்கான தீர்வு என் கையில் இருக்கிறது, உடன் உங்கள் ஆரோக்கியமும் மகிழ்ச்சியும் கூட.."

தன்னுடைய நகங்களைக் கடிப்பதிலிருந்து ஒருகணம் விடுப்பெடுத்துக் கொண்ட சுல்தான் பிறகு சொன்னான், உணர்வுகளேதுமற்ற குரலில், "ஓ மரியாதைக்குரியவனே, அறிவிற்சிறந்த மாமனிதனே. நான் இந்த வரியை ஆயிரம் முறைகள் கேட்டிருக்கிறேன், மேலும், நான் ஆயிரம் ஃபக்கீர்களின் சிரங்களை வெட்டி வீசியிருக்கிறேன். ஃபக்கீர்களின் வார்த்தைகளைக் கேட்பதும் அவர்களுடைய தலைகளைக் கொய்வதும் முழுக்கவே சலிப்பைத் தரும் இடத்தை வந்தடையும்வரை நானிதைச் செய்திருக்கிறேன். சாத்தான் உன்னை ஏமாற்ற அனுமதிக்காதே, நீ என் உச்சந்தலையில்

முத்திரையிட்டு அது வீணாய்ப்போனால், உனது தலையையும் நான் வெட்டி எறிந்திடுவேன்.”

விரிந்து நீண்டிருந்த சுல்தானின் கரங்களினிடையே மண்டியிட்டு அமர்ந்து ஃபக்கீர் பதிலறுத்தான், “மின்னுவதெல்லாம் பொன்னல்ல, யா மௌலா, மேலும் தலைப்பாகை அணிந்திருக்கும் மனிதருக்கெல்லாம் சுல்தானை குணப்படுத்தும் சக்தி இருப்பதில்லை. ஜாலுவையும் தொலைதூர ராஜாங்கமான ஸான்ஸிபாரையும் பிரிக்கும் வறண்ட காட்டாறுகளையும் பாலைவனங்களையும் வெறுமனே உங்கள் உச்சந்தலையில் முத்திரையிடும் பொருட்டு நான் கடந்து வரவில்லை. சின்னதாய் அறிவுரை சொல்லவும் நல்லாலோசனை வழங்கவுமே நான் வந்தேன். இதைச் சொல்லவே உங்களிடம் வந்தேன், உங்களுடைய கனவுகளில் பார்க்கும் அந்தக் கருப்பு நாய், யா மௌலா, பேரழிவு குறித்ததொரு எச்சரிக்கையின் அறிகுறியாகவே மாபெரும் விநாசனால்[3] உங்களிடம் அது அனுப்பப்பட்டிருக்கிறது.”

“வரவிருக்கும் பேரிடர் குறித்து எச்சரிக்கவே நானும் வந்திருக்கிறேன், உங்கள் நனவிலியில் பிரகடனம் செய்யப்பட்டிருக்கும் பேரிடர்...”

திகைத்துப் போன சுல்தான் முன்புறமாக வளைந்து கேட்டான், “என்ன மாதிரியான பேரிடர்?”

ஒருகணம் ஃபக்கீர் அமைதியாக இருந்தான், பிறகு தன் தலையை உயர்த்திப் பேசினான், “மௌலா, கற்றறிந்து அறிவிற்சிறந்த எங்கள் முன்னோர்களின் புத்தகங்களில் வாசித்திருக்கிறோம், தன் பொற்காலத்திற்குப் பிந்தைய ஒரு தினத்தில் முழுமுற்றாய் ஜாலு அழிவுறும். கொதிக்கும் உலைக்களத்திலிருந்து வெளிக்கிளம்பும் வெப்பக்காற்றினை கடவுள் நகரத்தின் மீது ஏவுவார், அந்தத் தகிக்கும் துயரம் ஜாலுவின் மீது ஏழு பகற்பொழுதுகளும் ஏழு இரவுகளும் நீடித்திருக்கும். ஒரு செடி கூட சுவாசித்துக் கொண்டிருக்காது, ஏனெனில் அவையாவும் அழிந்து பட்டிருக்கும், அவற்றின் வேர்கள் யாவும் களிமண்ணுள் வாடி வதங்கிப் போகும். ஒரு திராட்சை கூட கொடிகளைப் பாதுகாக்கும் கம்பிவலைகளில் காணக்கிடைக்காது, தோட்டங்களில் ஆப்பிளும் கூட. தூசிபடிந்த, ஒன்றுக்கும் உதவாத பாழ்நிலம் மட்டுமே மீதமிருக்கும்.

வாழ்விடம் எனச் சொல்லும்படியான எதுவும் ஜாலுவில் இருக்காது, தப்பிப்பிழைக்கும் எதையும் கடவுள் காப்பாற்றட்டும். ஆதியும் அந்தமுமில்லாத கடவுளைப் போற்றுவோம்."

அதீதமான பயத்தில் சுல்தான் தன் வாயைப் பொத்திக் கொண்டான், சில நொடிகளுக்குப் பிறகு கேட்டான், "மிகத்துல்லியமாக, இது எப்போது நிகழும், ஓ கற்றறிந்த மனிதரே?"

"ஏழு வருடங்களுக்குப் பிறகு," என்றான் ஃபக்கீர், அமைதியாக. "ஏழு வருடங்களுக்குப் பிறகு, சுவரைப் பெயர்த்துக் கொண்டு கருப்பு நாய் உங்கள் பாதங்களின் முனையை வந்தடையும் பொழுதில். இச்சமயமுதல், ஒவ்வொரு புதுவருடநாளும் ஒருமுறை என்பதைத் தவிர கருப்பு நாயை நீங்கள் பார்க்க மாட்டீர்கள்."

இந்தச் செய்தியால் சுல்தான் கலவரமடைந்தான். "ஒவ்வொரு புது வருடத்தின் போதும் ஒருமுறை தானா? ஒரே ஒரு முறை, உன்னால் நிச்சயமாகச் சொல்ல முடியுமா?"

ஃபக்கீர் அதனை உறுதி செய்தான், "ஆம், மௌலா. வருடங்கள் கடந்து செல்வதை நினைவுறுத்தவே இனி கருப்பு நாய் தென்படும், ஏழாவது வருடத்தில், உங்களுடைய பாதங்களைக் கவ்விடத் தயாராகும் வகையில், ஏழாவது சுவரையும் உடைத்தெறியும். அதுதான், யா மௌலா, துயரம் ஜாலுவைப் கவ்வும் தருணமாயிருக்கும், காலத்தின் ஏற்றத்தாழ்வுகள் உண்டாக்கும் தடங்களையும் அது விட்டுப்போகும்."

சுல்தான் மறுபடியும் ஃபக்கீரை இடைமறித்தான், "நாங்கள் என்ன செய்ய வேண்டுமென்று நீங்கள் பரிந்துரைப்பீர்கள், ஓ மரியாதைக்குரிய ஃபக்கீர்?"

ஃபக்கீர் தன்னுடைய கையை தலைக்கு உயர்த்தினான், சுல்தானின் கரங்களினடுவேயிருந்த நிலத்தைக் குனிந்து முத்தமிட்டான், பிறகு தீர்க்கமாகச் சொன்னான், "இந்த ஞானமும் அறிவும் உங்களுக்கு அர்ப்பணிக்கவே, என் தெய்வமே."

சின்னதொரு தயக்கத்துக்குப் பிறகு, அவன் தொடர்ந்தான், "என்றாலும், மௌலா, அறிவார்ந்த முன்னோர்களின் புத்தகங்களில் நான் வாசித்திருக்கிறேன், மாபெரும் ரகசியங்களின்

பாதுகாவலர்களுடைய வார்த்தைகளையும் கவனித்திருக்கிறேன், அவையாவும் அடி முதல் முடி வரை ஜாலு அழிக்கப்படும் என்றே சுட்டுகின்றன. உறுதியான நம்பிக்கைகள் கொண்டதொரு நல்ல மனிதனின் உதவியோடு இந்த நகரத்தை அதன் பாவங்களையும் பிறழ்வுகளையும் கடவுள் மன்னித்தருள்வார் என்றே அவை சொல்கின்றன. ஜாலுவில் மனிதகுலம் மீண்டும் தழைத்தோங்கும், மீண்டும் காலஅட்டவணைகளின்படி கவிகை வண்டிகள் இங்கே வரத்தொடங்கும். அதன் சந்தைகள் மறுபடியும் அடிமைகளாலும் நறுமணச் சரக்கு வகைகளாலும் பரபரப்பாக மாறிடும். யா மௌலா, என்னுடைய யோசனை என்னவெனில், எந்தவொரு எதிர்பாரா நிகழ்வையும் சந்திக்கும் வகையில், உங்களுக்கும், மக்களுக்கும் மற்றும் படைகளுக்குமென ஆயிரம் படகுகளை உருவாக்குங்கள். கடவுளின் ஆணையால் பேரழிவு நிகழும்போது, உங்களுடைய உடைமைகளாலும் பொருட்களாலும் இந்தப் படகுகளை நிரப்பிக்கொண்டு பரந்து விரிந்த கடலுக்குள் நுழைந்து விடுங்கள், காற்றையும் வெப்பத்தையும் விட்டு விலகி, கிப்லி[4] மற்றும் துயரத்தின் நாட்கள் முடிவுறும்வரை. பிறகு நீங்கள் நகரத்துக்குத் திரும்பி வரலாம், நீடித்து நிற்கும் தன் புகழை மறுநிர்மாணத்தின் மூலம் அது கொண்டாடி மகிழும்."

சுல்தான் இப்போது வேறொரு கேள்வியில் வந்து நின்றான், "அப்படியானால் இந்த நல்ல மனிதன், ஓ மரியாதைக்குரிய ஃபக்கீரே, உண்மையும் நேர்மையும் கோலோச்சும் இதயத்தைப் பெற்றிருக்கும் மனிதன், தகிக்கும் காற்றிலிருந்து சுல்தானைக் காப்பாற்ற விதிக்கப்பட்டிருப்பவன் - தற்போது அவன் எங்கிருக்கிறான்?"

ஒருகணம் மிகுந்த மரியாதையோடு தன் தலையைக் குனிந்தான் ஃபக்கீர், பிறகு யதார்த்தமாகச் சொன்னான், "யா மௌலா, இதை நாங்கள் அறிவார்ந்த முன்னோர்களின் புத்தகங்களில் வாசிக்கவும் மாபெரும் ரகசியங்களின் பாதுகாவலர்களிடம் கேட்கவும் செய்திருக்கிறோம், மிகச்சரியாக அழிவு நிகழ்வதற்கு ஏழு வருடங்கள் முன்பாக இந்த மனிதன் ஜாலுவை வந்தடைவான். உங்களுடைய அபாரமான அறிவுத்திறனைப் பயன்படுத்தி அந்த மனிதன் யாராக இருக்கக்கூடும் என யோசியுங்கள்."

அந்தத் தருணத்தில், ஃபக்கீரின் வார்த்தைகளில் இருந்த உள்ளார்ந்த அர்த்தத்தை சுல்தான் புரிந்து கொண்டான் -

அவனே அந்த மனிதன், ரத்தமும் சதையுமானவன். என்றாலும், ஃபக்கீரின் வார்த்தைகளில் ஒளிந்திருந்த உண்மைகளை முழுதாக ஆராய்ந்துணரும்வரை, அதனை முழுதாய் நம்பிட சுல்தான் தன்னை அனுமதிக்கவில்லை.

அருவருப்பான கருப்பு-நாய் கனவினைத் தான் காண்பது தெளிவாகத் தெரிந்தால் உடனே தன்னை எழுப்பி விடுமாறு பணியாளுக்கு ஆணையிட்ட பிறகு சுல்தான் படுக்கையில் விழுந்தான். அன்றிரவு சுல்தான் கருப்பு நாயைப் பற்றி கனவு காணவில்லை. மாறாக, அன்றைய நாளின் மீதி நேரம் முழுவதும் அவன் நிம்மதியாக உறங்கினான், சொல்வதெனில் மறுநாளும் கூட படுக்கையிலேயே கிடக்குமளவுக்கு ஆழ்ந்து உறங்கினான். இறுதியாக சுல்தான் கண்விழித்தபோது, மகிழ்ச்சியில் திக்குமுக்காடிப் போனவனாக ஃபக்கீரை உடனடியாக வரவழைத்தான், தன் கைகளுக்கிடையில் இறுக்கமாக அவனைக் கட்டிக்கொண்டான், பிறகு கண்களின் நடுவே நெற்றியில் முத்தமிட்டான். சந்தோசத்தின் வெளிப்பாடாக ஃபக்கீரைத் தன் மகளுக்கு மணமுடித்தான். அவனருகே மரியாதையானதொரு இருக்கையில் ஃபக்கீர் அமர்ந்திருக்க, ஜாலுவின் மக்களுக்கு அந்தச் செய்தியை சுல்தான் அறிவித்தான். ஒரு கடற்படையை, கப்பல்களின் பெரும் சேனையைக் கட்ட ஆரம்பிக்கும்படி, அவர்களைக் கேட்டுக்கொண்டான். மேற்கு நுழைவாயிலின் வழியாக வெண்ணிறக் கோவேறு கழுதையின் மீதமர்ந்து ஒரு அன்னியன் ஜாலுவின் உள்ளே நுழைந்த பிறகு இவையெல்லாம்தான் நிகழ்ந்தன.

அதேவேளையில், பேரீச்சைவிதைகள் கொண்ட பையைச் சுமந்தலைந்த நொண்டி விவசாயி நகரத்தின் நடுவேயிருந்த இடத்தை விட்டுத் துளியும் நகர்ந்தானில்லை, வெண்ணிறக் கோவேறுகழுதையின் வயிற்றால் தன்னை இடித்துத் தள்ளிய ஃபக்கீரை அங்குதான் அவன் சந்தித்திருந்தான். பின்மதியநேரம் வரை அங்கேயே அவன் சுற்றிக் கொண்டிருந்தான், மிகுந்த சிரமத்துக்கிடையில் விதைகளையெல்லாம் மீண்டும் சேகரித்துக் கொண்டான், அவற்றில் பெரும்பாலான விதைகள் தரையில் சிதறியிருந்தன. அந்த ஊனமுற்ற அன்னியன் ஜாலுவின் மக்களைக் காறி உமிழ்ந்தான், பிறகு உலர்மணற்குன்றுகளை நோக்கி நொண்டியபடி நடந்தான், இரவு முழுதும் பயணித்தே அவனால் உச்சியைச் சென்றடைய முடிந்தது. மலைகளின் உச்சிக்கு வந்தாலும் அவன் உறங்கவில்லை,

ஆனால் உடனடியாக மணலைத் தன் விரல்நகங்களால் தோண்ட ஆரம்பித்தான், பிறகு அதன் விளைவாக உண்டான குழிகளில் பேரீச்சைவிதைகளைப் போட்டு மூடினான். மறுநாள் காலை அந்த ஊனமுற்ற அன்னியன் ஒரு கிணற்றைத் தோண்டினான், தனது கோணிப்பையிலிருந்து ஒரு வாளியையும் தயாரித்துக் கொண்டான். அதன்பிறகு இந்த வாளியில் தண்ணீரை எடுத்துச்சென்று ஈச்சங்காடுகளில் ஊற்றத் தொடங்கினான், உண்மையில் அப்போதைக்கு அவை மணலில் பறிக்கப்பட்ட உலர்ந்த குழிகளாக மட்டுமேயிருந்தன. சுல்தானின் கட்டளையைப் பற்றி அந்த ஊனமுற்ற அன்னியனும் கேள்விப்பட்டான், மேலும் மரப்பலகைகளையும் தச்சு வேலைகளுக்கான சாதனங்களையும் சுமந்து ஜாலுவின் மக்கள் சகல திசைகளிலும் விரைந்தோடுவதை தனது சிறிய மணற்குன்றின் மேலிருந்து கவனித்தான். கடற்பிரயாணத்திற்கென வடிவமைக்கப்பட்ட சங்கதிகளை வெட்டுவதிலும் படகுகளை உருவாக்கும் வேலைகளிலும் மனிதர்கள் ஈடுபட்டிருப்பதைப் பார்த்தான், ஆனால் அவர்களோடு சேர்ந்து பணிபுரிய அவன் செல்லவில்லை.

ஜாலுவின் குடியிருப்பாளர்களில் ஒருவன் மிகுந்த களிகிளர்ச்சியோடு சுல்தானின் ஆணையைப் பொருட்படுத்தாமல் இருக்கிறான் எனும் தகவல் அமீர்-அல்-ஹரஸைச்[5] சென்றடைந்தது. தன்னுடைய குதிரைவீரர்களில் சிறந்த நூறு பேரை உடனழைத்தபடி, வறண்ட மணற்குன்றுகளின் மீதேறிச் சென்று, அந்த ஊனமுற்ற அன்னியனை அவன் கண்டுபிடித்தான். அவனுடைய சட்டையைக் கழற்றி வீசி விட்டு நூறு முறை சாட்டையால் அடித்தான். பிறகு அந்த அன்னியனை ஜாலுவுக்குத் திரும்பி சுல்தானின் கப்பற்படைக்காகப் பணியாற்றத் தயாராகும்படி பணித்தான், ஆனால் மற்றவனோ சிறிதும் அலட்டிக் கொள்ளவில்லை. அப்போதுதான் சவுக்கடி வாங்கியிருந்தாலும், வெறுமனே அவன் தனது சட்டையை மறுபடியும் அணிந்து கொண்டு, கிணற்றிலிருந்து நீரையள்ளி ஈச்சங்காடுகளுக்கு ஊற்றும் வேலையைத் தொடர்ந்தான்.

மறுநாளும் திரும்பி வந்த அமீர்-அல்-ஹரஸ் மீண்டும் அவனை நூறுமுறை சாட்டையால் விளாசித் தள்ளினான், பிறகு சுல்தானின் படகுகளில் பணிபுரிய ஜாலுவுக்குத் திரும்பிச் செல்லுமாறு உத்தரவிட்டான். ஊனமுற்ற அன்னியனோ வெறுமனே தன் சட்டையை மீண்டும் அணிந்து கொண்டான்,

கிணற்றிலிருந்து நீரையள்ளிக் கூடிய விரைவில் ஈச்சங்காடுகளாக மாறவிருக்கும் குழிகளில் ஊற்றும் வேலைக்குத் திரும்பிச் சென்றான். மூன்றாம் நாளும் அங்கு வந்த அமீர் முடவனுடைய குரல்வளையை நெரிக்க முற்பட்டான், அவன் கண்கள் ஆத்திரத்தில் சிவந்திருந்தன.

"நீ சாகும்வரை அடிப்பேன், நொண்டிப்பயலே. சுல்தானின் ஆணையை மறுக்கும் உரிமையை உனக்கு யார் அளித்தது?"

ஆனால் அந்த ஊனமுற்ற அன்னியன் பொறுமையாகச் சொன்னான், "சுல்தானின் படகுகளில் பணிபுரிய நான் விரும்பவில்லை, ஓ அமீர்-அல்-ஹரஸ். நானொரு சாதாரண விவசாயி, ஈச்சமரங்களை விளைவிப்பது தவிர எனக்கு வேறெந்த வேலையும் தெரியாது."

பரிகாசம் ததும்பும் பார்வைகளை வீரர்கள் தங்களுக்குள் பரிமாறிக் கொண்டார்கள்; சமாதானமடையாததை உணர்த்தும் விதமாக அமீர்-அல்-ஹரஸ் தன் கைகளை வீசினான்.

"நீ சொல்கிற இந்த 'ஈச்சமரம்' என்பதுதான் என்ன, ஓ ஊனமுற்ற அன்னியனே?"

மெய்யாகவே, ஈச்சமரம் என்றால் என்னவென்று ஜாலுவில் இருக்கும் ஒரு ஜீவனுக்குக்கூடத் தெரியாது, ஏனென்றால் அவர்கள் அதைப் பார்த்ததேயில்லை. ஆதி முதல் அந்தம்வரை, ஜாலுவின் எந்தப் பகுதியிலும் ஒற்றை ஈச்சமரம் கூட கிடையாது. ஊனமுற்ற அன்னியன் சற்றே முன்னால் குனிந்தான், தலையை உயர்த்தி, கண்களைக் கூசச்செய்த சூரியனின் பேரொளியிலிருந்து தனது விழிகளை விலக்கியவனாகச் சொன்னான், "ஈச்சமரங்கள், ஓ அமீர், ரூபிகளால் செய்திட்ட காதணிகளை அணிந்திருக்கும் மணப்பெண்களைப் போன்றவை. பூமியின் அடியாழத்திலிருந்து முளைத்தெழும் அபூர்வ மரகதங்கள் அவற்றின் மணிமகுடங்களை அலங்கரிக்கும். மேகங்களின் உயரத்திற்கு அவை வளர்ந்து நிற்கும், தாகத்தால் நாவறண்டு அலைந்து திரியும் மனிதர்கள் பார்க்க வேண்டுமென்பதற்காக, பிறகு அதன் நீரையருந்தி அவர்கள் தங்களுடைய வழியில் செல்வார்கள்."

ஊனமுற்ற அன்னியனின் வார்த்தைகளைக் கேட்டு, அமர்ந்திருந்த சேனங்களில் இருந்து கீழே விழுந்து விடுமளவிற்கு வீரர்கள் மிகக்கடூரமாகச் சிரித்தார்கள். மீண்டும் தண்ணீரை மொண்டு

ஊற்றும் வேலையை அந்த ஊனமுற்ற அன்னியன் தொடர்வதைக் கண்ட அமீர்-அல்-ஹரஸ் தலையைக் குலுக்கினான். ஜாலுவின் திசையில் திரும்பிச் செல்லும்படி வீரர்களுக்கு ஆணையிட்ட பின் அறிவித்தான், "இந்தப் பன்றியைத் தனியாக விடுங்கள், ஏனெனில் ஏதோவொரு சைத்தான் அவனைப் பிடித்துக் கொண்டிருக்கிறது. அவனுடைய தோல் தீயுமளவிற்கு சாட்டையால் அடிப்பதால் எந்தப் பயனும் இருக்கப் போவதில்லை." ஆனால் அமீரின் மனதில் வேறொரு சங்கதியும் இருந்தது, ஏற்கனவே ஒருமுறை இதைப்போல சைத்தானால் பீடிக்கப்பட்ட மனிதனொருவனை சாட்டையால் விளாசிய மறுநாளே, அவனுடைய மகன் இறந்து போனான்.

ஆகவே, ஜாலுவின் மக்கள் சுல்தானின் கப்பற்படையில் பணி செய்தவாறிருக்க, ஒரு வருடம் கழிந்தது. இரண்டாம் வருடமும் முடிந்தது, ஆனால் வேலை இன்னும் முடிந்தபாடில்லை. ஜாலுவின் வேலையாட்களில் பெரும்பாலானவர்களை நிர்ப்பந்தித்து வேலை வாங்குமிடத்திற்கு சுல்தான் வந்திருந்தான், அதன் காரணமாக தோட்டங்களும் திராட்சைக்கொடிகளும் முற்றிலுமாக நிராகரிக்கப்பட்டன. கப்பற்படைகளில் பணிபுரிய வேண்டுமென்பதற்காக வணிகர்களும் கூட தங்கள் விற்பனைக்களங்களை மொத்தமாக மூடினார்கள். இத்தகைய மாபெரும் முயற்சியை ஃபக்கீர் தானே கண்காணித்தான், நோவாவின் சுராவிலிருந்து[6] சில பகுதிகளை வாசித்துக்காட்டி தச்சர்களையும் கப்பல் தயாரிப்பாளர்களையும் உத்வேகமூட்டினான். மூன்றாவது வருடம் முடிந்தது, பிறகு நான்கும். மெதுவாகவும் ஆனால் உறுதியோடும், ஒவ்வொரு கலமாக ஜாலுவின் துறைமுகத்திலிருந்து பயணப்பட்டன.

அன்று மாலை, தங்கள் கண்முன்னே ஓர் அற்புதம் நிகழ்ந்தேறுவதை, ஜாலுவின் குடிமக்கள் பார்த்திருந்தார்கள். ஊனமுற்ற அன்னியனும் அதற்கு சாட்சியாக நின்றிருந்தான், ஆனால் அந்த மாபெரும் படகுகள் குறித்து அவன் பெரிதாக அலட்டிக் கொள்ளவில்லை. உலர்மணற்குன்றுகளின் உச்சியிலேயே தன்னுடைய பெரும்பாலான நேரத்தை அவன் செலவிட்டான், ஒரேயொரு கிணற்றைத் தவிர அங்கு வேறொன்றுமிருக்கவில்லை, அதிலிருந்துதான், தன்னுடைய கோணிப்பையைக் கொண்டு செய்த வாளியால், ஈச்சமரத் தோட்டங்களுக்கென அவன் தொடர்ச்சியாக நீரையள்ளிக் கொண்டு சென்றான். உயர்ந்த மலைகளின் மேல்

பெருத்த ஓலைகளை விரித்தவாறு ஈச்சமரங்கள் நீண்டு வளரத் தொடங்கின. ஜாலுவின் குடிமக்களில் யாரும் அந்த ஈச்சமரங்களில் ஒன்றைக்கூடப் பார்க்கவில்லை, சுல்தானின் கப்பற்படைக்கான வேலைகளில் அவர்கள் அத்தனை மும்முரமாயிருந்தார்கள். ஐந்தாம் வருடம் கடந்தது, பிறகு ஆறாம் வருடமும், அதற்குள் ஜாலுவின் துறைமுகத்தில் பெரும்பாலான கப்பல்கள் கட்டி முடிக்கப்பட்டிருந்தன. சுல்தானின் மகள் ஃபக்கீரோடு இணைந்து ஆறு குழந்தைகளைப் பெற்றெடுத்தாள். ஏழாம் வருடத்தின் முடிவில், இன்னொரு மகனையும் அவள் பிரசவித்தாள். அந்த சமயத்தில்தான் சுல்தான் மறுபடியும் கருப்பு நாயைத் தனது கனவில் கண்டான். அவன் பார்த்திருக்க கருப்பு நாய் இறுதிச்சுவரையும் உடைத்துக்கொண்டு உள்நுழைந்தது, குழிந்து உள்ளொடுங்கிய கண்களோடு தன் நஞ்சுநிரம்பிய பற்களால் சுல்தானின் பாதங்களைக் கடிக்க அவனை நோக்கிப் பாய்ந்தோடி வந்தது. விழிகள் பயத்தால் விரிந்திருக்க, சுல்தான் தனது கனவிலிருந்து அலறியடித்துக் கொண்டு எழுந்தான். ஃபக்கீரை உடனடியாக வரவழைத்தான், அவனோ புறப்பாட்டுக்கு ஆணையிட்டான். ஆயிரம் வெண்ணிறச் சிறகுகளையுடைய பருந்துகளைப்போல நீலவானத்தினூடாக சுல்தானின் கப்பல்கள் ஜாலுவின் துறைமுகத்திலிருந்து துரிதமாகக் கிளம்பி பிரயாணப்பட்டன. உயரமான மணற்குன்றுகளின் மீதிருந்த ஊனமுற்ற அன்னியனைத் தன் வேலைகளையெல்லாம் நிறுத்தி விட்டு அதிசயமாகப் பார்க்கத் தூண்டியது அந்த அபாரமான காட்சி. அவன் இப்போது ஜாலுவில் தனித்திருந்தான்.

நன்றாகக் கவனியுங்கள், குழந்தைகளே. ஒவ்வொரு உலர்மண்குன்றின் மீதும் நின்று சுல்தானின் கப்பல்களைப் பார்த்தபடியிருக்கும் சின்னஞ்சிறு மனிதர்களே, நீங்களும் கேளுங்கள். ஃபக்கீர் முன்பே கண்டறிந்து சொன்னதைப்போல, அதன் பிறகு தகிக்கும் காற்று கிளம்பி வந்தது, ஏழு பகற்பொழுதுகளும் ஏழு இரவுகளும் ஜாலுவின் வீதிகளில் சுழன்றடித்தது. ஃபக்கீரின் தீர்க்கதரிசனத்தின்படியே, பிற்பாடு ஒரு திராட்சை கூட பாதுகாப்புக் கம்பிவேலிகளின் மீதிருக்கவில்லை, போலவே தோட்டங்களிலும் ஒரு ஆப்பிள் கூட மிஞ்சவில்லை. வறண்ட, காற்றால் சூறையாடப்பட்டதொரு பாழ்நிலத்தைத் தவிர அங்கே வேறொன்றுமிருக்கவில்லை. கடலும் கூட வற்றி ஜாலுவிலிருந்து பின்வாங்கத் தொடங்கிட, சுல்தானின் கப்பல்கள் யாவும் மணற்தேரிகளில் தரைதட்டி நிற்கும்படி ஆனது.

நன்றாகக் கவனியுங்கள், குழந்தைகளே. ஏழு பகற்பொழுதுகளும் ஏழு இரவுகளும் கடந்தபிறகு, இப்படித்தான் நிகழும் என்று ஃபக்கீர் சொன்னதைப்போலவே, சூறாவளிக் காற்று தணிந்தது. ஆதி முதல் அந்தம் வரை எந்த பாரபட்சமுமின்றி ஜாலு மொத்தமாக அழித்தொழிக்கப்பட்டது. அதன் பிறகு அந்நகரத்தின் பாவங்களையும் பிறழ்வுகளையும் கடவுள் மன்னிக்கவே செய்தார், கவிகை வண்டிகள் திரும்பி வந்தன, அடிமைகள் மற்றும் நறுமணச் சரக்கு வகைகளின் வியாபாரத்தால் சந்தைகள் மீண்டும் தழைத்தன, ஃபக்கீரின் வார்த்தைகள் யாவும் அவன் சொன்னது போலவே நடந்தேறின. ஆனால் சுல்தான் மட்டும் திரும்பி வரவில்லை, ஏனென்றால் பாலைவனப் பரப்பில் கப்பல்களால் பிரயாணிக்க இயலவில்லை. ஆகவே நன்றாகத் தெரிந்து கொள்ளுங்கள், ஜாலுவை நீங்கள் புறக்கணித்தால், ஜாலுவும் உங்களைப் புறக்கணித்து விடும்.

குறிப்புகள்

1. ஃபக்கீர் *(Fagih)* – அறிஞர்
2. மௌலா *(Mawlai)* – எஜமான்
3. மாபெரும் விநாசன் *(The Great Destroyer)* – கடவுளைக் குறிக்கும் சொற்றொடர்
4. கிப்லி *(Ghibli)* – தகிக்கும் பாலைவனக் காற்று
5. அமீர்–அல்–ஹரஸ் *(Amir al-Haras)* – சுல்தானின் படைத்தளபதி
6. சுரா *(Sura)* – குரானின் அத்தியாயம்

- உயிர்மை

௦ ௦ ௦

ராபர்ட் மின்ஹின்னிக் (1952)

(Robert Minhinnick – Wales)

வேல்ஸ் தேசத்துக் கவிஞர், கட்டுரையாளர் மற்றும் மொழிபெயர்ப்பாளர். சுற்றுச்சூழல் பாதுகாப்பை வலியுறுத்தும் "பூமியின் நண்பர்கள்" என்றொரு அமைப்பை உருவாக்கியவர். "Poetry Wales" என்கிற சர்வதேச பத்திரிகையின் ஆசிரியாகவும் இருக்கிறார். இவருடைய முதல் கட்டுரைத்தொகுப்பான "Watching the fire eater" 1993-ஆம் ஆண்டுக்கான "வேல்ஸ் தேசத்தின் சிறந்த புத்தகம்" என்ற விருதினை வென்றது. பத்துக்கும் மேற்பட்ட கவிதைத் தொகுப்புகள் வெளியாகி பல்வேறு விருதுகளையும் வென்றுள்ளன. மூன்று நாவல்களையும் எழுதியுள்ளார். அவ்வப்போது சூழலியல் பற்றிய சிறுகதைகளையும் எழுதி வருகிறார். "Scavenger" என்கிற இந்தச் சிறுகதை சிறந்த ஐரோப்பியப் புனைவுகள் 2014 என்கிற தொகுப்பில் இடம்பெற்றுள்ளது. மனிதர்களின் பொறுப்பின்மையால் உருவாகும் சுற்றுச்சூழல் மாற்றங்களைப் பற்றி விரிவாக உரையாட இந்தப் புனைவு முயல்கிறது. ஊழிப்பெருவெள்ளத்தால் இந்தவுலகம் அழிவதாக வரும் கனவும் அதில் தப்பிப்பிழைக்கும் மனிதனின் பாடுகளும் கவித்துவமான மொழியில் விவரிக்கப்படுகின்றன.

துப்புரவாளர்

ராபர்ட் மின்ஹின்னிக்

1

கொழுத்த நட்சத்திரங்களின் இரவு. காற்றுக்குமிழ்கள் அடைபட்டிருக்கும் நெகிழிச் சிப்பங்களால் நிறைந்திருக்கும் வானம்.

2

கடலைப் போலத்தான். நானறிந்த மட்டும் கடல்கள் மிகத் தூய்மையாயிருந்த காலங்கள் உண்டு. தனக்குள் இருக்கும் அனைத்தையும் அது காறியுமிழ முயன்றிடும் வேறு சில காலங்களும். குகைகளின் உள்ளே எட்டி உதைத்திடும் நெகிழிகளைக் கொண்டு நானொரு நகரத்தை நிர்மாணித்திடலாம். பிறகும் தங்களுடைய பெட்டிகளுக்குள் பதுங்கிக்கிடக்கும் லட்சக்கணக்கான சாண்ட்விச்சுகள். ஆயிரமாயிரம் மரப்பலகைகள், ஆறு மாதங்களாக, இருபது வருடங்களாக நீருக்குள் கிடக்கின்றன, என்றாலும் அவற்றில் நான் வனத்தை நுகர்கிறேன். மரப்பிசினால் செய்திட்ட ஆபரணங்கள்.

3

ஸிக்மாஸ் மூழ்கிப்போனான். அப்படித்தான் அவர்கள் சொன்னார்கள். ஊழிப் பெருவெள்ளத்துக்கும் பிரம்மாண்ட அலைகளுக்கும் முன்னதாகவே. மற்றவர்களைப் போல அவனும் தப்பியிருக்கலாம், ஆனால் அந்தப் பேய்ரயிலுக்கு ஓடிச்சென்று தண்டவாளத்தின் மீது நின்றிருந்த ஊர்தியினுள் ஒளிந்து கொண்டான். இருளுக்குள்.

அவன் லித்துவேனியர்களுள் ஒருவன், நாங்கள் அதை அறிவோம், அந்த தேசத்துக்குத் தெற்கில் ஏதோவொரு பகுதியிலிருந்து வந்தவன். நிச்சயமாக பால்டிக்[1] அல்ல, அங்கிருக்கும் மனிதர்கள் கடலைப் புரிந்து கொண்டிருப்பார்கள்.

சமவெளியை வந்தடைவதற்கு முன்னால் ஸிக்மாஸ் ஒருபோதும் கடலைப் பார்த்ததில்லை என்று யாரோ சொன்னார்கள். தன்னுடைய தந்தை ஒரு காளான் விற்பனையாளர் என்றும் அவன் மக்களிடம் சொன்னான். தான் பாதுகாப்பாக இருப்போம் என அவன் நம்பியதாகத் தெரிகிறது. ஆனால் பேய் ரயிலுக்குள்ளா? அதுபோன்ற மனிதர்களைப் பற்றி நாம் என்ன சொல்வது? சுரங்கப்பாதையின் உள்ளே மூழ்கிப்போனதொரு பெண்ணும் உண்டு, பள்ளிக்கூடச்சுவரின் அடியில். உங்களுக்குத் தெரியுமா, அவர்களுடைய தகுதிக்கு இது தேவைதான் என நான் நினைக்கிறேன். வெகு சாதாரணமான அந்தக் குழந்தைகளைப் பற்றி நான் ஏன் கவலைப்பட வேண்டும்?

4

மூச்சு விடுதல். அதைத்தான் என்னால் கேட்க முடிகிறது. கல், அது மூச்சு விடுகிறது. பிங்க்பேயில்[2] எப்போதும் அதைத்தான் நான் கேட்டிருக்கிறேன். இல்லை, கடல் பெருமூச்சு விடுவதையல்ல, ஏனென்றால், சில சமயங்களில் அலைகள் வெகுதொலைவில் இருக்கின்றன. ஆனால் இந்த இடத்தில், சுண்ணாம்புக்கற்கள் பாறைகளைச் சந்திக்கிற பகுதியில், சாம்பல் நிறத்தினுள்ளே அடர்த்தியான சிவப்பு மெல்லக்கசிந்து ஒன்றுகலக்கும் இடத்தில், என்னால் அந்தக் கல்லின்

மூச்சிரைப்பைக் கேட்கமுடிகிறது. அதுவொரு தொன்மையான பொருமல்.

ஒரு குழந்தையின் மனநிலையோடு நான் இப்படி யோசிப்பதில்லை. ஆனால் இவற்றையெல்லாம் என்னால் செய்ய முடியுமென்பது மெல்ல மெல்ல நானாகக் கற்றுணர்ந்ததொரு விஷயம். போதுமான அளவு என்னால் கவனம் செலுத்த முடியுமெனில். ஏனெனில் நானதைச் சரியாக செய்யக்கூடியவன். கவனம் செலுத்துதல். ஆம், வேண்டிய நேரம் தொடர்ச்சியாகக் கவனித்தால் கல் மூச்சு விடுகிற ஒலியையும் என்னால் கேட்க முடியும்.

ஆனால் நாம் ஒருபோதும் காதுகொடுக்காத எண்ணற்ற குரல்களும் உண்டு. ஏனெனில் எப்படிக் கவனிப்பதென்பதை நாம் முற்றிலுமாக மறந்து விட்டோம். அதாவது கூர்ந்து கவனிப்பதைச் சொல்கிறேன். இங்கு வருகிறபோதெல்லாம் அதைத்தான் நான் செய்கிறேன்.

இப்போதெல்லாம் நாம் தனித்திருப்பதேயில்லை, அப்படி இருக்கிறோமா என்ன? அதாவது, சரியான முறையில் தனித்திருப்பதைச் சொல்கிறேன். அதெல்லாம் மறைந்தே போயிற்று. பெரும்பாலான மனிதர்களைப் பற்றிச் சிந்தியுங்கள். தனித்திருக்கும் உணர்வென்றால் எப்படியிருக்கும் என்பதையே அவர்கள் அறிய மாட்டார்கள். அல்லது ஒருமை, மிகச்சரியான வார்த்தையால் சொல்வதெனில். தனித்தன்மை எனும் வார்த்தையின் அர்த்தம் என்னவாக இருக்க முடியும்? அவர்கள் மீது பரிதாபம் கொள்ள மற்றுமோர் காரணம்.

5

அப்பங்களையும் பாலாடைக்கட்டிகளையும் எடுத்து வருவதை எங்களுடைய வழக்கமாக்கிக் கொண்டிருந்தோம். காலைவேளைக்கென சாக்லேட் பிஸ்கட்டுகளின் பொட்டலங்களும் பாலும். உடன் மதுபானங்களும், நிச்சயமாக, அவை ரொம்பவே முக்கியம். கற்றாழையைக் கொண்டு தயாரித்த ஜின்னின் மிச்சமீதங்கள், யாரும் இதுநாள் வரை அருந்தியிராத வீரியமிக்க பெப்பர்மிண்ட் மதுபானங்கள், அட்வகாட்[3],

கிரெனடின்[4]. மற்றவர்களின் கவனத்தை ஈர்க்காமல் நாங்கள் களவாடி வரக்கூடிய எதுவும்.

படுபயங்கரமான எங்களுடைய காக்டெயிலின் நடுவே இந்தப் போத்தல்கள்தான் எத்தனை பிரகாசத்தோடு இருந்தன. தற்போது யோசித்துப் பார்க்கும்போது, குகைக்குள் இருந்த வர்ணங்களெல்லாம் அவைதான், மஞ்சள் நிறங்களும் ஊதா நிறங்களும், சிராய்ப்புகளோடிருக்கும் சதையைப்போல. மேலும் அந்தக் கல் கூட, கிட்டத்தட்ட மனிதவுடலைப் போலவே அது தோற்றமளிக்கிறது, மோகத்தைத் தூண்டுவதாகவும் புதிரானதாகவும்.

மெழுகுவர்த்தியின் ஒளியில் நாங்கள் பாடவும் கிடார்களை இசைக்கவும் செய்தோம், என்றாலும் எனது விரல்கள் அந்தக் கல்லை மட்டும் சுற்றி வருவதை உணர்ந்தேன். ஏதோ அந்தக்கல் உயிரோடிருப்பதைப் போல, அதனை நான் வருடினேன். பருவநிலை எப்படியிருந்தாலும் பாறை மட்டும் எப்போதும் ஈரமாகவே இருந்தது. மேலும் மனிதவுடலின் தசையைப்போல அது பிளந்து கொள்வதையும் நான் கண்டுபிடித்தேன். ஆம், என்னுடைய மாபெரும் கண்டுபிடிப்புகளுள் ஒன்று.

6

நான் உறங்கி விட்டேன் என நினைக்கிறேன். தரையிலமர்ந்து சௌகரியமாகப் படுத்துக்கொள்ள முயற்சி செய்கிறேன் என்பதும் எனக்குப் புரிகிறது. மணற்பாறை கடினமாக உள்ளது. போர்வையுடன் கூடியதொரு படுக்கைவசதி என்னுடைய பையில் இருந்தாலும் ஈரப்பதம் மிகுந்திருப்பதால் தற்போது எனக்கு அது தேவைப்படாது. அத்தோடு இந்தப் பருவநிலையும் மிக வினோதமாயிருக்கிறது. ஆனால் பருவநிலை என்பதே எப்போதும் வினோதமாயிருக்கக்கூடிய சங்கதிதான். இத்தகைய நாட்கள். அலைகளைப் பற்றி என்னால் எதையும் உறுதியாகச் சொல்லவியலாது, ஏனெனில் நீங்கள் விரும்பும் வகையில் கடல் ஒருபோதும் நடந்து கொள்வதில்லை. ஒருகாலத்தில் கடல் அப்படி இருந்திருக்கலாம். ஆனாலும் கீழே படுத்து யோசித்துக் கொண்டிருந்தேன் என்பதையறிவேன். சமவெளிப் பிரதேசத்துக்குள் நுழைந்ததொரு சுறாவைக் கனவில் பார்த்தேன். சந்தைப்பகுதி வெள்ளத்தில் மூழ்கிட கற்காலத்துக்குப் பிறகு

இத்தகைய மோசமான அலைகளை இன்றுதான் பார்க்கிறோம் என யாரோ சொன்னார்கள். இல்லை, ஆயிரமாயிரம் வருடங்களுக்குப் பிறகு, என்றார்கள். என் தலைக்குள் இருக்கும் குரல்களில் ஒன்றுதான் அப்படிச் சொல்கிறது. எனக்குள்ளிருந்து யாரோ கிசுகிசுக்கிறார்கள். கிட்டத்தட்ட, ஒரு காதலியைப்போல. என்னுடைய குரல்களில் மற்றுமொன்று. இன்னும் நிறைய இருக்கின்றன.

கடலின் ஆழங்களை விட்டு வெளியேறி, அந்தச் சுறாமீன் வழிதவறி வந்திருந்தது. என்றாலும் அது சுறாதான், தடுமாறி நிற்கும் ஒரு சுறா, ஒருவகையில் அதுவொரு பலியாளும் கூட, ஆனால் அத்தனை சுறாமீன்களைப் போலவேயிருக்கும் ஒரு சுறாமீன், சாம்பல்நிறத் தோற்றத்தில், யாரையும் விழுங்கி விடும்படியான நிழலோடு, மணற்திட்டுகளின் இருண்மையிலிருந்து விலகி, முழுக்க புயலின் சிதைவுகளால் நிரம்பிய இடிபாடுகளின் வடிவத்தைக் கொண்டிருக்கும் சுறாமீன், கழிவுகளால் உருவான தீவுக்கூட்டம் போல, புதிதாய்த் தோன்றிய பவழத்தீவுகள் போலவும். ஆழமில்லாத நீர்நிலைகளின் நடுவில் ஒரு சுறாமீன்.

ஆகவே உடல் நடுநடுங்கி நான் உறக்கத்தினுள் நுழைந்து பின் மீண்டும் வெளியேறுகிறேன்.

கடைசியாக நான் விழித்தபோது எனது கண்களைத் திறக்க முயற்சி செய்தேன். ஆனால் என்னால் பார்க்க முடிந்ததெல்லாம் கண்ணிமைகளின் ரத்தச்சிவப்பு நிறத்தைத்தான். துல்லியமாகச் சொல்வதென்றால், சூரியனை உற்றுப் பார்க்கையில் நீங்கள் உணரும் நிறம். கடற்பஞ்சுகளின் சிவப்புநிறம். பாறை மேல் படிந்திருக்கும் அவற்றின் தசைப்பகுதிகள், தொடும்போது நடுக்கத்தைத் தரக்கூடியவை, ஈரமான மலர்களைப்போல. எனவே நான் கண்களைக் கசக்கினேன், என்றபோதும் அந்தச் சிவப்புநிறம் அப்படியேதான் இருந்தது. ஆகவே என் கண்களை மீண்டும் அழுத்திப்பிழிந்து நாவால் உதடுகளைத் துழாவினேன், முந்தையநாள் இரவுணவின் சுவை இன்னும் மீதமிருந்தது, எனது உதடுகளைச் சுற்றி மேடிட்டிருந்த திராட்சைப் பழச்சாறின் வரிகளில், உப்பால் உருவானதொரு வளையத்தில். அத்தனை மூர்க்கமாய் இருந்தது உப்பின் சுவை, எரிச்சலோடும், காட்டத்தோடும்.

அத்துடன் சேர்ந்து கொண்ட லிஸ்ஸியினுடைய வாயின் சுவையும், வெகுகாலம் முன்பு என்னை அவள் முத்தமிட்ட அதே இடத்தில், திராட்சைப் பழச்சாற்றைப் பருகிடும் லிஸ்ஸியின் நாவினால், உடன் அவளது உப்பின் கடுக்கும் ருசி, ஏனெனில் நாங்களனைவரும் அதே சுவையை மீண்டும் இப்போது ருசிக்க வேண்டியவர்களாக இருக்கிறோம், எங்கே இருக்கிறோம் என்பதையும் அறிந்திராத நிலையில், இன்னும் நிறைய மனிதர்கள் மீந்திருக்கிறார்கள் என்றெண்ணுவதும் கூட கடினமாகிப் போனதொரு சூழலில். உப்பையும் மணலையும் விலை மலிவான விஸ்கியையும் நாங்கள் ருசிக்க வேண்டும் என்றே சொல்வேன், உள்ளுக்குள் நாங்கள் உறிஞ்சிக் கொண்டிருக்கும் புகையினூடாக. ஆம், சூரியவொளியிலிருந்து காத்துக்கொள்வதற்கெனப் பயன்படுத்த வேண்டிய க்ரீம்களையும் கூட நாங்கள் ருசிக்கிறோம், மழை பெய்திடும் சமயங்களிலும். வியர்வையை ருசிக்கிறோம், அழுக்கான-வியர்வையையும், அன்றிரவு கடலில் மிதந்து வந்த மரக்கட்டைகளைக் கொண்டு உருவாக்கிய நெருப்பிலிருந்த வெளியேறிய புகையை ருசித்தது போலவே, கடற்பாசிகள் அப்போது அயோடினின் பச்சை நிறத்தில் எரிந்து கொண்டிருந்தன. அந்தத் தருணத்தில் நாங்கள் நெருப்பையும் கொழுந்து விட்டு எரியச் செய்தோம். லிஸ்ஸி என்னை முத்தமிட்ட தருணத்தில்.

ஒருமுறை ப்ளூடால்பின் கஃபேயின் சமையலறைக்குள் வழிந்தோடிய கடல்நீரை நாங்கள் ருசித்தோம். அலைகள் மிகப்பெரிதாகக் கிளம்பி வடிகால்கள் யாவும் உருக்குலைந்த சமயத்தில். அங்கிருந்த சுவரில் ஒரு சுறாமீனின் புகைப்படம் இருப்பதைப் பார்த்திருக்கிறேன். ஒருவேளை அதன் காரணமாகவே நான் கனவு கண்டிருக்கலாம். சுறாமீனைப் பற்றி. இல்லை, அங்கே டால்பினின் புகைப்படம் ஏதுமிருக்கவில்லை. மேலும் நான் உங்களுக்குச் சொல்கிறேன், அது உண்மையாகவே நிகழ்ந்தது, அந்த வெள்ளம். என்னுடைய கனவில், உண்மையாக. சந்தையின் தொடர் வளைவுகள், சாகச விளையாட்டுகள், அனைத்தும் நீரினடியில் மூழ்கிக்கிடந்தன, மேலும் அந்தக் கருப்பான நீரில் நீந்திக் கொண்டிருந்த பழுப்புநிறச் சுறாமீன், பொதுப்பந்தயத் திடலின் ரங்கராட்டினக் குதிரைகளுக்கும் ஸ்டார் ட்ரெக்கின் கதாபாத்திரங்களுக்கும் நடுவில், குதிரைகளின் பெயர்கள், மேடலைன் மற்றும் மைஃபேன்வே, பொன்னிறக் கம்பங்களில் அந்தப் பெயர்கள் பொறிக்கப்பட்டிருந்தன.

இன்னும் அவை சுற்றி வருவதாக சிலர் சொன்னார்கள், வேறுபட்ட நீரோட்டங்கள் அவற்றை வெவ்வேறு திசைகளில் அலைக்கழித்தன. இறந்து போன குழந்தைகளை எண்ணிப் பாருங்கள். பந்தயவெளியின் நடுவே அவற்றின் உடல்கள் சுற்றி வருவதை.

மேலும் அந்த ஸ்டார் ட்ரெக்கின் நாயகர்கள்? ஒவ்வொருவரும் நீருக்குள் மூழ்கி விகாரமாக ஊதிப் போயிருந்தார்கள். குதிரைகள் குடைசாய்ந்ததோடு கரடிகளும் நீரிலடித்துச் செல்லப்படுவதை நான் பார்த்தேன், நிச்சயமாக அவை உருக்குலைந்து போயிருந்தன, பாண்டாக்களும் கோலாக்களும், மோசமான தையல்களின் வழியே அவற்றினுள்ளே திணிக்கப்பட்டிருந்த பொருட்கள் பிதுங்கி வழிந்தன. இருப்பதில் மிகவும் விலைகுறைவான சாமான்களே அங்கிருந்த கடைகளில் விற்பனை செய்யப்பட்டன. வியட்நாமையும் பங்களாதேஷையும் சேர்ந்த அடிமைகளால் தைக்கப்படவை. என்றாலும்கூட அனைத்தும் நாசமாகி நசிந்து போயிருக்கும் சூழலை எண்ணிப் பாருங்கள். அந்தப் பரிசுப்பொருட்கள் அனைத்தும்.

7

அலைகள் என்னை எழுப்பக்கூடும் என்பதை எதிர்பார்த்து அதற்கென நான் தயாராகக் காத்திருந்தேன். ஆனால் என்னுடைய எண்ணங்கள் என்னை மீறி எங்கோ பயணித்திருந்தன. மாறாக நானொரு செந்நிற உலகத்தில் கண்விழித்தேன், இதுநாள்வரை நான் பார்த்திருந்தவற்றைக் காட்டிலும் அதீதச் சிவப்போடிருந்த மணற்பாறைகளோடு, இளஞ்சிவப்பு நிற வானத்தோடும், ஆம், மணற்குன்றுகளில் வளரும் மலர்களின் இளஞ்சிவப்பு நிறத்தில். சோப்வோர்ட்[5] என்று அதனை அவர்கள் அழைக்கிறார்கள். வெகுகாலத்துக்கு முன்பு தங்கள் துணிகளைத் துவைப்பதற்கென மனிதர்கள் அதன் வேர்களைக் கொதிக்க வைப்பார்கள். நான் உங்களுக்குச் சொல்கிறேன் என்றாலும் அனைவரும் அறிந்த சங்கதிதான். அந்த இளஞ்சிவப்பு நிற மலர்கள், கிட்டத்தட்ட ஒரு மனிதனின் உயரத்தில். அல்லது அவற்றின் விதைகளாகவும் இருக்கலாம், எனக்குச் சரியாக நினைவில்லை, அனேகமாக அவர்கள் விதைகளைச் சவர்க்காரக்கட்டிகளுக்காகக் கொதிக்க வைத்திருக்கலாம். இன்னும் நான் சுறாமீனைப் பற்றியே

நினைத்துக் கொண்டிருக்கிறேன், ஆனால் இறுதியாக என் கண்களைத் திறந்து விட்டேன். அதிர்ச்சியில் உறைந்தவனாக இங்கே கிடக்கும் இந்தத் தருணத்தில். இந்தச் செந்நிற பூமியால்.

உருகிக்கிடக்கிறது, இந்தவுலகம். மேலும் எனக்குத் தோன்றுகிறது, ஆமாம், இந்தவுலகினை நான் நன்கறிவேன். தோன்றியபோது எப்படி இருந்ததோ அப்படியே இன்னும் இருக்கிறது. எரிமலைகள், அவற்றின் குழம்பினால் உருவான ஆறுகள், இந்தக் கிரகத்தின் உதிரத்தைப் போலிருக்கின்றன. இந்தப் புதிய உலகத்தில்தான் நான் வீழ்ந்து கிடக்கிறேன் என்பதோடு இங்குதான் கண் விழித்திருக்கிறேன். அடர்த்தியான அந்தச் சுறாவின் தோற்றம் இன்னும் எனது கனவில் நின்றிருக்க பரிசுப்பொருட்களான கரடி பொம்மைகளும் மிதக்கின்றன, எங்கும் நிறைந்திருக்கும் அழுகல் நாற்றம். வெகு ஆழத்தில், சிதிலங்களின் முடைநாற்றம். மிதந்து செல்லும் ஒரு குழந்தையின் காலணி.

8

நாங்கள் எப்போதும் நடந்து செல்லும் பாதையில் வீழ்ந்து கிடக்கிறேன். எங்களுக்குள் மிகவும் பிரசித்தி பெற்ற இடம். மற்றவர்களும் அதை நேசித்தார்கள், ஆம், பல தலைமுறைகளைச் சேர்ந்தவர்கள் அங்கே நடை பயின்றிருக்கிறார்கள், சிவப்புக் கடற்கரையால் ஈர்க்கப்பட்டவர்கள். பாறைகளில் படிந்திருக்கும் வெண்ணிறப் படிகங்கள், அவற்றைப் பார்க்கும் குழந்தைகள் ஏதோ எழுதப்பட்டிருப்பதாகவே எப்போதும் சொல்வார்கள். நானும் கூட சிறுவனாயிருந்தபோது அவ்வாறே யோசித்து அதையே சொன்னேன். பாறையின் மீதிருக்கும் படிகங்களைப் பார்க்கிறேன், சிவந்த மண்பாறைகளின் மேல் எழுதப்பட்டிருக்கும் வெண்ணிற மொழியை, அந்த உருவரை எழுத்துமுறைகளின் அர்த்தங்களைப் புரிந்து கொள்ளவும் யத்தனிக்கிறேன். அதுவொரு வகை விளக்கம் என்பதைப்போல. ஆம், என்னுடைய பதினெட்டாவது வயதில் அந்தப் படிகங்கள் எதையோ சொல்ல முற்படுவதாகவும் ரகசியமான சில அர்த்தங்களைக் கொண்டிருப்பதாகவும் நான் நம்பினேன். அந்த ரகசியக் குறியீடுகளை மட்டும் என்னால் கண்டுணர முடிந்திருந்தால். வாழ்நாள் முழுமைக்குமான சவாலாக அது

இருந்திருக்கும். என்னுடைய மாபெரும் சாதனையாகவும் மாறியிருக்கும்.

இதற்கு முன்னால் ஒருமுறை இங்கு நான் உறங்கியிருக்கிறேன், ஈரமான ஆட்காட்டி விரலால் அந்த ரகசிய மொழியின் தடங்களைத் தடவியபடி இருந்தேன். அதுவொரு எச்சரிக்கை அல்லவென்று யாரால் சொல்ல முடியும்? என்ன நடக்குமென்பது ஏற்கனவே நமக்குச் சொல்லப்படவில்லை என யாரால் மறுக்க முடியும்? களங்கமற்ற பாலைப்போல மின்னிய அந்த வெண்ணிற எழுத்துகள், இத்தனை நாட்களும் அவை புறக்கணிக்கப்பட்டுள்ளன. ஆனால் இப்போது காலம் கடந்து விட்டது.

அதுதான் முதன்முறையாக வந்த ஊழிப் பெருவெள்ளம். செய்திகளில் அதனை “ஜலப்பிரளயம்” என்றழைத்தார்கள். அந்நாட்களில் அலைகள் இன்னும் பெரிதாக மிக அதிக தூரத்துக்கு உள்நோக்கி வந்தன. ஆனால் எப்போதும் போல, திறந்தவெளி மைதானம் மீண்டும் இயங்கத் தொடங்கியது. மேலும் ப்ளூடால்பினும் மீண்டும் திறக்கப்பட்டு மலிவான உணவுவகைகளை மறுபடியும் விற்கத் தொடங்கியது. அந்த உணவினைத்தான் சாப்பிடும்படி இங்கிருந்த மனிதர்கள் பழக்கப்பட்டிருந்தார்கள், உருளைக்கிழங்கு வறுவல்கள், பன்றிக்கறியில் செய்த ஃபக்காடுகள்[6], மற்றும் பட்டாணி வகைகள். நானறிந்த வரையில் இரண்டு முறை வெள்ளத்தால் பாதிக்கப்பட்டிருக்கிறோம், இரண்டு முறையும் அத்தனை சங்கதிகளும் மீண்டும் தங்களுடைய நடைமுறைகளுக்குத் திரும்பி வந்தன.

ஸிக்மாஸ் இறந்தபோது வேறு பல மனிதர்களும் கூட மூழ்கிப் போனார்கள், ஆனால் அவன் மட்டுமே என் நினைவிலிருக்கிறான். ஸ்ட்ராபெர்ரி வடிவில் அவனுடைய கன்னத்திலிருந்த அங்க அடையாளமும், கிட்டத்தட்ட வெள்ளையாகிப் போயிருந்த செம்பட்டை முடியும். ஆம், ஸிக்மாஸைப் பற்றி மட்டுமே நான் கனவு காண்கிறேன், தான் பத்திரமாய் இருப்போம் என நம்பிப் பேய்ரயில் நின்றிருந்த குகைக்குள் ஓடிப்போன ஒரு சிறுவனை. கூரை வரை நீர் உயர்ந்ததாக மக்கள் சொல்கிறார்கள், தங்களைக் கட்டியிருந்த சங்கிலிகள் யாவும் அறுந்து போக நரகத்தின் வேட்டை நாய்கள் அதற்குள் சென்றன. குகைக்குள்ளிருந்த

படிகக்கற்களைப் போலவே வேட்டை நாய்களின் கண்களும் மஞ்சள் நிறமாயிருந்தன.

பெரும்பான நாட்களில் தீபகற்பத்திற்கு வருவதை நான் இப்போது வழக்கமாகக் கொண்டிருக்கிறேன். ஆம், அலைகள் ரொம்பப் பெரிதாயிருக்கலாம், ஆனால் நீரின் அளவு தாழ்ந்திருக்கும்போது நான் குகைகளை ஆராய்கிறேன். சூடான நாட்களிலும், சில்லென்றிருக்கும் இடங்கள். மேலும் சிறைக்கிடங்குகளைப் போல இருட்டாகவும். மூழ்கிப்போனதொரு கடற்பன்றியை ஒருமுறை கண்டுபிடித்தேன், அதன் முகம் நன்கு மெருகூட்டப்பட்ட எலும்பால் செய்த மண்வெட்டியைப் போலிருந்தது. ஆனால் குறிப்பிட்ட சில இடங்களில் இருக்கும்போது சூரியனின் ஒளி மிகச்சரியாக குகையின் நுழைவாயிலுக்குள் விழுகிறது. அந்தத் தருணங்களில்தான் உங்களால் நட்சத்திர மீன்களைப் பார்க்க முடியும், கடற்பஞ்சுகளையும்.

கருநீலத்திலும் சிவப்பிலும் இருக்கும் அந்த உயிரினங்களை. அவற்றின் மூச்சொலியை நான் உற்றுக் கேட்கிறேன், அவை உண்டாக்கும் இசையை.

ஆமாம், ஜலப்பிரளயம் நிகழ்ந்தபிறகு பழங்காலச் செயற்திறன்களை நான் மீண்டும் கற்று வருகிறேன். ஒருபோதும் நாம் மறந்திட அனுமதித்திருக்கக்கூடாத சங்கதிகளை மீண்டும் எனக்கு நானே சொல்லித் தருவதற்காக. அதன் பொருட்டே இங்கு வாழ முடிவு செய்திருக்கிறேன். ஏனெனில் தான் ஒரு முத்துக்குளிப்புத் தொழிலாளி என்று எனது அப்பா என்னிடம் சொல்லியிருக்கிறார். அல்லது நானும் அப்படியொரு தொழிலாளியாகத்தான் வருவேன் என்று அவர் சொன்னார். ஆம், அவர் சொல்வார், நாமனைவரும் முத்துக்குளிப்புத் தொழிலாளிகளாக மாறுவோம், என்றேனும் ஒருநாள். கிட்டத்தட்ட ஒரு தீர்க்கதரிசியைப்போல என்றே சொல்வேன். அதுதான் என்னுடைய அப்பா. அவருடைய தீர்க்கதரிசனம் நானே.

ஆனால் இங்கோ உணவென்று எதுவுமில்லை. மேலும் மொத்த உலகமும் உப்பின் சுவையைக் கொண்டிருக்கிறது. மிகுந்த குளுமையோடும் வழவழப்போடும் இருக்கிற குகைகள், அந்தச் சுண்ணாம்புக்கற்களின் வெடிப்புகளை நாவால் நான்

துழாவுகையில் அவற்றிலும் உப்பின் சுவையை உணர்கிறேன். பாறைகள், நட்சத்திர மீன்கள், எல்லாவற்றிலும் உப்பின் ருசி. நட்சத்திர மீன்களை எப்போதாவது உண்டிருக்கிறீர்களா? அல்லது கடற்பஞ்சுகளை? வேகவைத்தோ அல்லது வறுத்தோ எப்படிச் சாப்பிட்டாலும் என்னால் உப்பின் சுவையைத் தவிர வேறெதையும் உணர முடியவில்லை. பவளப்பாறைகளின் பிளவுகளினூடாகப் படர்ந்து வளரும் அழகான செடிவகைகளிலும் கூட.

ஆக நாமனைவரும் துப்புரவாளர்கள்தான். ஆமாம், அப்படித்தான் அவர்கள் என்னை அழைக்கிறார்கள், ஆனால் அதுவும்கூட முத்துக்குளிக்கும் தொழிலாளி என்பதற்கான மாற்றுச்சொல்லே. மேலும் உங்களுடைய சரித்திரத்தை நீங்கள் தெளிவாக அறிந்து வைத்திருந்தால் இங்கிருந்த மனிதர்கள் எப்படி வாழ்ந்தார்கள் என்பதையும் புரிந்து கொள்ளலாம். கரையொதுங்கிய எதையும் அவர்கள் எடுத்துக் கொண்டார்கள், மதுபான போத்தல்கள், பட்டுத்துணிகள் என யாவற்றையும். யாராலும் கட்டுப்படுத்தவியலாத கடல், வாரி வழங்கிய அனைத்தையும். கப்பல் அழிபாட்டுப் பொருட்களைக் கொள்ளையடிப்பவர்களாகவும் அவர்கள் வாழ்ந்திருக்கலாம் என எண்ணுகிறேன். பல தலைமுறைகளின் வழியாக அந்தப் பழங்கால மக்களின் செயற்திறன்கள் தொடர்ந்து மனிதர்களுக்குக் கடத்தப்பட்டு வந்தன. பகல்பொழுதுகளில் போதையில் அலையும் மனிதர்களையெல்லாம் கடற்கரைகளை விட்டுத் துரத்துவதற்காகக் கலவரச்சட்டம் எத்தனை முறை செயல்படுத்தப்பட்டுள்ளது? இரண்டாம் உலகப்போரில் கின்னஸை[7] ஏற்றிச்சென்ற ஒரு கலம் தொலைந்து பின் அடையாளம் தெரியாதவர்களால் பங்கு போடப்பட்டது. மேலும் இந்நாட்களில் மிதந்து வரும் சங்கதிகளும் கூட எண்ணிக்கையில் அதிகமாகி விட்டன. கடல் இப்போது குப்பைக்கூளங்களைச் சேகரிக்கும் முனையாக மாறிவிட்டது, எப்போதும் எரிந்து கொண்டிருக்கும், எப்போதும் புகைந்து கொண்டிருக்கும் ஒரு முனை. என்றாலும் நம்ப முடியாத உயிரினங்களின் வளத்தால் இந்தக்கடல் பொழிவுற்றிருக்கிறது. இன்னும் அந்தச் சுறாமீன் எனக்குள் தீக்கனவுகளை விதைக்கிறது, ஆனால் இப்போது அங்கே ஸெப்பெலின்களைப்[8] போல வீங்கிப் பருத்திருக்கும் பருதிமீன்கள் இருக்கின்றன. அவற்றை மோலா மோலா என்றழைக்கிறார்கள், நீலநிற பச்சைக்குறிகளோடு பருமனாகவும்

வட்டமாகவும் வெள்ளியின் நிறத்தில் மின்னும் மீன்கள். அனேகமாக நிலவைப் போல.

நான் முகாமிடும் குகையின் நுழைவாயிலில் இருந்து நிலவைப் பார்க்கிறேன், சில சமயங்களில், கடற்புற மெய்க்காப்பாளர்கள் தங்களுடைய உடைகளைப் பத்திரப்படுத்தும் சிவப்புநிறப் பெட்டகங்களில் இருந்தும். அத்தனை மிதவைப் பலகைகளும் துடுப்புகளும்? நான் அவற்றை கடற்கரையில் போட்டு எரித்தேன். தற்போது மணற்குன்றுகளின் மேல் எண்ணற்ற முகாம்கள் இருக்கின்றன, அல்லது நிலத்தின் மேல், ஆக நெருப்பு சார்ந்த நெறிமுறைகளைத் தெரிந்து கொள்ள சிறிது நேரம் தேவைப்படுகிறது.

சென்ற வருடம் ராட்சத வடிவிலிருந்த பருதிமீன் ஒன்றை நான் பார்த்தேன். பாறைகளின் நடுவில் மாட்டிக் கொண்டிருந்த மீன் நிச்சயம் ஒரு டன் எடையாவது இருக்கக்கூடும். அதன் வயிற்றைக் கிழித்தபோது முழுக்க நெகிழிப்பைகளால் நிறைந்திருந்தது. கிட்டத்தட்ட மூன்று வாரங்கள் வைத்திருந்து அந்த ஜீவராசியை நான் உணவாக உட்கொண்டேன், என்னால் முடிந்தமட்டும். உப்பின் சுவை கொண்ட இறைச்சித்துண்டங்கள், ஆனால் மொத்த உலகமும் இப்போது இந்தச்சுவையைத்தான் கொண்டிருக்கிறது. நாய்களுக்கு எதிராக என்னுடைய கழியை நான் பயன்படுத்த வேண்டியதானது. இப்போதெல்லாம் என்னோடு ஒரு ஈயக்கழியையும் எடுத்துச் செல்கிறேன். என்னுடைய கைகளுக்குள் மிகக்கச்சிதமாகப் பொருந்திக்கொண்டதொரு வலிமையான குண்டாந்தடியாக. ஆனால் இப்போது நாய்களும் எண்ணிக்கையில் மிக அதிகமாய் இருக்கின்றன. இரவுநேரங்களில் கூட குகைகளுக்குள் அவற்றின் குரைப்பொலியை நான் கேட்கிறேன். அந்த அல்சேஷன் நாய்கள் கிட்டத்தட்ட ஓநாய்களைப் போல தோற்றமளிக்கவும் ஊளையிடவும் செய்கின்றன. நரகத்தின் வேட்டை நாய்களைப் போல பிரம்மாண்டமான நாய்கள். கண்டிப்பாக எனக்கொரு ஆயுதம் தேவைப்படவே செய்கிறது.

இரவுகளில், சில சமயங்களில் நான் குகைக்குள் இருக்கிறேன். லிஸ்ஸி என்னை முத்தமிட்ட அதே இடத்தில், என்றாலும் கூட, கேளுங்கள், அது இருவரின் சம்மதத்தோடும் நடந்திருக்கலாம். அல்லது நான் கூடத் தொட்டிருக்கலாம். அவளை. அனேகமாக, மார்புகளில். அது இயற்கையானதுதான் இல்லையா? ஓடி

ஒளிவதற்கான எந்தக் காரணமுமில்லை. அப்படியேதும் இருந்ததா என்ன? ஆனால் இப்போதிருக்கும் உலகம் மிக வித்தியாசமானது. அதைப் பற்றியெல்லாம் கவலைப்பட எனக்கு நேரமில்லை. பழைய சட்டத்திட்டங்களுக்கு இங்கே இடமுமில்லை.

9

ஸிக்மாஸ் வனத்தினை நேசித்தான். அறுபட்டுக் கரையொதுங்கிய மரங்கள்? ஆயிரமாயிரம் வெண்ணிற மரக்கட்டைகள்? அனேகமாக அது லித்துவேனிய நிலத்தில் அவனுடைய வீடாக இருந்திருக்கலாம். அந்நியதேசத்தின் கடல்களைத் தாண்டி தான் அறிந்திராத சமவெளிப் பிரதேசத்துக்கு அவன் வந்தான், மரங்களேதும் வளர்ந்திடாமல் எங்கும் உப்பு மட்டுமே செழித்துக் காணப்பட்டதொரு இடத்துக்கு. பளிங்குக்கற்களால் தீர்க்கதரிசனங்கள் சொல்லப்பட்டிருந்த, குகைகளால் ஆனதொரு உலகத்துக்கு. அவனால் ஒருபோதும் கற்பனை செய்யவியலாதொரு நிலத்துக்கு. கலகங்களால் அழிந்து கொண்டிருந்ததொரு கண்டத்தின் முனைக்கு. நிலம் மெல்ல மெல்ல மூழ்கிக் கொண்டிருந்த இடத்துக்கு.

இங்கே பாருங்கள், விரிகுடா பகுதிக்கு இருபது மைல்கள் தொலைவில் வான்கோளக் கோபுரம் இருக்கிறது. கணவாய் மீன் எலும்பின் நிறத்தில் காணப்படும் சிதைவுகள், தாங்கள் பார்வையிடும் அனைத்தும் தங்களுக்கே சொந்தம் என்ற எண்ணம் கொண்டவர்களுக்கென கட்டப்பட்டது. ஒருமுறை நான் அங்கே சென்றிருக்கிறேன், ஒருவாரகாலச் சுற்றுப்பயணமாக. நாய்கள் மோசமானவைதான் என்றாலும் மனிதர்கள் அதைக்காட்டிலும் கேவலமானவர்கள். நிலங்கள் அதிகாரப்பூர்வமாகக் கைவிடப்பட்ட இடங்களும் இருக்கின்றன, ஆனால் அவற்றையெல்லாம் நான் கண்டுகொள்வதில்லை. புதிய அலைகளால் கரைக்கு இழுத்து வரப்பட்ட குப்பைக்கூளங்களினூடாக நானொரு பாதையைக் கண்டுபிடித்தேன். இதுபோன்ற பல சாகசப்பயணங்களை மேற்கொண்டிருக்கிறேன். மூழ்கி இறந்தவர்களின் முகங்களினூடாகவும்ஞ்

ஆனால் ஸிக்மாஸை என்னுடைய நினைவிலிருந்து அகற்ற என்னால் முடியவில்லை. எனவேதான் அவனைப் பற்றி

கனவு காண்கிறேன், அவன் என்னைச் சுற்றிவரும் ஆவிகளில் ஒருவன், ஒருபோதும் கடற்கரையைப் பார்த்திராமல் மரங்களின் சமுத்திரத்துக்கு நடுவே வளர்க்கப்பட்டவன். அதன் காரணமாகவே அவனால் நீந்த முடியவில்லை என்று சொன்னார்கள், குகைக்குள் உயர்ந்து கொண்டே வரும் அழுக்கான நீரை நான் பார்க்கிறேன், தன் மேல் விழுந்து மோதி உடையும் கண்ணாடிப்பொதிகளோடு இருளுக்குள் ஒடுங்கிக் கிடக்கும் ஸிக்மாஸை, உயர்ந்து கொண்டே வரும் வெள்ளம் அவனுடைய கன்னத்தைத் தொடுவதை, அவனுடைய கண்களைத் தொடுவதை. உலகிலுள்ள மிக மோசமான சங்கதிகளோடு சேர்ந்து குகைக்குள் மிதக்கும் ஸிக்மாஸை....

10

நட்சத்திரங்கள் மறைந்து விட்டன. எப்போதும் போல. வர்ணமிழைக்கப்பட்ட கடற்கரையொன்றில் நான் விழித்திருக்கிறேன். ஆம், கல் மூச்சிரைக்கிறது. அந்தக் கல் உயிரோடிருப்பதை நானறிவேன். என் உடலுக்குக் கீழே பளிங்குக்கற்களால் எழுதப்பட்டிருக்கும் சங்கேதங்கள் இவ்வுலகின் விதியை அறிவிக்கின்றன. அந்த எழுத்துகள் எனது மேற்புறத் தோலுக்குள் பற்றியெரிவதை நான் உணருகின்றேன். ஆம், இது தாங்கவொண்ணாத் துயரம்தான், ஆனால் அவை எனக்கு முத்திரையிட்டுக் கொண்டிருக்க நானோ அங்கேயே விழுந்து கிடக்கிறேன், அந்த வார்த்தைகள், மேலும், என்றேனும் ஒருநாள், வாழும் இந்த தீர்க்கதரிசனத்தைப் படிப்பதற்காக மனிதர்கள் நிச்சயம் வருவார்கள்.

வானையும் அதில் தென்படும் விமானத்தின் தடங்களையும் நான் பார்க்கிறேன். அதுவொரு எழுத்துமுறை என்பதாகவும் எனக்காகவே எழுதப்பட்டிருப்பதாகவும் நினைத்துக் கொள்கிறேன். வெண்ணிற வரிகள் வானில் உள்ள படிகக்கற்களாகத் தோற்றமளித்தன. ஆனால் நான் நினைத்தது தவறு. தீர்க்கதரிசனங்கள் எல்லாக் காலங்களிலும் இங்கே இருந்து வந்திருக்கின்றன, நான் மட்டுமே புரிந்து கொள்ள வேண்டுமென்பதற்காக எனக்கு அவை வழங்கப்பட்டுள்ளன. இங்கிருந்து நகர்ந்திடும்போது நானதற்குத் தயாராக இருப்பேன். கிட்டத்தட்ட நான் தயாராயிருக்கிறேன்.

குறிப்புகள்

1. பால்டிக் *(Baltic)* – பால்டிக் கடலின் கிழக்குப் பகுதியிலுள்ள மூன்று நாடுகளான எஸ்டோனியா, லாட்வியா மற்றும் லித்துவேனியா ஆகியவற்றை உள்ளடக்கிய பகுதி.

2. பிங்க்பே *(Pink bay)* – வேல்ஸில் இருக்கும் கடற்கரை. சுற்றுலாப்பகுதி.

3. அட்வகாட் *(Advocaat)* – முட்டை, சீனி மற்றும் பிராந்தியைக் கொண்டு செய்யப்படும் மதுபானம்.

4. கிரெனடின் *(Grenadine)* – மாதுளையிலிருந்து தயாரிக்கப்படும் பானம்

5. சோப்வோர்ட் *(Soapwort)* – ஐரோப்பாவில் காணக்கிடைக்கும் இளஞ் சிவப்பு நிற மலர்கள்

6. ஃபக்காடுகள் *(Faggots)* – இங்கிலாந்தைச் சேர்ந்த பாரம்பரிய உணவுவகை.

7. கின்னஸ் *(Guinness)* – அயர்லாந்தில் தயாரிக்கப்படும் காட்டமான மதுவகை

8. ஸெப்பெலின்கள் *(Zeppelin)* – பத்தொன்பதாம் நூற்றாண்டில் வடிவமைக்கப்பட்ட பிரமாண்டமான ஜெர்மானிய விமானங்கள்

- நம் நற்றிணை

எல்விஸ் ஹாஜிக் (1971)

(Elvis Hadzic – Bosnia)

போஸ்னியா & ஹெர்ஸிகோவினாவின் கிராடசச் நகரில் பிறந்தவர். சரெயேவோவில் உள்ள கலைக்கல்லூரியில் பட்டம் பயின்றார். ஆஸ்திரியாவிலும் ஜெர்மனியிலும் அகதியாக வாழ்ந்த காலகட்டங்களில் கலைக் கண்காட்சிகளை நடத்தியிருக்கிறார். 2010 முதல் போஸ்னிய பத்திரிகைகளில் கட்டுரைகள் எழுதத் தொடங்கினார். அதே காலகட்டத்தில் அவருடைய சிறுகதைகளும் வெளியாக ஆரம்பித்தன. மிருகங்களும் பிசாசுகளும் என்கிற முதல் நாவல் 2012–இல் வெளியானது. தற்போது சால்ட் லேக் நகரில் வசித்து வருகிறார். *"The curious case of Benjamin Zec"* என்கிற இந்தக்கதை சிறந்த ஐரோப்பியப் புனைவுகள் 2014 தொகுப்பில் இடம்பெற்றுள்ளது.

பெஞ்சமின் ஸெக்கின் கதை

எல்விஸ் ஹாஜிக்

முன்பொரு காலத்தில், வெகுகாலம் முன்பல்ல, மலைகள் சூழ்ந்ததாகவும் விவசாயிகளின் நிலமாகவுமிருந்த பால்கன் பிரதேசத்தில் ஒரு சிறுவன் வாழ்ந்து வந்தான். அவனுடைய பெயர் பெஞ்சமின் ஸெக் எனவும் அவனொரு சாதாரணமான சிறுவன்தான் என்றும் சிலர் சொல்வார்கள்.

கஷ்கொட்டை மரங்களின் கிளைகளினூடாக டார்ஸானைப் போல ஊஞ்சலாடித் திரிவான் பெஞ்சமின். அந்தச் சின்னஞ்சிறு நகரத்தில் அவன் ஏறியிறங்காத மரமென்று எதுவுமில்லை. அவனது வீதிக்குள் அவன்தான் மிகச்சிறந்த கோலி விளையாட்டுக்காரன் என்பதோடு பள்ளியின் தொலைதூர ஓட்டப்பந்தயங்களிலும் நேர்த்தியாக ஓடி இரண்டாவதாக வரக்கூடியவன். கால்பந்தாட்ட மைதானத்துக்குள் அதிக கோல்களை அடிப்பவன் என்பதால் வகுப்பின் மற்ற மாணவர்கள் அவனைப் பெரிதும் மதித்தார்கள், ஆனால் பெண்கள் எப்போதும் அவன் மீது ஒரு கண் வைத்திருப்பார்கள், சின்னதொரு இளிப்போடு, ஏனெனில் பிருஷ்டங்களைக் கிள்ளவோ அல்லது கொட்டாவி விடும் சாக்கில் கைகளை நீட்டி இன்னும் மலர்ந்திராத மார்புகளைத் திடீரெனப் பற்றவோ பெஞ்சமின் ஒருபோதும் தயங்கியதில்லை. அனேகமாக

அவனுடைய பெரிய பச்சைநிறக் கண்களின் கீழே அடிக்கடி தென்படும் கீர்த்திமிகு காயங்களுக்கும் அதுவே காரணமாக இருக்கக்கூடும்.

பெஞ்சமின் என்கிற அந்தக் குட்டிச்சாத்தான், பள்ளி இடைவேளை முடிந்து திரும்புகையில், தன்னுடைய டி-ஷர்ட் நிறைய செர்ரிப்பழங்களை மார்போடு அணைத்து எடுத்து வருவான். பிறகு வகுப்பு வேளைகளில் அவற்றைச் சாப்பிட்டு விதைகளை முன்னணியில் அமர்ந்திருக்கும் ஆசிரியரின் செல்லப்பிள்ளைகள் மீது வீசியெறிவான். பள்ளிக்குப் போக ஒருபோதும் அவன் விரும்பியதில்லை, அல்லது அங்கே அவர்கள் சொல்லிக் கொடுத்த எதையும். எந்தவொரு அறிவியல் பாடத்தைக் காட்டிலும், வனத்தின் வாசத்தையும் மண் மீது பூத்துக்குலுங்கும் இளமஞ்சற்பூக்களின் அரும்புகளையும் பெஞ்சமின் அதிகமாக நேசித்தான். ஒருமுறை, மிகத்தீவிரமான மூர்க்கமும் துணிச்சலும் கொண்ட கருதுகோளால் தனது இயற்பியல் ஆசிரியரை வம்புக்கிழுத்தான், அது என்னவென்றால், மிகவும் புகழ்பெற்ற அந்த மரத்தினடியில் நியூட்டன் மலம்தான் கழித்துக் கொண்டிருந்தார், மேலும் அவருடைய தலையில் ஆப்பிள் எதுவும் விழவில்லை, ஆனால் அவர், அதாவது நியூட்டன், உண்மையில் தன்னுடைய மலம் புவியீர்ப்பு விசைக்குக் கட்டுப்பட்டு கீழே விழுவதைக் கண்டபிறகே தெளிந்தார்! மேலும் ஆப்பிள் மரங்கள் பற்றிய கட்டுக்கதைகளெல்லாம் எல்லா வகையிலும் இட்டுக்கட்டிச் சொல்லப்படும் கதைகளென்றே பெஞ்சமின் சொல்வான்: ஆப்பிள்கள் ஒருபோதும் மரங்களிலிருந்து சட்டென அதுபோல விழுந்து விடுவதில்லை. அத்தோடில்லாமல், அவன் தொடர்ந்து சொல்வான், ஒரு மனிதன் இயற்கையின் உபாதைகளிலிருந்து தன்னை விடுவித்துக் கொள்ளும் தருணங்களில்தான் ஆகச்சிறந்த யோசனைகள் பிறக்கும்! மொத்த வகுப்பினரும் சிரித்தார்கள், எதிர்பார்த்ததைப் போல, இயற்பியலில் பெஞ்சமினுக்கு மிகக்குறைவான மதிப்பெண்களே கிடைத்தன.

பெஞ்சமின் ஸெக்கிற்கு அறிவியலின் மீது விருப்பமிருக்கவில்லை, ஆனால் புத்தகங்கள் வாசிப்பதை மிகவும் நேசித்தான். அவனுக்கு மிகப்பிடித்தமான புத்தகமாக "தி லிடரரி ரீடர்" இருந்ததெனில் செர்பிய-குரோஷிய மொழியைச் சொல்லித்தரும் வகுப்பே அவன் எதிர்பார்த்துக் காத்திருக்கும் வகுப்பாயிருந்தது. வகுப்பறைகள் வெறும் மூச்சுமுட்டச்செய்யும்

சுவர்களாகவும் துயிலூட்டுகிற ஆசிரியரின் குரலை எதிரொலிப்பதாகவும் இருந்தன - ஆனால் தேவதாருக்களும் ஊசியிலை மரங்களும் அடர்த்தியான நிழல்களாகச் சூழ்ந்திருந்த கிராமப்புறத்தில், தான் வாசித்த ஒவ்வொரு சாகசத்தின் அதிநாயகனாகத் தன்னை உருவகித்துக் கொள்ளும் சுதந்திரம் அவனுக்கிருந்தது.

ஆம், உண்மையாகவே, பெஞ்சமின் ஸெக் ஒரு சாதாரணமான சிறுவன்தான் என்று சிலர் சொல்லக்கூடும்.

மேலும் அப்படியே அவன் இருந்திருக்கவும் செய்யலாம், அதாவது, தானொரு பொறிவண்டாக மாற வேண்டுமென்றுத் தீர்மானிப்பதற்கு முன்னால்...

ஒருமுறை, செர்ரி மரத்தின் கிளையிலிருந்து அவன் கீழே வீழ்ந்தபோது, வெப்பத்தால் கன்றிப்போயிருந்த கன்னம் ஈரத்தரையில் படிந்திருக்க, அப்படியே கிடந்தான். அச்சமயத்தில், காற்றிலாடாமல் உறைந்திருந்த புல்லும் அதனூடாக மெல்ல நகர்ந்த பொறிவண்டும் அவனது கவனத்தை ஈர்த்தன. பொறிவண்டாக இருப்பது ஓர் அதியற்புத சங்கதி என்று நினைத்தான்: எதற்கும் அது அவசரப்படுவதில்லை. தனது சின்னஞ்சிறு எடையும் கூட ஒரு புல்லின் நுனியை வளைக்கப் போதுமானதாக இருப்பதையெண்ணி ஆச்சரியத்தோடு, புல்லின் மேற்பரப்பிலிருந்து மற்றொன்றிற்கு அது நிதானமாகத் தாவிச்செல்கிறது. விசித்திரம்தான் என்றெண்ணிக் கொண்டான், எந்தவொரு முன்யோசனையுமின்றி கணநேரத்தில் இந்தப் பொறிவண்டுகள் தங்களுக்கான தீர்மானங்களை வந்தடைவதாகத் தெரிகிறது, பிறகு சட்டென்று, உங்களுடைய நல்லதிர்ஷ்டத்தையும் தங்களோடு எடுத்துக்கொண்டு, கறுப்புப்புள்ளிகள் அடர்ந்த கவசத்தின் கீழிருக்கும் சிறகுகளை அகல விரித்து எங்கோ பறந்து செல்கின்றன.

அவனுடைய உள்ளங்கை வானத்தை நோக்கித் திரும்பியிருக்க அந்தப் பொறிவண்டு அவனது கைரேகைகளின் மீது தாவிக்குதித்து அமர்ந்தது.

தானொரு நடிகனாக வேண்டுமென்றே அவன் எப்போதும் ஆசைப்பட்டான், அதிரடித் திரைப்படங்களில் நடிப்பதற்காக அல்லது அந்தப் புகழ்பெற்ற அமெரிக்க பிராட்வேயில் முக்கியக் கதாபாத்திரத்தை ஏற்று நடிக்க வேண்டுமென்பதற்காக..

அது என்னவாக இருந்தாலும்.. ஆனால் இப்போதோ ஒரு பொறிவண்டாக மாறுவதே போதும் என அவனுக்குத் தோன்றியது. இந்தப் பூச்சிகளில் ஒன்றாக மாற முடியுமெனில், இதோ இங்கிருக்கும் இந்த வண்டினைப் போல, அவனுடைய உள்ளங்கைக்குள் மிகுந்த உற்சாகத்துடன் அது ஊர்ந்து கொண்டிருந்தது - சிறகுகள் முளைத்து பின் மாயமாக மறைந்து போகலாம், ஆக.. அதுவொரு குறிப்பிடும்படியான சங்கதியாயிருக்கும்.. பொறிவண்டே, பொறிவண்டே, எனக்கொரு வழியைக் காட்டிடு, குழந்தைகள் பாடுகிற விழைவுப்பாடலை அவன் முணுமுணுத்தான்.

மிகச்சரியாக அதே தருணத்தில், அவனது தலையின் பின்புறத்தில் பலமாக ஏதோவொன்று வெடித்துப் பிளந்திட, ஒட்டுமொத்தப் பிரபஞ்சமும் காதுகளுக்குள் ரீங்கரித்து, பின் சில்லென்ற ஒரு அமைதி அவனுடைய முன்நெற்றியின் மீது வழிந்து பரவியது. அதன் பிறகு, பெஞ்சமின் ஸெக் மாயமாகிப் போனான். துடுக்கோடும் ஊடுருவித் துளைப்பதாகவுமிருந்த, ஏற்றத்தாழ்வுகள் ஏதுமின்றி ஒரே தொனியில் ஒலித்ததொரு பீப் ஒலி மட்டுமே அங்கு மிச்சமிருந்தது, வனத்தினுடைய மரங்களின் மீது மோதித் திரும்பியது. சில காலங்களுக்கு அருகிலிருந்த கிராமங்களினூடாக அந்த ஒலி அலைந்தோய்ந்து பிற்பாடு மெல்லத் தேய்ந்து போன எதிரொலியாகச் சுருங்கியது, பறவைகள் மட்டுமே அதனைக் கவனித்தன, கடைசியில் அதுவும் மொத்தமாகத் தொலைந்து இல்லாமல் ஆனது.

அந்தக் கடுமையான கோடைதினம்தான் சிறுவனைப் பற்றி மக்களில் யாரும் கேள்விப்பட்ட கடைசி தினம். அக்கம்பக்கத்திலிருந்த சில சிறார்கள் பெஞ்சமினுக்கு சிறகுகள் முளைத்து விட்டதாகக் குற்றஞ்சாட்டினார்கள், உண்மையாகத்தான், அவனொரு பொறிவண்டாக மாறிப் பறந்து சென்றதாகவும் சொன்னார்கள். என்றாலும், ஒரு சிலர் அவனுடைய மறுவருகைக்கான சாத்தியங்களின் மீது நம்பிக்கை கொண்டிருந்தார்கள், என்றேனும் ஒருநாள் திரும்பி வரலாமென்றும் கற்பனையிலும் நினைத்துப் பார்க்கவியலாததொரு அதியற்புதமான கால்பந்தாட்டப் போட்டியை நகரத்தில் அவன் ஒழுங்கு செய்வானென்றும் நம்பினார்கள். மேலும், இன்னும் சிலரோ, முற்றிலும் வேறொரு தீர்மானத்தைக் கொண்டிருந்தார்கள், யாராலும் நம்ப முடியாத வகையில் பெஞ்சமின் அந்தக் கடைவீதிக்குள்

திரும்பி வந்தாலும் கூட மூன்றே நாட்களில் அனைவருக்கும் அவன் மீது சலிப்புத் தட்டிவிடும் என்றார்கள், அத்தோடு, யாருக்குத் தெரியும், ஒருவேளை அவன் ஏற்கனவே இங்கு வந்து நம்மிடையே நடமாடிக் கொண்டிருக்கலாம், மேலும் தான் எங்கே சென்றோமென்பதை ஆராய்கிற இந்த மொத்த நகரத்தையும் எள்ளி நகையாடவும் கூட செய்யலாம். பொருத்தமான விளக்கமேதும் இருப்பதாகத் தெரியவில்லை, அல்லது குறைந்தபட்சம், சாதாரண மனிதர்களுக்கும் புரியும்படியான எந்த விளக்கமும் இருக்கவில்லை. இருப்பினும், யார் கவலைப்படப் போகிறார்கள்? ஆக, மேய்க்கச் சிரமமான மற்றுமொரு சிறுவனும் மறைந்து விட்டான். பெஞ்சமினைப் போல யாரோவொருவர் சட்டென்று மறைவதும் காற்றோடு கலந்து போவதும் அதுதான் முதல் முறையென்றோ அல்லது கடைசி முறையென்றோ சொல்ல முடியாது.. இதெல்லாம் இயல்பாக நடக்கக்கூடியதுதான், இல்லையா? சொல்வதெனில், நம் சின்னஞ்சிறு கிரகத்தின் மேற்பரப்பில் சுற்றி வரும் சமயங்களில் பெஞ்சமின் எங்காவது வழிதவறிப் போயிருக்கலாம், தன்னைக் கண்காணித்தவர்களின் பார்வையிலிருந்து தப்பி விட்டதை உணர்ந்த தருணத்தில் வாய்ப்பைப் பயன்படுத்தி அவன் தலைதெறிக்க ஓடிப் போயிருக்கலாம். மக்களுக்குக் கவலைப்படுவதற்கென இதைக்காட்டிலும் பெரிய பிரச்சினைகள் இருந்தன. எனவே ரொம்ப நாளைக்கு பெஞ்சமின் ஸெக்கை எண்ணி யாரும் தங்களை வருத்திக் கொள்ளவில்லை. எப்படி நோக்கினும், திரைப்படங்கள் பார்ப்பதைத் தவிர அவனால் வேறு என்ன பிரயோஜனம்? எதற்குள்ளும் பொருந்திப் போகாதவன். அனைவரோடும் இயைந்து வாழத் தெரியாதவன். ஆகையால் இதுவொன்றும் பெரிய இழப்பல்ல.

பல வருடங்கள் கழிந்த பிறகு, பெஞ்சமின் ஸெக்கின் மர்மம் குறித்து யாரேனும் இன்னும் கவலைப்படுகிறார்களா என்ன? அனேகமாக அவனுடைய கூன்விழுந்த தாய் மட்டும்தான், அடர்த்தியான கஷ்கொட்டை மரங்களின் உச்சிக்கிளைகளை தொடர்ச்சியாகப் கண்காணித்துக் கொண்டிருந்தாள், தன்னுடைய வெற்றுக்கரங்களால் இளமஞ்சற்பூக்களை அகழ்ந்தபடியும்..

மறதியின் நீரோடைக்குள் காலம் சொட்டுச் சொட்டாக சிந்திக் கொண்டிருந்தது. டிக்-டாக், டிக்-டாக், டிக்.. ஒவ்வொரு துளியாக, ஜூலை மாத இறுதிகளின்போது பெஞ்சமினின் தாய் கால்வாய்களில் ஓடிய மழைநீரை அள்ளிக்குடிப்பதோடு சோகம்

நிரம்பியவளாக செர்ரிப் பழங்களை மென்று விழுங்கவும் செய்தாள்..

பெஞ்சமின் ஸெக்கின் இந்த வினோதமான கதை காலவோட்டத்தில் ஒரு வாய்மொழிக்கதையாக மாறியது. ஒரு தேவதைக்கதை என்பதாக. கதைக்குப் பின்னாலிருந்த உண்மையான சிறுவனை அனேக மனிதர்கள் மறந்திருந்தாலும், அவ்வப்போது, அவனைப் பற்றிய கேள்விகளை எழுப்பும் சிலரும் இருக்கத்தான் செய்தார்கள். பெஞ்சமின் குறித்த தங்களுடைய ஞாபகங்களை மீட்டெடுப்பார்கள், அதிகபட்சம் போனால் ஓரிரு கணங்களுக்கு - பச்சை நிறக் கண்களைக் கொண்டிருந்த வெளுத்த சிறுவன், பெண்களைக் கிள்ளவும் மரங்களில் தாவியேறும் சமயங்களில் டார்ஸானைப் போல ஊளையிடவும் செய்கிறவன் - எனவே அவன் அந்த நகரத்தில் உலாவும் ஆவியென மாறிப்போனான், மெழுகுவர்த்திகளை மாற்றிடும் சமயங்களில் சொல்லப்படும் தொன்மமாக, பொறிவண்டுகளின் முதுகிலிருந்த கறுப்புப்புள்ளிகளில் பறந்து திரியும் கட்டுக்கதையாக, எந்தவொரு விசாரணையின் முனையும் தீண்ட முடியாத ஆழத்திலிருந்த பொதுரகசியமாக, மொத்தத்தில் மறந்து போன கடந்தகாலத்தின் மீயதார்த்தச் சிதறல்களாக மட்டுமே அவன் எஞ்சியிருந்தான். உண்மையில் அப்படியொருவன் இருந்தானென்பதற்கான சாட்சியமாக ஒரேயொரு புகைப்படம் மட்டுமிருந்தது: அவன், பெஞ்சமின் ஸெக், முழங்கால்களில் கிழிந்த காற்சட்டையும் கந்தலாகிப்போன மேற்சட்டையும் அணிந்து, ஒழுங்காக வாரப்படாத கேசத்தோடிருந்த தலையின் கீழிருந்த கண்களால் சூரியனை ஓரப்பார்வை பார்த்தபடி நின்றிருந்தான், கையில் கோலிகளோடு. அவன் அம்மா அந்த புகைப்படத்தை எப்போதும் தன் இதயத்துக்கு நெருக்கமாக வைத்திருந்தாள், பரந்த இவ்வுலகில் எங்கு செல்ல நேர்ந்தாலும் மார்க்கச்சையின் உள்ளிருந்து இந்த நினைவுச்சின்னத்தை அவ்வப்போது வெளியே எடுத்து பரட்டையாய் நின்றிருக்கும் பெஞ்சமின் ஸெக்கை மறதியின் முகத்தில் அறையும் வகையில் காட்டி விட்டுப் போவாள்.

நல்லதொரு விளைச்சலை வேண்டி அவனை வழிபட்ட மக்கள் நிலங்களை பஞ்சம் சூழ்கிற காலகட்டங்களில் தங்களை மன்னித்து அருளும்படி அவனிடம் மன்றாடினார்கள், ஏதோவொரு தொன்மையான தெய்வத்தை வழிபடுவதைப்

போல. தங்களுடைய குழந்தைகளிடம் கதை சொல்லும் சமயங்களில் இப்படித்தான் தொடங்கினார்கள்: முன்பொரு காலத்தில், ஒரு சிறுவன் இருந்தான்...

பெஞ்சமின் ஸெக் அமெரிக்காவில் தென்பட்டதாகச் சிலர் சொன்னார்கள்; ஆகவே அவனொரு கட்டுக்கதையாக மாறவில்லை, மாறாக ஒரு மீனங்காடியில் தன்னோடு சேர்த்து முப்பத்து மூன்று மனிதர்களை வெடிக்கச் செய்த மதவெறி பிடித்த கிறுக்கனாக மாறிப்போனான் என்றார்கள். மேலும் சிலர் சொன்னார்கள், இல்லை, தன்னைதானே அவன் மாய்த்துக் கொள்ளவில்லை; தற்போது அவனொரு பைத்தியக்கார விடுதியில் இருக்கிறான், என்றாலும் அவன் கொன்றொழித்த மனிதர்களின் எண்ணிக்கையை அனைவரும் மகிழ்ச்சியோடு ஒத்துக்கொண்டார்கள். மேலும், இன்னொரு கருத்துருவாக்கமும் இருந்தது: தன்னுடைய தவறுகளுக்குப் பிராயச்சித்தமாக அமெரிக்கக் கடற்படையில் இணைந்து தற்சமயம் அவன் ஈராக்கில் கண்ணிவெடிகளை அப்புறப்படுத்துபவனாகப் பணிபுரிந்து வருகிறான். இன்னொன்றும் கூட: பெஞ்சமின் ஒரு வஹாபியாக மாறிவிட்டதாகச் சிலர் சொன்னார்கள், தாடியை நீளமாக வளர்த்து தலைப்பாகை அணியப் பழகிக்கொண்டான் என்றும், அத்துடன், இருண்மையும் மர்மமும் பொருந்திய கண்களைக் கொண்டதொரு பெண்ணை அவன் திருமணம் செய்து கொண்டதாகவும்.

ஆனால் மொத்தக்கதையிலும் ஒரேயொரு துளி மட்டுமே உண்மையாக இருந்தது: இறுதியில் பெஞ்சமின் ஸெக் அமெரிக்காவைத்தான் வந்தடைந்திருந்தான். ஆனால், விவகாரங்களை இன்னும் சிக்கலாக்கும் வகையில், பெஞ்சமினும் கூட தான் எப்படி அங்கே வந்து சேர்ந்தோமென்பதையோ அல்லது எப்போது வந்தோமென்றோ அறிந்திருக்கவில்லை. எதுவும் ஞாபகத்தில் இல்லை. அவனுக்குத் தெரிந்ததெல்லாம் இதுதான்: ஒருநாள் திடீரென்று அவன் தோன்றினான், ஒரு மேடையில், ஒரு அரங்கத்தில், ஒரு ஷேக்ஸ்பியர் நாடகத்தின் நடுவில், பாதங்களின் கீழே ஒளிவட்டம் பாய்ந்தபடியிருக்க அவன் ஆச்சரியப்பட்டான்:

"இருப்பதா அல்லது இல்லாமல் போவதா?" (To be or not to be?)

மேலும் அவன் அங்கிருந்தான்..

அவன் மேடையின் மீது நின்றிருந்தான், பிராட்வேயில், பார்வையாளர்கள் அனைவரும் எழுந்து நின்று ஆரவாரித்தார்கள். மக்களின் அன்பை ஏற்றபடி அங்கேயே நின்றிருந்தால் முதுமையின் பொருட்டு தான் இறந்து போகக்கூடும் என்று அவன் நினைக்குமளவிற்கு, வெகு நேரம், தொடர்ச்சியான கரவொலிகளால் திரு.பெஞ்சமின் ஸெக்கை அவர்கள் பாராட்டினார்கள்.

"அற்புதம்! அதியற்புதம்!" பூக்களை அவன் மீது வீசியெறிந்து அவர்கள் ஒட்டுமொத்தமாக அலறினார்கள்.

எப்படி அங்கு வந்து சேர்ந்தோமென்பதை பெஞ்சமின் அறியமாட்டான் என்பது யாருக்கும் தெரியாது. அங்கு வருவதற்கு முன்னால் என்னவாக இருந்தோம் அல்லது என்ன செய்து கொண்டிருந்தோம் என்பது அவனுக்கும் கூட தெரிந்திருக்கவில்லை. ஆனால் அவன் அதற்குத் தயாராயிருந்தான், எப்போதும் போல, வெகு சீக்கிரமாகத் தன்னுடைய புதிய கதாபாத்திரத்துக்கேற்பத் தன்னைத் தகவமைத்துக் கொண்டான்.

ஆர்வங்கொண்ட மக்கள்திரள் அவன் பெயரை உச்சரித்தபடியிருக்க, பெஞ்சமின் உடைமாற்றும் அறைக்கு வழிநடத்திச் செல்லப்பட்டான். வழியில், மூன்று ரசிகர்களுக்குக் கையொப்பமிட்டுத் தந்ததோடு ஒரு திரைப்படத்தில் செர்பிய போர்க் குற்றவாளியாக நடிக்க வேண்டுமென்கிற அசாதாரணமான கோரிக்கைக்கு மறதியாகத் தலையசைக்கவும் செய்தான். தன் பெயரை அவர்கள் எப்படித் தெரிந்து கொண்டார்கள் என்று ஆச்சரியப்பட்டான். ஏதும் பேசாமல் பெஞ்சமின் வெறுமனே கூட்டத்தினூடாக நழுவிச் சென்றான். அங்கே, அந்த அலமாரியின் கண்ணாடியில், சுருக்கங்களடர்ந்த தன் முகத்தை வெறித்தான். தன்னைப் போர்த்தியிருந்த ஹாம்லெட்டைக் களைந்து பெஞ்சமின் ஸெக்கை மீண்டும் கண்டுபிடித்தான். தனக்குப் பழக்கமான ஆனாலும் தானறிந்திராத இந்த உருவத்துக்கு என்ன வயதிருக்கும் என்று அதிசயித்தான். பூரிப்போடு இருபத்து-ஐந்தைக் காட்டிலும் அதிகமாயிராது என்றெண்ணிக் கொண்டான். இருபத்து-ஐந்து!

ஆகா, தான் ஆக்கிரமித்துக் கொண்டிருக்கும் உடலால் பெஞ் சமின் ஸெக் மிகத் திருப்தியாக உணர்ந்தான். ஆண்மை ததும்பும்

முகக்கூறுகள், வலுவான தாடை மற்றும் ஊடுருவிப் பார்க்கும் பச்சை நிறக் கண்களைக் கண்டு பெருமையோடு - அவன் யாராக இருந்தாலும், தன்னுடைய இந்தப் புதிய வாழ்க்கைக்கு நிச்சயம் அவன் தகுதியானவனே. அதில் எந்தச் சந்தேகமுமில்லை. வளர்ந்தவனாகவும் வாழ்க்கையில் வென்றவனாகவும் இருப்பதில் ஒரு சுகமிருந்தது. இந்த சாகத்தைத் தொடர்வதென அவன் முடிவு செய்தான், எப்படிப் பார்த்தாலும் தனக்கு நினைவில்லாத இறந்தகாலத்தைப் புறக்கணிப்பதாகவும், அவன் யாராக இருக்க நேர்ந்தாலும் அப்படியே இருப்பதென்று தீர்மானித்தான், ஏனென்றால் சூழ்நிலைகள் ஏற்கனவே அப்படியானதொரு இடத்தை வந்தடைந்திருந்தன...

காட்சிக்குப் பிறகு, வெகுகாலம் பழகியவனின் தோரணையோடு ஒரு லிமோ ஓட்டுனன் வந்து அழைத்திட அவன் தனக்கான அந்தரங்கப் பணியாளன் என்பதை பெஞ்சமின் புரிந்து கொண்டான். அந்த மனிதன் பெஞ்சமினை நன்கறிந்ததொரு நண்பனைப் போல நடத்தினான், சென்ற வருடம் போலவே இந்த வருடமும் நிகழ்வின் தொடக்கம் அமர்க்களமாக இருந்ததா என மரியாதையோடு விசாரித்தான். ஒரு அழகான வீட்டுக்கு பெஞ்சமினை அழைத்துப் போனான், கிரேக்கத் தூண்களோடும் கோத்திக் மரபிலான வளைவுகளோடும் அட்லாண்டிக் கடலைப் பார்த்தபடியிருந்த ஆடம்பர இல்லத்துக்கு.

உள்ளே, புகைபோக்கியில் வேலைக்காரர்கள் ஏற்கனவே நெருப்பினை உண்டாக்கியிருந்தார்கள். “திருவாளர் பெஞ்சமின்” என்று அவர்கள் அவனை அழைத்தார்கள், மிகக்கச்சிதமான ஆங்கிலத்தில் அவன் அவர்களுக்கு பதிலுறுத்தான், என்றாலும் அது தன்னுடைய தாய்மொழியல்ல என எதுவோ அவனுக்குள் சொல்லிக் கொண்டிருந்தது. தனது நாக்கு சுழல்வதையும் புரள்வதையும் அவனால் உணர முடிந்தது, வெகு வினோதமான உச்சரிப்பில் வார்த்தைகள் வாயிலிருந்து நழுவி விழுவதையும்.

அவனது முந்தைய வாழ்க்கை பற்றிய சில தடயங்களைக் கண்டுபிடிக்கும் நம்பிக்கையோடு, தனது வீட்டைச் சுற்றிப்பார்க்க பெஞ்சமின் தீர்மானித்தான், அங்கிருக்கும் தன்னுடைய பொருள்களனைத்தையும் அலசுவதென்றும். எங்கிருந்து அவன் வந்தானென்றோ எத்தனை காலமாக அங்கு வசித்து வருகிறானென்றோ தனது வேலையாட்களைக் கேட்பதை அவனால் நினைத்துப் பார்க்கவும் முடியவில்லை!

திரு.ஹாம்லெட்டின் உடலுக்குள் புகுந்து வெளியேறும் தருணங்களில் ஏதோவொரு இடத்தில் தனது சுயநினைவை இழந்து விட்டதாக அவர்கள் எண்ணுவதை அவன் விரும்பவில்லை. பணியாட்கள் தன்னை மிகவும் நன்றாக அறிந்திருந்தார்கள் என்று நினைத்தான் பெஞ்சமின், அவர்கள் அவனை மரியாதையோடு நடத்தியதோடல்லாமல் அவனோடு ஒருவித நெருக்கத்தையும் கொண்டிருந்தார்கள்.

அந்த வீடு அவனுடையதுதான், நிச்சயமாக, ஏனெனில் எந்தவொரு சிறு பொருளாகயிருந்தாலும் அது எங்கே இருந்ததென்பதை அவன் மிகத்தெளிவாக அறிந்திருந்தான், ஆனால் தனக்குப் பரிச்சயமானதாகத் தெரிந்த இந்தப் பொருட்கள் குறித்த திடமான நினைவுகளென்று எதுவும் அவனிடம் இருக்கவில்லை. அவனைச் சுற்றியிருந்த பொருட்களுக்கும் அவனுக்குமிடையேயான உளப்பூர்வமான பிணைப்பென்பது வெகு தொலைவிலிருப்பதாகவும் ஆராய்ந்தறிய முடியாததாகவும் தோன்றியது. அவனுடைய உருவப்படங்களும் புகைப்படத் தொகுப்புகளும் கூட எந்த வகையிலும் உதவவில்லை: எல்லாம் சமீபகாலத்திய பெஞ்சமினையே காட்டின, தற்காலத்தில் வாழ்பவனை, அதே கருமையான கேசம், கண்களைச் சுற்றியிருக்கும் புள்ளிகள் மற்றும் அம்முகத்தின் ஈடுஇணையற்ற இளமையோடு. தற்போது இருப்பதைக் காட்டிலும் இளமையாக அவன் ஒருபோதும் இருந்திருக்க முடியாது எனத் தோன்றியது. அவன் பிறந்ததே இப்படித்தான் என்பதைப் போல, அதாவது இருபத்து- ஐந்து வயது நிரம்பியவனாக, மேலும் இப்போதுதான் தன்னை முதன்முறையாகச் சந்திக்கவும் செய்கிறான். ஆனால் ஒரு மனிதனுக்கு எதுவுமே நினைவில்லை என்பது சாத்தியமா என்ன? இறுக்கமாகப் பற்றிக் கொள்ளும் வகையில் அவனுடைய இறந்த காலத்தில் எதுவுமில்லாமல் போனது எப்படி? வெகு எளிதாக, பிராட்வே மேடையில் ஹாம்லெட்டாக நடிக்கும் இடத்தை அவன் எப்படி வந்தடைந்தான்? அவனுக்கென நண்பர்கள் யாரும் இருந்தனரா அல்லது ஒரு குடும்பம்? அப்பா? அம்மா? அவன் எங்கு பிறந்தான்? அவனுடைய பிறந்ததினம் என்ன? பெஞ்சமினுக்கு எதுவும் தெரியவில்லை. எங்கோ இருந்தவனை யாரோ வெட்டியெடுத்துக் கொண்டு வந்து உருவாக்கியதாகத் தோன்றியது.

சுவர்களில் தொங்கிய புகைப்படங்களைப் பார்த்தான். இந்தப் புகைப்படங்கள் உண்மையாயில்லை என்றெண்ணினான் -

புன்னகைக்கச் சிரமப்படும் ஒரு திமிர்பிடித்த மனிதனை அவை காட்டின. அவனுடைய ஒவ்வொரு அசைவையும் குரூரம் நிரம்பிய கண்கள் பின்தொடர்ந்தன. எப்படிப் பார்த்தாலும் ஏன் இத்தனை புகைப்படங்களை வீடு முழுக்க அவன் மாட்டி வைத்திருக்கிறான்? மேலும் அவையெல்லாமே நேற்றுத்தான் எடுக்கப்பட்டதைப் போலத் தோற்றமளித்தன. அவனுடைய முழுவுருவ ஓவியங்கள் கூட முந்தையதினம் வரைந்து முடிக்கப்பட்டதாகத்தான் தோன்றின, அவற்றின் தைல வர்ணங்களெல்லாம் ஓரிரவுக்குள் உலர்ந்த தன்மையைக் கொண்டிருந்தன. தனக்குத்தானே எதையும் சொல்ல அவன் முற்படுகிறானா?

அட, ஆமாம், சட்டென்று அவனுக்குப் புரிந்தது: எனக்கு வயதாவதில்லை!

ஓ, அந்தத் தருணத்தில் திரு.பெஞ்சமின் ஸெக் எத்தனை குழம்பியவனாக இருந்தான்.. என்றென்றும் இளமையோடிருப்பவனின் முகத்தை அவன் பெற்றிருந்தான், டோரியன் கிரே என்னும் மனிதனைப்போல! அது வேறொரு சங்கதி. ஹாம்லெட் அவனுடைய இதயத்துக்கு நெருக்கமானவனாக மாறிய அதே வழியில், அதன் ஒவ்வொரு வரியும் அவனது அங்க அசைவுகளில் எப்படியோ பொறிக்கப்பட்ட அதே முறைமையில், இப்போதிந்த "டோரியன் கிரே" அவன் நினைவுகளுக்குள் புகுந்து புறப்பட்டான் - எவ்விதக் காரணமுமின்றி.

மேலும் அடுத்ததாக நிகழ்ந்த அதிசயத்தோடு ஒப்பிட இது ஒன்றுமேயில்லை என்றுதான் சொல்ல வேண்டும்.

டோரியன் கிரேயின் நினைவோடு பெஞ்சமின் படுக்கையறைக்கு ஓடினான். அறை மாடியில் இருந்தது, இடப்பக்கத்தில் முதலாவதாக, இரவு-மேசையின் இழுப்பறைக்குள் அந்தப் புத்தகம் கிடந்தது - அவனுக்குத் தெரியும். எனவே இழுப்பறையைத் திறந்தான். அங்கே அவன் கண்டெடுத்த புத்தகம் உடைந்து விரிசலிட்ட அட்டையையும் பழுப்பேறிய பக்கங்களையும் கொண்டிருந்தது. மேலும் அது ஆங்கிலத்தில் எழுதப்பட்டிருக்கவில்லை. ஆனால் அதனை எப்படி வாசிப்பதென்பது பெஞ்சமினுக்குத் தெரியும், அட்டையில் இருந்த வாசகங்கள்:

ஆஸ்கர் வைல்ட்

டோரியன் கிரேயின் சித்திரம்

முதல் பக்கத்தைத் திறந்து பெஞ்சமின் வாசிக்கத் தொடங்கினான். ஒவ்வொரு வார்த்தையும் அவனுக்குப் புரிந்தது; ஆரம்பத்தில் மனதுக்கு நிறைவானவையாக, அன்போடும் மகிழ்ச்சியோடும், ஏற்கனவே அறிமுகமான எழுத்துகளைப் போல வேகவேகமாக வார்த்தைகள் அவனுக்குள் நுழைந்தன, ஆனால் பிற்பாடு வலியாக மாறின, ஏதோ அந்த வினோதமான மொழி அவனுடைய ஆன்மாவை ஆழத் துளைப்பதாகத் தோன்றியது. பெஞ்சமினின் ஒவ்வொரு மூச்சும் நெஞ்சுக்குழியில் தேங்கி நின்றது; தன்னுடைய ஈரக்குலையை ஏதோவொன்று இரண்டாக அறுப்பதைப்போல உணர்ந்தான், உள்ளுறுப்புகளை தனது விலா எலும்புகள் அழுத்தி நெருக்குவதாகவும் தோன்றியது. மயங்கி விழும் நிலையிலிருந்தான். நாகரீகமான புன்னகையை வெளிப்படுத்திய அவனது புகைப்படங்கள் இப்போது அவனைச் சுற்றிச் சுழன்றடித்தன, படபடத்த கண்ணிமைகளுக்குக் கீழிருந்த கருவிழிகள் கலங்கி நின்றன. காதைச் செவிடாக்கும் வெடிச்சத்தம் பலவந்தமாக அவனுடைய பின்மண்டைக்குள் ஊடுருவி நுழைந்து வெடிக்க அங்கிருந்த அமைதியனைத்தும் முன்நெற்றியின் வழியாகத் தப்பி வெளியேறியது.

பெஞ்சமின் நிலைகுலைந்து தடுமாறி தரை மீது விழுந்தான்.

சிறிது நேரம் கழித்து பிரகாசமான வெளிச்சம் இருட்டை விழுங்கிட மீண்டும் தான் மேடையின் மேல் நிற்பதை பெஞ் சமின் அறிந்து கொண்டான்..

“இருப்பதா அல்லது இல்லாமல் போவதா?” பார்வையாளர்கள் கரவொலி எழுப்பினார்கள், அவன் தலைகுனிந்து வணங்கினான். உடை-மாற்றும் அறையின் கண்ணாடியில் முகத்தைப் பார்த்தான். நான் யார் எனவும் ஏன் இங்கிருக்கிறேன் என்றும் அதிசயித்தான். கதவைத் தட்டி விட்டு உள்ளே நுழைந்த அவனுடைய லிமோ ஓட்டுனன் தன்னை பெஞ்சமினின் சாரதி என்று அறிமுகம் செய்து கொண்டான், வீட்டுக்குச் செல்ல அவன் தயாராகி விட்டானா எனவும் வினவினான். கிரேக்கத் தூண்களோடும் கோத்திக் மரபிலான வளைவுகளோடும் பெஞ்சமினுக்கென ஒரு அழகான வீடு இருந்தது. அதன் அத்தனை சுவர்களும் அவனது புகைப்படங்களாலும்

ஓவியங்களாலும் அலங்கரிக்கப்பட்டிருந்தன. பெஞ்சமின் தன்னைக் கண்ணாடியில் பார்த்துத் தனக்கு வயதாவதில்லை என்பதைப் புரிந்து கொண்டான். டோரியன் கிரேயைப் போலவே! படுக்கையறையில், ஆஸ்கர் வைல்ட் எழுதிய புத்தகமொன்றைக் கண்டெடுத்தான், முதல் பக்கத்தைத் திறந்து பார்த்து.. மயங்கி விழுந்தான்.

மீண்டும் கண்களைத் திறந்தபோது பளீரிடும் ஒளிவட்டத்தின் நடுவே மறுபடியும் தான் நின்றிருப்பதை அறிந்தான். இருப்பதா அல்லது இல்லாமல் போவதா, மீண்டும், அவனுடைய தர்மசங்கடமான நிலையைச் சற்றும் புரிந்து கொள்ளாததொரு சூழல். மறுபடியும் கிடைத்த ஆரவார வரவேற்பு. உடை-மாற்றும் அறையில் தனக்குப் பழகத் தொடங்கியிருந்த முகத்தை மீண்டும் கண்டான். ஆடியில் தெரிந்த உருவமும் சற்றுப் பழக்கமானதாகத்தான் தெரிந்தது. சாரதி அவனை வீட்டுக்கு அழைத்துப் போனான், அட்லாண்டிக் கடலைப் பார்த்திருக்கும் ஆடம்பரமான இல்லத்துக்கு. தன்னுடைய பிரதிபலிப்பைக் கண்ட பெஞ்சமின் தனக்கு வயதாவதில்லை என்பதைப் புரிந்து கொண்டான், அந்தப் புத்தகத்திலுள்ள பிரதானக் கதாபாத்திரத்தைப் போலவே. டோரியன் கிரேயின் சித்திரம்! படுக்கையறைக்கு ஓடினான். பதைபதைப்போடு, இரவு-மேசையின் இழுப்பறையைத் திறந்து ஆஸ்கர் வைல்ட் எழுதிய புத்தகத்தைக் கண்டுபிடித்தான். முதல் பக்கத்தைத் திறந்து பார்த்திட... உடன் மயக்கநிலைக்குள் விழுந்தான்.

நினைவு திரும்பியபோது, ஒளிவட்டத்தைக் கண்டான், மேடையை, ஷேக்ஸ்பியரின் புகழ்பெற்ற வார்த்தைகளை உச்சரித்தான், கூட்டம் அவனுடைய பெயரைச் சொல்லி அலறியது, முதல் முறை நிகழ்வதைப் போலவே அத்தனையும் வரிசையாக நடந்தேறின, பிறகு இரண்டாவது முறையாக, மேலும் எத்தனை முறை இப்படி நிகழ்ந்ததென்பது யாருக்கும் தெரியாது... ஒவ்வொரு முறையும் அவன் மேடையில் விழிப்பதில் தொடங்கி டோரியின் கிரேயின் சித்திரத்தினுடைய முதல் பக்கத்தை அவன் திறப்பதில் சென்று முடிவடைந்தது. பிறகு, உணர்விழந்த நிலைக்குச் செல்வான், மீண்டும் எல்லாம் முதலில் இருந்து தொடங்கும். சுழற்சியின் ஏதோவொரு முனையில் சிக்கிக்கொண்ட சுழலிசைத்தட்டைப்போல காலத்தின் முடிவில்லா சுழலுக்குள் சிக்கியதாக உணர்ந்தான் பெஞ்சமின் ஸெக். மேலும் அவன் அங்கேயே

இருந்திருக்கக்கூடும், இணையாக இயங்கும் வேறொரு உலகத்தில், என்றென்றைக்குமாக, இறுதியாக அவனுடைய இந்த வழக்கமான நடைமுறையில் சின்னதொரு மாற்றம் மட்டும் நிகழாதிருந்தால் - மாடிப்படியில் வேகமாக ஏறும்போது தடுமாறி வீழ்ந்தவனின் சட்டைப்பையிலிருந்து என்னவோ சிதறி கீழே விழுந்தது: ஒரு கோலிக்குண்டு.

அடுத்த முறை பெஞ்சமின் தன்னுடைய வழக்கமான செயல்களின் கண்ணிக்குள் நுழைந்து டோரியன் கிரேயைக் கண்டெடுக்க மாடிப்படியில் விரைந்து ஏறும்போது, அந்தக் கோலிக்குண்டில் கால் வைத்து வழுக்கி விழுந்தான். பிறகு.. சிக்கிக்கொண்ட சுழலிசைப்பெட்டி கடைசியாகத் தனது நெறிப்படுத்தப்பட்ட தடத்திலிருந்து விலகி மீண்டும் இசைக்கையில் நடுவிலுள்ள வரிகளைத் தாண்டி நேரடியாக மூன்றாவது சரணத்துக்குப் போவதைப் போல, காலம் பல யுகங்களைக் கடந்து முன்னேறிச் சென்றது. அவனுடைய வழக்கமான மறதிநிலைக்குள்தான் பெஞ்சமின் சென்று விழுந்தான், ஆனால் இந்த முறை கண்விழித்தபோது அவனை வரவேற்ற வெளிச்சம் பிரகாசமான ஒளிவட்டமாக இருக்கவில்லை, அது கோடைக்காலச் சூரியனின் வெளிச்சம்..

பரந்து விரிந்த பசுமையானப் புல்வெளியையும் அதன் நடுவில் ஒரேயொரு செர்ரி மரத்தையும் அவன் கண்டான். அந்த மரத்தின் கனி உதிரச்சிவப்பில் இருந்திட, மேலும் அதன் இனிமையான சதைப்பகுதியோ சாறால் நிரம்பி கனத்தது. புழுக்களில்லாத செர்ரிகளில் அப்படியொன்றும் சுவையிருக்காது என பெஞ் சமின் நினைத்தான். மரம் அத்தனை உயிர்ப்போடிருந்தது, மெலிதான அதன் கிளைகள் காற்றில் எளிதாக அசைந்தாடின. செர்ரியினுடைய நறுமணத்தின் சில துளிகள் பெஞ்சமினின் உதடுகளில் பட்டுத் தெறித்தன. இனிப்பான உணர்வுகளின் மெல்லிய தடங்களை ஒன்றுவிடாமல் வரித்துக்கொள்ளும் வகையில் அவன் அந்தத்துளிகளைச் சுவைத்தான்.

தனியாக நின்றிருந்த மரத்தினருகே சில மனிதர்கள் தோண்டிக் கொண்டிருந்தார்கள்.

பெஞ்சமின் சில செர்ரிகளைப் பறிக்க விரும்பினான். தன்னுடைய கரத்தை நீட்டினான், ஆனால் கிளையிலிருந்து ஒரு பழத்தை அவனது விரல்கள் பறித்த அதே தருணத்தில்,

பெஞ்சமினுடைய வெற்றுக் கால்களுக்குக் கீழேயிருந்த நிலம் மணற்கடிகாரத்தின் உட்பகுதியிலுள்ள மணலைப்போல உலர்வாகவும் தளர்ந்ததாகவும் மாறியது. அவன் விழுந்தான். கீழே இழுத்த மணல் அவனை ஒரே கடியில் மென்று விழுங்கியது. செர்ரி மரத்தைப் பற்றிக்கொள்ள அவன் முயற்சித்தான், ஆனால், ஆச்சரியப்படும் வகையில், அதையும் தன்னோடு பாதாளத்துக்கு இழுத்துப் போனான்.

உயிரோடு புதைந்து போவோம் என்கிற அச்சம் அவனுடைய கண்களை வேகமாக மூடியது.

இறுதியில் மெல்லியதொரு வெளிச்சம் அவனுடைய நினைவுகளை நிரப்பியபோது, எலும்புக் குவியலுக்கும் ஈயென இளிக்கும் மண்டையோடுகளுக்கும் நடுவே கிடப்பதை பெஞ்சமின் உணர்ந்தான், எல்லாம் உருக்குலைந்தும் உடைந்தும் கிடந்தன; ஒன்றையொன்று இறுக அணைத்திருந்த எலும்புக்கூடுகளின் குவியல். பெஞ்சமின் செர்ரி மரத்தை இறுகப் பற்றினான், ஆனால் அதுவோ இப்போது வெறும் வேரென மாறி கருவிலிருக்கும் நிலையைப்போல மடங்கிக்கிடந்த ஒரு எலும்புக்கூட்டில் ஒட்டிக் கொண்டிருந்தது, தொப்புள்கொடியைப் போல.. குறுகிய அந்த எலும்புகள் ஒரு சிறுவனுடையவை, பெஞ்சமினுக்குப் புரிந்தது. எலும்புக்கூட்டின் மண்டையோட்டில் பின்புறம் ஒரு பெரிய துளை இருந்தது, முன்புறம் இன்னும் பெரிதாக ஒன்று, மேலும் அதன் பற்களுக்கிடையில் ஒரு விதை, அதிலிருந்துதான் அந்த அடர்த்தியான செர்ரி மரத்தின் வேர்கள் துளிர் விட்டிருக்க வேண்டும்.

அதன் பிறகு, ஆ, அப்போதுதான் அது தன்னுடைய மண்டையோடு என்பதை பெஞ்சமின் ஸெக் உணர்ந்தான். அவனுடைய பற்கள்... அவனுடைய எலும்புகள்... அவனுடைய வாழ்க்கை... அவனுடைய மரணம்... ஒரு ஜிப்ஸிப்பாடலைப் போல அலைந்து திரிந்த அவனுடைய அமைதியற்ற ஆத்மா.

சுற்றுமுற்றும் பார்த்தபோது தான் தனியாக இல்லை என்பதை பெஞ்சமின் அறிந்தான். மேலும் நிறைய ஆத்மாக்கள் அங்கிருந்தன, தங்களுடைய எலும்புகளைத் தேடியபடி. பள்ளியிலிருந்த சில குழந்தைகளை அவன் அடையாளம் கண்டுகொண்டான்... அருகாமை கிராமத்தைச் சேர்ந்த மனிதர்களும் இருந்தார்கள்... அவனுடைய இயற்பியல்

ஆசிரியரும்... உடன் பெஞ்சமினின் அப்பாவும்! மேலும் அண்டை மனிதர்களில் ஒருவர்.. மேலும் ஒருவர்.. இன்னும் நிறைய மனிதர்கள்.. அவன் அறிந்திராத பல மனிதர்களும்.. அனைவரும் தங்களுடைய எலும்புகளைத் தேடிக் கொண்டிருந்தார்கள். அமைதியாக, கீழ்ப்படிதலோடு, இந்தப் புண்ணியத்தலத்துக்குள் அவர்கள் தேடினார்கள் - எலும்புக்கூடுகளால் நிரம்பி வழிந்த அதலபாதாளத்துக்குள்.

மரித்தவர்கள் தங்களின் எலும்புகளைத் தேடுகையில் அவர்களுக்கு மேலே உயிரோடிருந்தவர்கள் ஒரு மாபெரும் சவக்குழியைத் தோண்டிக் கொண்டிருந்தார்கள்.

எலும்புக்கூடுகள் வரிசையாக அடுக்கப்பட்டு எண்களிடப்பட்டன. பெஞ்சமின் ஸெக்கின் எண் இருபத்து-ஐந்து...

இதோ, அவன் இங்கிருக்கிறான்: மீண்டும் ஒரு சிறுவனாக. ராணுவ வீரர்களில் ஒருவன் செர்ரி மரத்தின் மிகவும் தாழ்ந்த கிளையிலிருந்து அவனை இழுத்துக் கீழே தள்ளியபோது அவன் செர்ரிப் பழங்களை சாப்பிட்டுக் கொண்டிருந்தான். தரையில் வீழ்கையில் தன்னுடைய பையிலிருந்து ஒரு கோலிக்குண்டு நழுவி விழுவதைக் கண்டான்; அடர்த்தியான புற்களுக்கிடையே அது தொலைந்து போனது. அவனைச் சுற்றிலும் புற்களின் மணம். இன்னும் ஈரமாயிருந்த நிலம். அது அவனை அமைதியாக்கியது. தன்னுடைய பயத்தைப் பற்றி நினைக்க அவன் விரும்பவில்லை; அந்தத் தருணத்தின் வேதனையை முற்றிலுமாக நிராகரித்தான். தனது கைரேகையில் மீது ஊர்ந்த எந்தக் கவலையுமில்லாத பொறிவண்டைக் கண்டான். கலாஷ்னிகோவின் குழாய் அவனுடைய பின்னந்தலையைக் குறிபார்க்க, அவன் நினைத்தான்... டோரியன் கிரேயைப் பற்றியும் என்றும் முடிவுறாத அவனது இளமை குறித்தும்... பிராட்வேயில் ஒரு நடிகனாக அவன் விரும்பினான், தனக்கென ஒரு சாரதியும் அபாரமான கிரேக்கத் தூண்களோடும் கோத்திக் மரபிலான வளைவுகளோடும் கடலைப் பார்த்தபடியிருக்கும் ஒரு வீடும் வேண்டும் என்று... அல்லது குறைந்தபட்சம் அவனால் முடியுமெனில்... இந்த அழகான பூச்சியாக அவனால் மாற முடியுமெனில்... அங்கிருந்து பறந்து செல்ல முடிந்தால்... பொறிவண்டே, பொறிவண்டே, எனக்கொரு வழியைக் காட்டிடு, அவன் முணுமுணுத்தான்...

அந்தத் தருணத்தில், ஒளிபுகும்படியான தனது சிறகுகளை விரித்த பொறிவண்டு திறந்து கிடந்த அவனுடைய உள்ளங்கையை விட்டு வெளியேறிப் பறந்து சென்றது, பெஞ்சமின் ஸெக்கின் விருப்பத்தை நிறைவேற்றுவதற்காக.

(ஸ்ரெப்ரனித்சா படுகொலையில் கொல்லப்பட்டவர்களின் நினைவுக்கு...)

- உயிர்மை

o o o

முகம்மத் பர்ராடா (1938)

(Muhammed Barrada – Morocco)

மொராக்கோவின் பழமைவாய்ந்த நகரமான ஃபெஸ்ஸில் பாரம்பரியமிக்க ஆனால் வறுமையில் உழன்றதொரு குடும்பத்தில் பிறந்தவர். புனைகதை எழுத்தாளர் மற்றும் விமர்சகர். இளமைக்காலத்தில் பிரெஞ்சு ஆக்கிரமிப்பாளர்களை எதிர்த்து தேச விடுதலைக்காகப் போராடினார். 1975-இல் அராபிய இலக்கியத்தில் முனைவர் பட்டம் பெற்றார். பல வருடங்கள் ரபாத் நகரின் கிங் முகம்மது பல்கலைக்கழகத்தில் பணியாற்றிய பின் பாரிஸ் நகருக்குக் குடிபெயர்ந்தார். 1976-இல் மொரோக்கோ எழுத்தாளர்கள் கூட்டமைப்பின் தலைவராகத் தேர்ந்தெடுக்கப்பட்டார். அவருடைய முதல் சிறுகதைத் தொகுப்பான *Flaying Skins* 1979-இல் வெளியான பிறகு புதினங்களையும் எழுதத் தொடங்கினார். அன்பு, கோபம் மற்றும் விசுவாசம் ஆகியவற்றை விரிவாகப் பேசிய பர்ராடாவின் *The Game of Forgetfulness* (1993) ஒரு அற்புதமான, சுயசரிதைத்தன்மையுடனான நாவல். *The Fleeting Light* (1993), *Roses and Ashes* (2000), *Woman of Forgetfulness* (2001) ஆகியவை இவருடைய மற்ற முக்கியமான ஆக்கங்கள்.

துண்டிக்கப்பட்ட தலையின் கதை

முகம்மத் பர்ராடா

என் ரத்தம் நடைபாதையில் வழிந்தோடியது. வாளால் ஒரே வீச்சில் வெட்டி வீழ்த்தியதைப்போல, உடலை விட்டுப் பிரிக்கப்பட்டது என் தலை. பேருந்தோ பாரவண்டியோ ஏறிப்போகும்படி, தார்ச்சாலையின் மீது கைவிடப்பட்டதாக, எனது உயிரற்ற உடல் அங்கே கிடக்க நேர்ந்தது எனக்குள் வலித்தது. உடலைத் தூக்கும்படி என் கைகளுக்கு ஆணையிட முயற்சி செய்தேன், ஆனால் இனிமேலும் என்னுடைய கட்டளைகளுக்குக் கட்டுப்படும் நிலையில் அவை இல்லை என்பதை உணர்ந்தேன். எனது தமனிகளும் சிரைகளும் தரையின் மேல் ஒரு காட்டு நீரூற்றைப் போலப் பீய்ச்சியடித்தன, ஏதோவொரு செந்நிற ஊற்றினை நிர்மாணிக்கும் அரசாங்கப்பணியை விரைந்து முடிக்க விரும்புவதைப்போல குருதிக்கறை தரையில் பரவியது.

கடந்து சென்றவர்கள் தங்கள் பாதையில் போனார்கள், அவர்களின் பார்வை சிதறிக்கிடந்த என் குருதியின் மீது படிந்து மீண்டது. ரத்தத்தெறிப்புகளை வெறுமனே கடந்து போன அவர்கள் திரும்பிக்கூடப் பார்க்கவில்லை. ஒரு முதியவர் முணுமுணுப்பதைக் கேட்டேன். "அடக் கடவுளே!" (ரத்தச்சகதிக்குள் கால் வைத்து தனது காலணிகளை அவர் அழுக்காக்கிக் கொண்டிருந்தார்).

எனக்குள் மகிழ்ச்சி வெள்ளமெனப் பெருக்கெடுத்துச் செல்லும்முன் என்னைக் கொன்றவனை நான் கவனிக்கவே இல்லை: துண்டிக்கப்பட்ட எனது தலையால் இன்னும் அசையவும் பேசவும் முடிந்தது. என் கண்கள் முன்னும் பின்னுமாக அலைந்தன. என்ன செய்வது? இந்த வினோதமான சங்கதியை அவசரக்குடுக்கைகள் யாரேனும் கண்ணுற்று, இறந்த உடலோடு எனது தலையையும் சேர்த்து ஏதாவதொரு மௌனமான குழிக்குள் போட்டு மூடுவதற்கு முன்னால், இந்த வெட்டுப்பட்டத் தலையை வைத்துக்கொண்டு நான் என்னதான் செய்வது?

கண்களை மூடி, ஒரு யோகா குருவைப்போல ஒற்றைப்புள்ளியில் எனது கவனத்தைக் குவித்தேன், நான் வாழ்ந்த அடையாளத்தின் மீதமாகக் கிடந்த அனைத்தின் மீதும். நான் முணுமுணுத்தேன்: "கடவுளே, தூரமாக.. வெகுதூரம் என்னைக் கூட்டிச் செல்லும்படியாக சிறகுகளைக் கொடு. இப்படியாக நான் பிழைத்திருப்பேன், ஒரேயொரு நாள் என்றாலும் பரவாயில்லை."

இறுதி வார்த்தையை நான் முடிக்கும் முன்னரே, என் தலை சீராகக் காற்றில் உயர எழும்பத் தொடங்கியது.. சிறகுகளின் தேவையின்றி! வேகமாக மேலேறிச் சென்று தெற்கில் விரைந்தேன்.

மேலேயிருந்து பார்க்கையில், ரபாத் நகரம் எனக்கு ஒரு பாம்புக்குழியைப் போலத் தெரிந்தது, ஒரு குகையைப் போல, அழுக்கான நரியைப் போல, துருப்பிடித்த வாளைப் போல, கடலால் வெளித்தள்ளப்பட்ட கடற்பாம்பைப் போல, தேனீக்கள் இல்லாத தேன்கூட்டைப் போல, தேய்ந்து மொட்டையான ஒரு பாறையின் தலைப்பகுதியைப் போல...

இருமுறை நான் பெருமூச்செறிந்தேன். என் கன்னங்களைக் கொத்திய சூரியவெப்பத்தால் தூண்டப்பட்டுத் தொடர்ந்து சென்றேன். பறவைகள் கூட்டத்தின் நடுவே நான் பறந்தபோது என்னிடமிருந்து அவை விலகிப் போயின, வெட்டப்பட்ட மனிதனொருவன் பறந்து வருவதைப் பார்த்ததால் அதிர்ச்சியடைந்து, தங்கள் கூடுகளை நோக்கி அலையலையாகப் பறந்து சென்றன..

திகைக்கச்செய்யும் வேகத்தில் காற்றைக் கிழித்து நான் முன்னேற, கடல் என் பார்வையிலிருந்து மறைந்தது. ரகசியங்கள்

ஏதுமின்றி, சிதைவுகள் எதுவுமில்லாமல் உலகம் எனக்குக் கீழே விரிவதைக் கண்டேன். ஆனால் என் மூளையை ஒரு கேள்வி குடைந்து கொண்டேயிருந்தது: "துண்டிக்கப்பட்ட தலையே, அலைச்சல்களெல்லாம் தீர்ந்து மீண்டும் பூமிக்குத் திரும்பும்போது நீ என்ன செய்வாய்?" என்னால் முடிந்த மட்டும் பறக்கும் வேகத்தைக் கட்டுப்படுத்தினேன், காற்றுப்புழையைப் போல என் மூக்கு உள்ளிழுத்துக் கொண்ட காற்று கழுத்தின் நரம்புகளின் வழியாக வெளியேறிப் போக, என் வேகம் இரட்டிப்பானது. பறத்தலின் மீது அப்பாஸ் இப்ன் ஃபிர்னாஸ்[1] கொண்டிருந்த ஆர்வத்தின் ரகசியம் எனக்குப் புரிய ஆரம்பித்தது: வழமையான சங்கதிகளின் மேல் நாம் வைத்திருக்கும் மதிப்பு உயர வேண்டுமெனில் பூமியை நாம் பிரிந்திருக்க வேண்டும். நமக்கிருக்கும் சக்திகளின் மீது பரிபூரண நம்பிக்கையோடு நாம் வாழும் சமயங்களிலெல்லாம் தினசரி வாழ்க்கை தனது கவிதைகளை மீட்டெடுக்கிறது. என்னால் பறக்கவும் பார்க்கவும் பேசவும் சாத்தியப்படும் வரை எனது உடலை இழந்ததைப் பற்றி நான் வருந்தப் போவதில்லை. நம்புங்கள், உள்ளம் தெளிவாக இருந்தது, எனது அறிவாற்றலும் இரண்டு மடங்கு துலக்கமுற்றதாக.. உணர்வுநிலைகள் மேலோங்கி பித்துநிலையின் எல்லையில் நின்றிருந்தன. நான் யோசித்தேன், இந்த சக்திகளை சோதித்துப் பார்க்க வேண்டும்.. பார்வையில் தென்படுகிற முதல் மனிதக்கூட்டத்தின் முன்னால் நான் தரையிறங்குவேன்: அது ஜமி' அல்-ஃபனா'வின் நிலமாயிருந்தால் அங்கிருக்கக்கூடிய தர்வீஷுகள், கதை சொல்லிகள் மற்றும் ஏமாற்று வித்தைகாரர்கள் ஆகியோரிடம் நான் விவாதம் புரியலாம்.

சதுக்கத்தில் நின்றிருந்த மனிதர்களின் தலைக்கு மேல் நான் சுற்றி வந்தேன், அவர்களின் கவனத்தை ஈர்ப்பதற்கான ரீங்கரிப்பு சத்ததோடு. முகங்கள் ஆச்சரியத்தில் மேல்நோக்கித் திரும்பின. விரல்களும் குரல்களும் உயர்ந்தன: "ஒரு மனிதனின் தலை அங்கு பறந்து கொண்டிருக்கிறது" என யாரோ அலறினார்கள்.

பலவிதமான மனிதர்களைக் கொண்டிருந்ததொரு கூட்டம் என்னைச் சூழ்ந்து கொண்டது. நேரத்தை நானும் வீணடிக்கவில்லை - அவர்களோடு உரையாடுகிற எனது விருப்பம் கட்டுக்கடங்காததாக மாறியிருந்தது.

"இழிந்த மனிதர்களே," என்றேன். "உண்மைகளை மறந்து மூடநம்பிக்கைகளைப் பற்றிக்கொண்டு இங்கே இன்னும்

எதிர்பார்ப்போடு நீங்கள் காத்திருக்கிறீர்கள். உண்மை உங்கள் கண்களைக் கூசச்செய்யும், எனவேதான் 'அந்தர்[3], ஸெய்த்[4] மற்றும் வக் வக்[5] என்னும் நிலம் போன்ற கட்டுக்கதைகளில் உங்களை நீங்களே மயக்கத்தில் அமிழ்த்திக் கொள்கிறீர்கள். கனவு காண்கிறீர்கள். அழகான ஹௌரிக்களைப் பற்றிய கனவுகளை, அபரிமிதமான அவர்களின் மார்புகள் உங்களுக்குள் கொழுந்து விட்டெரியும் இச்சையைத் தூண்டுகின்றன, உங்களின் விருப்பங்களைப் பூர்த்தி செய்வதாக அவர்கள் உறுதியளிக்கிறார்கள் - ஆனால் நிதர்சனத்தில் பசி, தோல்வி மற்றும் அடக்குமுறை என யாவற்றையும் உங்களின் காமம் மூடி மறைக்கிறது."

"என் பாவப்பட்ட மக்களே, துருப்பிடித்த கதவுகளைத் தட்டித்திறக்கவும் கிஞ்சித்தும் கருணையற்ற இதயங்களை அசைத்துப் பார்க்கவும் நான் வந்திருக்கிறேன், அப்படியாவது உங்களின் மௌனத்தை உடைத்தெறிவீர்கள் என நம்புகிறேன், உண்மையை உரக்கச் சொல்லுங்கள், நிதர்சனத்தையும் உங்களுடைய இயலாமைகளையும் எதிர்கொள்ளுங்கள், பிறகு அது வளர்ந்திடும், விருத்தியடையும், இறுதியில் எழுந்து நிற்கும், ஆயிரம் கைகளைக் கொண்ட ஒரு அரக்கனாக.."

இடிமுழக்கத்தின் வேகத்தோடும் அதீத பதற்றத்தோடும் வார்த்தைகள் என் வாயிலிருந்து வெடித்துக் கிளம்பின. எனக்குள் சேமித்திருந்த அனைத்தையும் சொல்ல விரும்பினேன், இதற்கு முன்னால் வெளிப்படையாக நான் பேச அனுமதிக்கப்பட்டிராத அனைத்தையும். மக்கள் வாயடைத்துப் போனவர்களாக கேட்டுக் கொண்டிருந்தார்கள். சிலருக்கு நான் சொன்னது புரியவில்லை, விகாரமாய்த் தென்பட்ட ஒரு பைத்தியக்காரனின் தலை தங்களுக்கு அறிவுரை சொல்வது பற்றி சிலர் முணுமுணுத்தார்கள். அவர்களுடைய நாடகங்களை நான் விஞ்சிவிட்டேன் என்பதைப்போல தர்வீஷுகள் என்னை நோக்கி வந்தார்கள்.

அவர்கள் சொன்னார்கள், "மேற்பகுதி கழன்று விழுந்து விட்ட பறக்கும் தட்டாக இருக்கக்கூடும்."

"அல்லது அவர்கள் அனுப்பிய பதிவு செய்த பேச்சால் நிரப்பப்பட்ட ஒரு இயந்திரத்தலையாகவும் இருக்கலாம்."

"எதுவாக வேண்டுமானாலும் இருக்கட்டும், நம்மை அசிங்கப்படுத்தவும் வம்பிழுக்கவும் செய்கிற யாரையும் நம்மால் பொறுத்துக் கொள்ளவியலாது!"

மக்கள்திரளின் கவனத்தை என்னிடமிருந்து தர்வீஷுகள் தட்டிப் பறிக்கும் முன்பாக நான் கூட்டத்திடம் திரும்பினேன், “உங்களில் எத்தனை பேருக்கு வேலையில்லை? இதற்கு யார் காரணமென்று எப்போதாவது உங்களை நீங்களே கேட்டுப் பார்த்திருக்கிறீர்களா? உடலளவில் திடகாத்திரமாக இருந்தாலும் ஏன் மனதுக்குள் முதுமையடைந்தவர்களாக மாறிப் போனீர்கள்? பழங்கதைகளிலும் மூடநம்பிக்கைகளிலும் ஏன் உங்களைத் தொலைக்கிறீர்கள்? சூரியன் வாட்டியெடுக்கும் இந்த பாழ்நிலத்தில் ஏன் சிறிய அப்பத்துண்டுகளும் பாம்பின் மூளைகளும் பஞ்சத்தால் இறந்த பூனைகளின் அழுகிப்போன மாமிசமும் போதுமென்று வெறுமனே பிழைத்துக் கிடக்கிறீர்கள்?”

“வேலைகளுக்காக நீங்கள் போராடியதை நானறிவேன்.. ஆனால் என்ன நடந்தது? மாபெரும் நெடுஞ்சாலை ஒன்றை அமைப்பதில் உங்களைப் பணியமர்த்துவதாக அவர்கள் வாக்களித்தார்கள்.. ஆனால் அந்த அதியற்புத நெடுஞ்சாலையில் பறக்கப்போகும் வாகனங்களின் உரிமையாளர்களுக்கும் உங்களுக்கும் நடுவேயுள்ள இடைவெளியை என்ன செய்வது? நடைபிணங்களை அரவணைத்துக்கொள்ளும் ஒரு ராட்சதக் கல்லறைக்குள் நாம் இப்போது நிற்கிறோம். “நல்ல குடிமகன்கள்” என்கிற பாத்திரத்தை ஏற்று நடித்துக் கொண்டேயிருப்பதில் நீங்கள் திருப்தியடைய விரும்புகிறீர்களா, பொதுவிலும் பிறகு தனிப்பட்ட முறையிலும், இதைச் சொல்லித்தான் கடவுளைக் கொண்டாடவும் அவருடைய நன்மைகளுக்கும் ஆசிர்வாதங்களுக்கும் நன்றி சொல்லவும் செய்கிறார்கள்; யாருடைய அதிகாரத்தின் முன் நீங்கள் மண்டியிடுகிறீர்கள்? வளம்பொருந்திய இந்நிலத்தில் துயரங்களுடன் வாழ்வதில் நீங்கள் நிம்மதி கொள்கிறீர்களா?”

“…கேடுகெட்ட மனிதர்களாகிய நீங்களெல்லாம் அபு அல்-தர்தா[6] பற்றி அல்-திர்மிதி[7] சொன்ன வார்த்தைகளைப் போன்றவர்கள்: ‘எனது மக்களில் சிறந்தவர்கள் யார் என்று சொன்னால் அது நம் வரலாற்றின் தொடக்கத்திலும் அதன் முடிவிலும் வாழ்ந்தவர்கள் மட்டுமே; இவையிரண்டுக்கும் நடுவில் வாழ்ந்தவர்களில் பலரும் வெற்றுத்துயர்தான்’. உங்களில் பலரும் அதுபோன்ற வெற்றுத்துயர்தான்.”

கூட்டம் முணுமுணுக்கத் தொடங்கியது.

“இந்தத் துண்டிக்கப்பட்ட தலை மிகவும் அதிகமாகப் பேசுகிறது.”

“நாம் நமது துயரங்களுக்கு மத்தியிலும் மகிழ்ச்சியாகத்தான் இருக்கிறோம்; ஏன் அவன் நமது கவலைகளை தட்டியெழுப்பி மறந்திருக்கும் சில காயங்களை மறுபடியும் திறக்க வேண்டும்? ஆளுனரின் உளவாளிகள் எங்கே? பிரச்சினைக்குரிய இந்த மனிதனைப் பற்றி புகார் கொடுக்காமல் ஏன் அவர்கள் தாமதிக்கிறார்கள்?”

மற்ற குரல்கள் நம்பிக்கையோடு குறுக்கிட்டன, “தன்னுடைய தடவாளங்களையெல்லாம் வெடித்துத் தள்ளுவதற்கான நேரத்தை அவர்கள் அவனுக்குத் தருகிறார்கள். அதன் பிறகே அவர்கள் தீர்மானிப்பார்கள், வந்திருப்பவன் தனியாக வந்திருக்கும் உளவாளியா அல்லது வேறெந்த அந்நியதேசமும் பயிற்சி தந்து இவனை அனுப்பியிருக்கிறதா என்பதை.”

மற்றொரு குரல்: “ஆனால் அவன் பயப்படவில்லை - கவனி, அவனுடைய தொண்டை வெட்டப்பட்ட பிறகும் உண்மைகளைத்தான் சொல்கிறான் - குறைந்தபட்சம் அவன் பொய் சொல்லவில்லை.”

முகங்களை ஆராய்ந்து திருப்தியாகப் புன்னகைத்தவாறே வட்டத்தின் நடுப்பகுதியை நோக்கி மெல்ல நான் நகர்ந்தேன், ஏனெனில் உணர்ச்சிகளைத் தொலைத்தவர்களாயிருந்த இந்த மனிதக்கூட்டத்தை கடைசியாக விவாதிக்கும் இடத்துக்கு நகர்த்தியிருக்கிறேன், மேலும் சில புதிய ராகங்களைக் கவனிக்கவும் வைத்திருக்கிறேன்.

திடீரென்று அந்தக் கூட்டம் சற்றே விலகி சில தீயணைப்பு வீரர்களுக்காக வழிவிட்டது. காவலர்கள் சூழ்ந்திருக்க, நீளமானதொரு இரும்புக்கம்பத்தில் இணைக்கப்பட்டிருந்த பிரமாண்டமான வலையை அவர்கள் சுமந்து வந்தார்கள். மேலேயிருந்து அந்த வலை என் மீது விழுவதைப் பார்த்து சத்தமாகச் சிரித்தேன்; நான் எதிர்க்கவில்லை. என்னுடைய சிரிப்பைப் பார்த்து அனைவரும் அதிர்ந்து நின்றார்கள். சூழலின் விசித்திரத்தன்மை அதிகரித்துக் கொண்டே போக கொதித்துப் போயிருந்த மக்களின் குரல்கள் உயர்ந்தன, மேலும் அடுத்து என்ன செய்வதென்பதை விவாதித்ததில் அவர்களுடைய குழப்பங்களும் அதிகரித்தன. காவலர்களின் தலைவன் அலறுவதை நான் கேட்டேன், “அவனைத் தொடாதீர்கள்!

நச்சுப்பொருட்களும் வெடிமருந்துகளும் அவனது உடலில் பொருத்தப்பட்டிருக்கலாம்! கூண்டுக்குள் அவனை அடைத்த பிறகு நீதிமன்றத்துக்கு அழைத்துச் செல்லலாம்!"

இரும்புக் கூண்டிலிருந்து வெளியே பார்த்தபோது தலையின் பாரம் குறைந்திருந்ததை உணர்ந்தேன், ஒரு பலகையின் மீது வைத்து தீயணைப்பு வீரர்கள் அந்தக் கூண்டைத் தங்களுடைய தோள்களில் தூக்கிக் கொண்டிருந்தார்கள். எனக்குப் பின்னால் கூட்டம் ஊர்வலமாக நடக்கத் தொடங்கியது, ஆனால் காவலர்கள் அவர்களை விரட்டியடித்தார்கள். என்னால் முடிந்தமட்டும் பலமான குரலில் நான் கத்தினேன், "சென்று வருகிறேன்! உங்கள் உரிமைகளைக் கேளுங்கள்! கறியும், கோழிக்கறியும், பழரசமும் வேண்டும் எனக் கேளுங்கள், திருப்தியான உடலுறவும் கூட! கேளுங்கள் - உடன் உங்களுடைய சுயத்தையும் கேள்விக்கு உட்படுத்துங்கள்!"

பதிலுக்கு குரல்கள் ஆர்ப்பரித்தன, "அவனைப் பேச விடுங்கள்.. வெறுமனே பேசுவதற்காகவெல்லாம் எந்தத் தண்டனையும் தர முடியாது.. அவன் அருமையானதொரு உரையை வழங்கியிருக்கிறான்.. எப்போதிருந்து இந்த அரசாங்கம் வார்த்தைகளைக் கண்டு பயப்படத் தொடங்கியது?"

வாகனத்துக்குள் மறையுமுன் நான் அலறினேன், "என்னை வெளிப்படையான விசாரணைக்கு உட்படுத்த வேண்டுமென்று கேளுங்கள்!"

என்னுடைய வழக்கு மிகச்சிக்கலானது என்கிற சங்கதி ஆளுனரின் அலுவலகத்தில் தெளிவானது. வல்லுநர்களும் ஆலோசகர்களும் நீதிபதிகளும் என எல்லோரும் குழம்பிப் போயிருந்தார்கள்: புத்தகங்களோ அல்லது தந்திரங்களோ அல்லது உளத்திட்பமோ எதுவும் அவர்களுடைய உதவிக்கு வரவில்லை.

வெண்ணிறப் பட்டுக் கையுறைகள் அணிந்து ஆளுனர் உள்ளே நுழைந்தார். கண்ணியமும் அரசியல் செயல்திறனும் கொண்டதொரு மனிதனின் பாத்திரத்தை வரித்துக்கொண்டு அவர் என்னிடம் கேட்டார், "புரட்சியைத் தூண்டும் செயலென்று இதைச் சொல்லலாம்தானே, துண்டிக்கப்பட்ட தலையே? மக்களைக் குழப்புவதற்காக நீ வெளியிலிருந்து வந்திருக்கிறாய்; உன்னுடைய பகற்கனவுகளையும் கம்யூனிசப் பசப்புரைகளையும்

மக்களிடம் சொல்லியிருக்கிறாய்... சட்டத்தை நீ அறிய மாட்டாயா?"

விவாதத்தை வளர்க்க விரும்பாத காரணத்தால் நான் வெறுமனே பதில் சொன்னேன், "நான் எனது உடலைத் தேடி வந்தேன், அது தெற்கில்தான் இருப்பதாக எனக்குச் சொல்லப்பட்டது."

"ஆக நீ மிகவும் தந்திரமானவன் என்று அறிகிறேன், ஜமி அல்-ஃபனாவில் உன்னுடைய நடவடிக்கைகள் பற்றிய ஆய்வறிக்கைகள் அப்படித்தான் சொல்கின்றன, இந்த சூழ்ச்சிவலைக்குள் எப்படி நீயாக வந்து சிக்கிக்கொண்டாய்?"

"மக்கள்திரள் எனக்குள் குதூகலத்தை உண்டாக்குகிறது: மனிதர்கள் அற்புதமான ரகசியங்களைத் தங்களுக்குள் ஒளித்து வைத்திருக்கும் நத்தைக்கூடுகளைப் போன்றவர்கள் என்றே எப்போதும் உணர்ந்து வந்திருக்கிறேன் - அவர்களை எப்போதும் சோம்பலின் ஆழ்துயிலில் அமிழ்த்தி வைத்திருக்க வேண்டுமென்பதில் ஏன் நீங்கள் இத்தனை கவனமாயிருக்கிறீர்கள்? என்னுடைய நாக்கைத் தவிர எதுவும் என்னிடம் மீதமிருக்கவில்லை, ஆகவே எனக்கு நானே சொல்லிக் கொண்டேன், 'துள்ளிக் கொண்டேயிருக்கும் இந்தச் சின்னஞ்சிறு சதைத்துண்டினைக் கொண்டு நம்மால் பெரிதாக என்ன சாதித்து விட முடியுமென்பதைப் பார்க்கலாம்.'"

"நீ நெருப்புடன் விளையாடுகிறாய்."

"மரணம் கூட என்னை ஊடுருவிப் போனதேயொழிய என்னை வெல்ல முடியவில்லை என்பதை நீங்கள் அறிவீர்கள்."

நேர்த்தியான இளைஞனொருவன் அவசரமாக உள்ளே நுழைந்து ஆளுநரின் காதுகளில் கிசுகிசுத்தான். ஆளுநர் என் பக்கமாகத் திரும்பிக் கேட்டார், "உனக்கென்று தனிப்பட்ட கோரிக்கைகள் எதுவும் இருக்கிறதா?"

"மக்களிடம் பேசுவதற்காக ஒரு மன்றம்."

"கோரிக்கை நிராகரிக்கப்பட்டது. இப்போது உன் மீதான விசாரணையைத் தொடங்குவோம்."

"நான் ஏற்கனவே இறந்து போனவன்."

அவர் உடனே புன்னகைத்தார், எனக்கான சரியான தீர்வைக் கண்டுபிடித்து விட்டவரைப் போல.

"இந்த வழக்கைப் பொறுத்தவரை, உன்னை விசாரிக்க இறந்துபோன எங்களுடைய நீதிபதிகளில் ஒருவரை அழைத்து வருவோம்."

காத்திருந்தவாறே, கூண்டுக்குள் நான் தனியாயிருந்தேன். அவ்வப்போது மகிழ்ச்சியான கரகோஷங்களின் எதிரொலிகள் என் காதுகளை எட்டின: "துண்டிக்கப்பட்ட தலை நீடூழி வாழ்க!"

எவ்வளவு நேரம் தூங்கினேன் என்று எனக்குத் தெரியவில்லை. கண்களைத் திறந்து பார்த்தபோது, கூண்டை நோக்கித் திருப்பி நிறுத்தியிருந்த பாவொளி விளக்குகளிலிருந்து, ஒளிக்கற்றைகள் என் மீது வெள்ளமெனப் பாய்வதைக் கண்டு திடுக்கிட்டேன். காலடிச்சத்தங்கள் தொடர்ச்சியாகக் கேட்டன, பகட்டான ஆடைகளிலும் அலங்காரங்களிலும் மின்னிய மாபெரும் மனிதர்களின் கூட்டத்தால் அந்த அரங்கம் வேகமாக நிரம்பியது. குரூரமும் பதற்றமும் நிரம்பிய அதே சிரிப்பு ஆளுனரின் முகத்தில் மெல்லக் கவிந்து பரவியது. அனைவரையும் அமைதியாக உற்றுப்பார்ப்பதை நான் தொடர்ந்தேன். சிறிது நேரம் கழித்து ஒரு பலத்த குரல் அறிவித்தது, "மேன்மைக்கும் மரியாதைக்கும் உரிய பில்-பாக்தாதி பாஷா, துண்டிக்கப்பட்ட தலையின் வழக்கில் தீர்ப்பு சொல்வதற்காக அவருடைய கல்லறையை விட்டு வெளியேறி வரும்படி கேட்டுக் கொள்ளப்படுகிறார்."

இத்தகைய எண்ணப்போக்கே எனக்கு கிச்சுகிச்சு மூட்டியது. மகிழ்ச்சி பொங்க சத்தமாகச் சிரித்தேன். குறைந்தபட்சம் தங்களுடைய இயலாமையைச் சரிக்கட்ட என்ன செய்ய வேண்டுமென்பதாவது அவர்களுக்குத் தெரிந்திருக்கிறது. மூதாதையர்களின் அறிவு நிச்சயம் இவர்களின் கேவலமான புத்தியைக் காட்டிலும் சிறந்ததாகத்தான் இருக்கும். மோசமில்லை. அரசாங்க நீதிபதி என்ன சொல்லப்போகிறார் என்பதைக் காத்திருந்து பார்ப்போம்.

என்னுடைய குற்றம் பற்றி அவரிடம் என்ன சொல்லப்பட்டது என்பது எனக்குத் தெரியாது, அல்லது மக்களுக்குத் துரோகம் செய்த அவருடைய ஐந்தாம்படை மகனைச் சுதந்திர தினத்தன்று கட்டி இழுத்துச் சென்று கொன்றதாகவும்

பட்டியலில் சேர்த்துச் சொல்வார்களோ என்றெல்லாம் நான் தேவைக்கதிகமாக சிந்திக்கவுமில்லை. என்னுடைய புலன்களும் எச்சரிக்கையுணர்வும் மிகக் கூர்மையாகி ஒரு உச்சத்தைத் தொட்டபிறகு உரையாடல் விளையாட்டுகளைத் தொடரவோ பரிகாச உணர்வைக் கைக்கொள்ளவோ என்னால் முடியவில்லை. பறத்தலுக்கான ஆர்வம் எனக்குள் மீண்டும் கிளர்ந்தது, ஆபத்தை உணர்ந்த முதல் தருணத்தில் அங்கிருந்து தப்பிச் செல்லாமல் போனதற்காக என்னை நானே நொந்து கொண்டேன்.

பில்-பாக்தாதி பாஷா தனது தாடியை தடவிக் கொடுத்தார், விரல்களை அதன் வெண்ணிற மயிர்களினூடாக அலைய விட்டபடி. சுதந்திரத்துக்குப் பிறகானதொரு அரசாங்கத்துக்குத் தன்னுடைய சேவையை வழங்க முடிந்ததில் மிகுந்த மகிழ்ச்சியோடிருப்பவராக அவர் தென்பட்டார். இறுதியில் தீர்க்கத்தோடு தனது தீர்ப்பை அவர் வழங்கினார்:

"ஏற்கனவே உடலை நீங்கள் என்ன செய்ய வேண்டுமோ அதைச் செய்து விட்டீர்கள் - எனவே இந்தத் தலையையும் அதன் உடம்பிடம் கொண்டு போய் சேர்த்து விட்டு இதன் நாவை வெட்டி விடுங்கள்."

குறிப்பு: துண்டிக்கப்பட்ட தலையின் கதை இங்கே முடிவுறுகிறது. தெளிவாகச் சொல்வதென்றால், அடுத்ததாகத் துண்டிக்கப்பட்ட நாவின் கதை வரவேண்டும்: என்றாலும், இந்த வழிமுறை எல்லோருக்கும் தெரிந்த ஒன்றுதான், நாம் அனைவருமே இதை அனுபவித்திருக்கிறோம் அல்லது அனுபவித்துக் கொண்டிருக்கிறோம், இந்தக் குறிப்பிட்ட தருணத்தையும் மற்ற பொதுவான சங்கதிகளையும் வித்தியாசப்படுத்தக்கூடியது என்று எதுவுமில்லை. ஆகவே, மன்னித்துக் கொள்ளுங்கள், கதை இங்கே முற்றுப்பெறுகிறது.

குறிப்புகள்

1. அப்பாஸ் இப்ன் ஃபிர்னாஸ் *(Abbas Ibn Firnas)* – இஸ்லாமிய ஸ்பெயின் என்றழைக்கப்பட்ட அண்டலூசியாவைச் சேர்ந்த அறிஞர், கவிஞர் மற்றும் விஞ்ஞானி (கி.பி. 810 – 887). பறத்தலைப் பற்றிய ஆராய்ச்சிகளில் ஈடுபாடு கொண்டிருந்தார். பறவைகளின் சிறகுகளாலான ஆடைகளையும் இறக்கைகளையும் உடலில்

பொருத்திக்கொண்டு செங்குத்தான பாறைகளிலிருந்து குதித்துப் பறக்க முயற்சித்திருக்கிறார்.

2. ஜமி’ அல்–ஃபனா *(Jami’ Al-Fana)* – மொராக்கோவின் மர்ரகேஷ் நகரில் இதே பெயரைக் கொண்ட சதுக்கத்தினருகே அமைந்திருக்கும் பிரதான மசூதி.

3. ’அந்தர் *(‘Antar)* – ஏமேனில் வாழ்ந்த சரித்திரப் புகழ்பெற்ற கவிஞர் அந்தரா இப்ன் ஷத்தாத் பற்றிய குறிப்பு இது. அவருடைய வீரத்துக்காகவும் தைரியத்துக்காகவும் உடன்பிறந்தாரின் பிள்ளையான ஆப்லா மீது கொண்டிருந்த அன்புக்காகவும் போற்றப்பட்டவர். கருப்பினத்தைச் சேர்ந்தவர், அபிசீனிய அடிமைப் பெண்ணொருத்திக்கு மகனாகப் பிறந்தார், தொடக்கத்தில் அவமானப்படுத்தப்பட்டாலும் அவருடைய வீரதீர செயல்களும் தைரியமும் அவரது இனக்குழுவான ‘ஆப்ஸின் முன்னேற்றத்துக்கு உதவின. பிற்காலத்தில், அவருடைய பெயரைக் கொண்டு மாபெரும் கதையாடல்கள் உருவாகின, உண்மையான சரித்திரத்தோடு பல்வேறு புனைவுகளும் சேர்ந்து அவரொரு மகாபுருஷராகச் சித்தரிக்கப்பட்டார்.

4. ஸெய்த் *(Zayd)* – வடக்கு ஆப்பிரிக்காவுக்குக் குடிபெயர்ந்த பானு ஹிலால் என்கிற இனக்குழுவைச் சேர்ந்த அபு ஸெய்த் அல்–ஹிலாஹ் பற்றிய குறிப்பு. இங்கும், அராபிய வாய்மொழிக்கதைகளில், அவருடைய வீரதீர சாகசங்களைப் பற்றிய ஏராளமான கதைகள் சொல்லப்படுகின்றன.

5. வக் வக் *(Waq Waq)* – ஆயிரத்தோரு அரேபிய இரவுகளில் குறிப்பிடப்படும் பழம்பெரும் தீவு. மனிதர்களின் சக்திக்கு அப்பாற்பட்டதாகவும், மாயமந்திரங்களின் உதவியின்றி யாரும் அங்கு செல்ல முடியாதென்றும் சொல்லப்படுகிறது.

6. அபு அல் தர்தா *(Abu al-Dardaa)* – எட்டாம் நூற்றாண்டு ஈராக்கில் வாழ்ந்த துறவி

7. அல் திர்மிதி *(al-Tirmidhi)* – கி.பி. ஒன்பதாம் நூற்றாண்டைச் சேர்ந்த புகழ்பெற்ற பெர்சிய அறிஞர் அபு ‘ஈசா அல்–திர்மிதி பற்றிய குறிப்பு. நபியின் வார்த்தைகளைக் குறிப்பெடுக்கும் ஹதித்தைச் சேகரித்தவர்.

– மலைகள்.காம்

❍ ❍ ❍

மஜீத் தோபியா (1938)

(Maguid Tobia – Egypt)

எகிப்தைச் சேர்ந்த சிறுகதை எழுத்தாளர், நாவல் ஆசிரியர் மற்றும் திரைக்கதைகளும் எழுதக்கூடியவர். கெய்ரோவில் கல்வி பயின்றார். எட்டு வருடங்கள் கணிதம் பயிற்றுவிப்பவராகப் பணியாற்றிய பிறகு திரைக்கதை எழுத்தும் திரை இயக்கமும் கற்றார், 1971–இல் திரைத்துறையில் பட்டம் பெற்றார். தொடர்ச்சியாகத் திரைப்படங்களுக்கும் தொலைக்காட்சித் தொடர்களுக்கும் எழுதி வருகிறார். 1964–இல் சிறந்த சிறுகதைக்கான விருதும் 1979–ல் சிறந்த நாவலுக்கான மாநில விருதும் இவருக்கு வழங்கப்பட்டது. கலை இலக்கியத்துக்கான முதல்நிலைப் பதக்கத்தையும் வென்றிருக்கிறார். இதுவரை ஐந்து நாவல்களும் ஐந்து சிறுகதைத் தொகுப்புகளும் வெளியாகியுள்ளன. *Five unread newspapers (1970), The next days* (1972) ஆகியவை இவருடைய குறிப்பிடும்படியான சிறுகதைத் தொகுப்புகள்.

கோமாளி

மஜீத் தோபியா

தந்தை

என் தந்தை ஒரு பொலிகுதிரையைப் போல பலமானவராகவும் ஆண் வெள்ளாட்டைப் போல மூர்க்கமானவராகவும் இருந்தார். பெண்களே அவருக்கு மாபெரும் இன்பமாக இருந்தார்கள்.

குறைந்தபட்சம் அப்படித்தான் என் அம்மா சொல்வாள்.

ஒரு மாலையில் அவர் வீட்டுக்கு வந்தபோது அவள் மிகுந்த கோபத்தோடு இருந்தாள்.

"நீங்களே தேர்ந்தெடுங்கள்!" என்று அவரிடம் சொன்னாள். "ஒழுங்காக என்னை மட்டும் வைத்து வாழுங்கள் அல்லது நான் உங்களைப் பிரிந்து எனது வீட்டுக்கு என் குடும்பத்தாரிடம் போகிறேன்."

"ஏன்?" என்றார் அவர். "உனக்கு நான் எதையாவது மறுத்திருக்கிறேனா?"

"இல்லை".

"எப்போதாவது உன்னைத் திருப்திப்படுத்தத் தவறியிருக்கிறேனா?"

“இல்லை. கட்டுப்பாடற்ற எனது கனவுகளுக்கும் அப்பால் என்னை நீங்கள் அழைத்துச் சென்றிருக்கிறீர்கள்! ஆனால் மற்ற பெண்களையும் நீங்கள் விட்டு வைப்பதில்லை என்பதை என்னால் தாங்கிக் கொள்ள முடியவில்லை!”

அப்பாவின் முகம் கடுகடுப்பாக மாறியதாக அம்மா சொன்னாள்.

“நீ மிகவும் அசாதாரணமானவள், பெண்ணே,” என்றார். “உன்னையும் மேலும் பல பெண்களையும் சந்தோசமாக வைத்திருக்கும் அளவுக்கு எனது இந்த உடம்பில் தெம்பு உண்டு. ஏன் என்னை நானே பூட்டிக் கொள்ள வேண்டும்?”

பிறகு அவர் அவளை இறுகப்பற்றிக் கீழே கிடந்த படுக்கையின் மீது தள்ளினார், மறுநாள் காலை சேவல் கூவியபோதே அவளை விடுவித்தார்.

உடையணிந்து கொண்டு அவர் வயல்களுக்குக் கிளம்பிச் சென்றார்.

சிறிது நேரம் ஓய்வெடுத்துக் கொண்ட என் அம்மா உடல் முழுக்கத் ததும்பும் வலிமையையும் மகிழ்ச்சியையும் உணர்ந்தவளாக எழுந்தாள். அற்புதமான மதியவுணவைத் தயாரித்து வயலுக்குச் சென்றிருந்த அப்பாவுக்குக் கொண்டு போக தீர்மானித்தாள்.

ஆனால் எங்கெங்கோ தேடியபோதும் அவளால் அவரைக் கண்டுபிடிக்க முடியவில்லை.

மேலும் அதன் பிறகு அவர் மீண்டும் திரும்பி வரவேயில்லை!

கால ஓட்டத்தில் என்னையும் என் சகோதரனையும் அம்மா பெற்றெடுத்தாள்.

நாங்கள் பிறந்த சமயத்தில், உண்மையில் என்ன செய்வதென்று தனக்குத் தெரியவில்லை என்றே அம்மா சொல்லுவாள். ஆனால் பிறகு தனக்குள்ளாகவே அவள் நினைத்துக் கொண்டாள், “இரண்டு மார்புகளுடன் நான் படைக்கப்பட்டேன். போகட்டும், ஒவ்வொரு குழந்தையும் ஒன்றை எடுத்துக் கொள்ளட்டும்.” எங்களிருவரையும் ஒன்றுசேர அணைத்துக் கொள்வாள்; இடது மார்பகத்தை நான் சுவைத்திட என் சகோதரனுக்கு வலப்பக்கம் கிட்டியது.

“உங்களில் யார் முதலில் முடித்தாலும்,” கிண்டலாகச் சிரித்தபடியே அவள் சொல்வாள், “மற்றவனைத் தங்கள் பாதத்தால் உதைப்பீர்கள்.”

நாங்கள் நடக்கப் பழகியபிறகு, ஒரே மாதிரியான உடைகளை எங்களுக்கு அணிவித்ததோடு ஒரேபோன்ற தொப்பிகளால் எங்கள் தலைகளை அலங்கரிப்பாள். தெருவில் போகையில் என் சகோதரன் எனக்குப் பின்னால் சென்று நான் நிற்பதை நகலெடுப்பதைப் போல தானும் நிற்பான். கிராம மக்கள் எங்களிருவரையும் ஒன்றாகப் பார்க்க நேர்ந்திடும் சமயங்களில் உரக்கச் சொல்வார்கள், “அந்தக் குழந்தைகளைப் பாருங்கள், நம்பவே முடியவில்லை. உங்களை நீங்களே கண்ணாடியில் பார்ப்பதைப் போன்றதொரு உணர்வு.”

எங்களின் உருவ ஒற்றுமையைப் பயன்படுத்திக் கொள்ளும் வகையில் சில அபாரமான ஆட்டங்களை என் சகோதரன் கண்டுபிடித்தான். கரும்பு வயல்களின் நடுவே மற்ற சிறுவன்களை அவன் நிற்கச் சொல்வான், சற்று நேரம் கழித்து நீளமான கரும்புத்தண்டுகளின் மத்தியில் நாங்களிருவரும் சென்று ஒளிந்து கொள்வோம். பிறகு, நானோ என் சகோதரனோ அங்கிருந்து வெளியெறி வருவோம், எங்களில் யார் வெளியே வந்தது என்பதை யூகிக்கும் முயற்சியில் அந்தச் சிறுவர்கள் ஈடுபடுவார்கள்!

பச்சை

தனது தாடை மேல் மூன்று செங்குத்துக்கோடுகளை என் அம்மா பச்சை குத்தியிருந்தாள். கிராமத்திலும் வயல்வெளிகளிலும் நடக்கையில் அவள் மிகுந்த தன்னம்பிக்கையோடு நடந்து சென்றாள், அவளுடைய மார்புகள் உடைக்கு வெளியே கிட்டத்தட்ட ததும்பி வழிந்தன. நிச்சயம் நாங்கள் அவளைப் பின்தொடர்வோம் என்ற நம்பிக்கையால் ஒருபோதும் அவள் தனக்குப் பின்னால் திரும்பிப் பார்த்ததில்லை. அதையே நானும் செய்தேன், அவளுடைய ஒவ்வொரு அசைவையும் அப்படியே அபிநயம் பிடித்தவாறே. ஆனால் என் சகோதரனோ சாலையின் எந்தவொரு திருப்பத்திலும் காணாமல் போவான், வயல்களினூடாக ஓடி, எங்களுக்காகக் காத்திருப்பதைப் போல வழியில் அமர்ந்திருப்பான். சில நேரங்களில் வட்டமிடுவதைப்

போல அம்மாவை சுற்றிச்சுற்றி வருவான், துள்ளிக் குதித்தபடியும் தலையே வெடித்து விடுவதைப் போல சத்தமாக அலறிக் கொண்டும். ஒருபோதும் அம்மா அவன் மீது எந்தவொரு கவனமும் செலுத்தியதாகத் தெரிந்ததில்லை, என்றாலும் அவனைப் பார்க்கும் போதெல்லாம் அவளுடைய முகத்தில் மகிழ்ச்சியானதொரு புன்னகை தேங்கி நிற்கும்.

வயல்களின் நடுவேயிருந்த ஃபாரோக்களின்[1] இடிபாடுகளின் மேல் தாவுவதோடு அங்கே உடைந்து கிடக்கும் சிலைகளின் மீது அவன் சிரமப்பட்டு தொற்றியேறவும் செய்வான். சில பொழுதுகளில், தொழிற்சாலைக்குப் பாத்தியமான ரயிலுக்குள் புகுந்து காவல்காரன் அவனைக் கண்டுபிடிக்கும்வரை அதில் பிரயாணிப்பான், பிறகு, நீராவி இயந்திரத்தைப் போல் சப்தமெழுப்பியபடி அங்கிருந்து தப்பித்து ஓடிப்போவான்.

ஒரு நாள் கரும்புகளுக்கு நீர் பாய்ச்சிக் கொண்டிருந்த என் அம்மா சட்டென்று அதை நிறுத்தினாள். தன்னுடைய உதடுகளை இறுகக் கடித்தவாறே வலது மார்பை அவள் பிடித்துக் கொள்வதை நான் பார்த்தேன். ஆனால் ஒரேயொரு கணம்தான். தலையை பலமாகச் சிலிர்த்து, தன்னிடம் வரும்படி எங்களை அவள் அழைத்தாள்.

"கவனியுங்கள், குழந்தைகளா, இதைப் பார்த்தீர்களா?" விதைகள் நிரம்பிய சில தண்டுகளை அவள் பற்றியிருந்தாள். "விதைகளை நாம் தரையில் போட்டால் அவை மேலும் பல புதிய தண்டுகளை உருவாக்கும். ஆனால் புதியவை எப்போதும் அசலான தண்டுகளைப் போல் வலுவாயிருப்பதில்லை..."

நான் ஆச்சரியமாகப் பார்த்தவாறே கேட்டுக் கொண்டிருந்தேன், ஆனால், சின்னதொரு உறக்கத்துக்குப் பிறகு துள்ளி எழுந்தோடும் குழந்தையைப் போல, என் சகோதரன் காணாமல் போயிருந்தான். அவன் எனக்குப் பின்னால் வந்திருந்தான், என்னுடைய காலபியாவைப்[2] பிடித்திழுத்து, அவனுக்கு முன்னால் ஓடுவதைப்போல, என்னைத் தள்ளி விட்டான். நீராவி இயந்திரத்தின் பிஸ்டனைப் போல அவனது கை காற்றில் வட்டமிடுவதை நான் பார்த்தேன். அப்படிச் செய்தவாறே நாங்கள் கரும்பு வயல்களினூடாக ஓடினோம், பழைய ஆலயத்தின் வழியாகவும், ஓடிக் கொண்டிருந்த எங்களோடு கிராமத்தின் சிறுவர்களும் சிறுமிகளும் இணைந்து கொண்டார்கள்.

கோமாளி | 139

ரயில் தண்டவாளங்களைக் கடந்து நாங்கள் ஓடினோம், ஆட்டு மந்தையின் நடுவே உள்நுழைந்து கிராமத்துக்குப் போகும் வழியை அடைந்தோம். விளையாட்டு-ரயிலின் நீளம் அதிகரிக்க உச்சஸ்தாயியில் ஒலித்த குழந்தைகளின் சத்தங்களால் உண்டான சீழ்க்கைச் சத்தங்கள் கன்னிப்பெண்களின் அலறல்களையொத்த கீச்சொலியோடு காற்றை நிறைத்தன. குழந்தைகளின் நீண்ட வரிசையால் பயந்து போன சிறியதொரு கோவேறு கழுதை பயத்தில் அதன் தாயின் அருகாமையிலிருந்து விலகி ஓடியது.

வழியில் நாங்கள் ஒரு ஜிப்ஸி குறிசொல்லியைப் பார்த்தோம், அவளுடைய தலையில் ஒரு கூடை வீற்றிருக்க தலையைப் போர்த்தியிருந்த துணியில் சிவப்புநிற ஜிகினாத்தகடுகள் மின்னின, பாசிகளாலான நீண்ட மாலை அவள் மார்போடு உரசிக் கொண்டிருந்தது.

"ரகசியங்கள் வெளிப்படுகின்றன!" எனச்சொல்லி அழைத்தாள், தன்னுடைய குரலை அவள் உயர்த்த, மூக்கில் அணிந்திருந்த தங்க வளையம் பயங்கரமாக அதிர்ந்தது. "அதிர்ஷ்டங்கள்! உங்களுடைய அதிர்ஷ்டங்களைச் சொல்கிறேன்!"

ரயிலின் வரிசையிலிருந்து விலகி எனது சகோதரன் குறிசொல்லியின் அருகே சென்றான்; ஒரே நொடியில் அவளுடைய மெலிதான மேலாடையை அவன் பற்றியிழுக்க அந்தப்பெண் உள்ளுக்குள் அணிந்திருந்த சிவப்புநிற பட்டாடை வெளியே தெரிந்தது. ரயிலின் பயணம் தடைப்பட்டு வரிசை மெல்ல உடைய ஆரம்பித்தது, அடுத்து அவன் என்ன செய்யப் போகிறான் என்பதைப் பார்ப்பதற்காக நாங்கள் காத்திருந்தோம்.

"ரகசியங்கள் வெளிப்படுகின்றன!" என்று ஜிப்ஸி மீண்டும் கத்தினாள், என் சகோதரன் அவளுக்குப் பின்னால் ஊர்ந்து சென்றான், அவளுடைய உடையின் முனையைப் பிடித்து அவனால் முடிந்தமட்டும் மேலே இழுத்தான். அவளது கொலுசுகளை எங்களனைவராலும் பார்க்க முடிந்தது, கால்களையும், தொடைகளின் ஒரு பகுதியையும். சிறுவர்களுள் ஒருவன் நகைக்க, கடந்து போனவர்களில் இருந்ததொரு பெண்கள் குழு எங்களைப் பார்த்து முறைத்தது. ஆனால் அந்த ஜிப்ஸிப்பெண் திரும்பிப் பார்ப்பதற்கும் முன்பாகவே என் சகோதரன் தப்பியோடிப் போனான். ஜிப்ஸியின் கூடை தரையில் விழ நாங்கள் வீட்டை நோக்கி ஓட்டமெடுத்தோம்.

ஒரு கணத்தில், அந்த ஜிப்ஸிப்பெண் எங்கள் வீட்டின் வாயிற்படியில் நின்றிருந்தாள். மரியாதையற்ற சிறுவன் தண்டிக்கப்பட வேண்டும் என அவள் வேண்டுகோள் விடுத்த தருணத்தில் மூக்கின் தங்க வளையம் நடுங்கிக் கொண்டிருந்தது. யார் இதைச் செய்திருக்கக்கூடும் என்பதை அனேகமாக அம்மா யூகித்திருந்தாள், ஆனால் தனது வழக்கமான தந்திரத்தைப் பயன்படுத்த அவள் முடிவு செய்தாள்.

"சரி, இங்கே பார், இவர்கள் இரண்டு பேர் இருக்கிறார்கள்," எங்களைச் சுட்டிக் காட்டி அவள் சொன்னாள். "யாரென்று சொல், உனக்காக நான் அவனை அடித்துத் துவைக்கிறேன்."

ஜிப்ஸிப் பெண்மணி எங்களை உற்று நோக்கினாள். "அடக்கடவுளே, பெண்ணே, அது அத்தனை சுலபமில்லை. ஒரே கூட்டுக்குள் இருக்கும் இரண்டு பட்டாணிகளைப் போல இவர்கள் இருக்கிறார்கள்."

"ஆனால் ஒருவன் தான் உன் உடையைப் பிடித்து இழுத்தான், இல்லையா?"

"ஆமாம்."

"ஆக மற்றவன் அப்பாவி."

"இருவரையும் அடித்து நொறுக்கு," என்றாள் ஜிப்ஸி, "ஆக தவறிழைத்தவன் நிச்சயம் தண்டிக்கப்படுவான்."

"ஏன் இருவரையும் மன்னித்து விடக்கூடாது," என்றாள் என் அம்மா, "இப்படியாக ஒரு அப்பாவியை நான் தண்டிக்கும்படி ஆகாது."

அந்த ஜிப்ஸிப்பெண் எதையோ முனகியவாறே கிளம்பிப் போவதற்காகத் திரும்பினாள், ஆனால் என் அம்மா திரும்பி வரும்படி அவளை அழைத்தாள்.

"அவள் என்ன செய்கிறாள் என்பதைப் பாருங்கள்," எங்களுடைய காதுகளுக்குள் அவள் முணுமுணுத்தாள், "அத்துடன் கவனமாகவும் இருங்கள். சின்னதாக ஒரு வாய்ப்பளித்தால் கூட ஜிப்ஸிகள் உங்கள் கண்ணிமைகளில் இருக்கிற கோஹ்லை[3] திருடிக்கொண்டு போய் விடுவார்கள்!"

அந்த ஜிப்ஸிப்பெண் எங்கள் வீட்டு முற்றத்தில் தன் கூடையுடன் அமர்ந்தாள். என் அம்மாவிடமிருந்து கொஞ்சம் தண்ணீர் வாங்கிப் பச்சை குத்துவதற்கான பசையோடு சேர்த்துப் பிசைந்தாள். அம்மாவினுடைய வலது மார்பை ஒரு கையால் தாங்கிப் பிடித்து மறுகையால் அந்த மார்பினை மெல்ல தேய்த்தவாறே, என்னால் புரிந்து கொள்ளவியலாத மந்திரங்களையும் உச்சாடனங்களையும் அவள் முணுமுணுத்தாள். முதலில் தோலைத் துளையிட்டு உருவரை ஒன்றை வரைந்ததன் வழியாகப் பச்சை குத்தும் பணியை அவள் தொடங்கினாள், பிறகு பசையை மெல்ல மார்பின் மீது தடவினாள். கடைசியில் அம்மாவிடம் ஒரு பச்சைவண்ண வண்டைத் தந்து இரவுநேரத்தில் அதை படுக்கைக்குக் கீழே வைத்துக் கொண்டு தூங்கச் சொன்னாள்.

“கடவுள் விரும்பினால் மருந்து நிச்சயம் வேலை செய்யும்,” என்றாள்.

கிளம்பிப் போவதற்கு முன், அவள் மறுபடியும் என் சகோதரனையும் பிறகு என்னையும் பார்த்தாள். என்ன காரணத்தினாலோ, என்னவென்று எனக்குச் சொல்லத் தெரியவில்லை, அவளுடைய பார்வையை என்னால் சந்திக்க முடியவில்லை. ஆனால் என் சகோதரனை அவள் பார்த்தபோது, அவன் தைரியமாக அவளை ஏறிட்டுப் பார்த்தான்.

“ஆஹா!” என்று அலறினாள், என்னைச் சுட்டிக்காட்டி, “அவன்தான் என்னுடைய உடைகளைப் பிடித்து மேலே இழுத்தவன்!”

அம்மா உள்ளூர நகைத்தபடி என் சகோதரனைப் பார்த்தாள். ஒரு கணம் அங்கேயே நின்றிருந்தவன் கதவின் வழியே வேகமாக வெளியேறி ஓடினான், பலமாகச் சிரித்தவாறே, அவன் முற்றத்தைத் தாண்டிச் சென்ற பிறகும் அந்தச் சிரிப்பு எனது காதுகளுக்குள் ஒலித்துக் கொண்டேயிருந்தது.

மறுநாள், ஜிப்ஸிப்பெண் குத்தியிருந்த பச்சையை எங்களால் தெளிவாகப் பார்க்க முடிந்தது, அம்மாவின் வலது மார்பில் நெளிந்தது ஒரு பிறைநிலவு. என்ன நடந்ததென்று அப்போதும் எங்களுக்குப் புரியவில்லை. என் சகோதரனுக்குப் பாத்தியப்பட்ட மார்புக்கு மட்டும் அத்தனை கவனமும் கிடைப்பதில் நான் பொறாமையாக உணர்ந்தேன். அதன் பிறகும் அம்மா அவ்வப்போது அந்த மார்பினை இறுகப் பற்றுவதையும்

உதடுகளை நேர்கோட்டில் குவிப்பதையும் தொடர்ந்து செய்து கொண்டேயிருந்தாள்.

ஸார்[4]

எங்களுக்கு முன்னால் தெரிந்த காட்சியில் முற்றிலும் தொலைந்தவர்களாக, சுவரை ஒட்டியிருந்த படுக்கையில் நாங்கள் புரண்டோம். அறையின் மத்தியில் தீப்பிழம்பு கனன்று எரிந்தது. பிழம்புகள் தீர்ந்து வெறும் கரியாக அது எஞ்சியபோது, அவற்றிலிருந்து கொஞ்சம் சாம்பிராணியையும் சிவப்புநிறக் கண்களையுடைய சில கறுப்பு விதைகளையும்[5] (குன்றிமணிகள்) அம்மா சேகரித்துக் கொண்டாள். கஸ்தூரி வாசங்கொண்ட நறுமணப்புகை கூரை வரை படர்ந்து பரவியது. கரிக்கு நடுவே கிடந்த குன்றிமணிகள் எங்களைப் பார்த்துக் கண்ணடிப்பதாகத் தோன்றியது.

அகலமாயிருந்த பெண்ணொருத்தி எழுந்து நின்று பறையிசைக்கருவியை உயர்த்தினாள். எங்களின் கவனமெல்லாம் குவிந்திருந்த அவளின் உள்ளங்கை, சீரான ஓசையோடு பறையை இசைக்கத் தொடங்கியது. வேறிரண்டு பெண்களைத் தொடர்ந்து, என் அம்மாவும் சீரானதொரு லயத்தில் நெருப்பைச் சுற்றி வர ஆரம்பித்தாள்.

நடனத்தில் நாங்கள் மயங்கிக் கிடந்தோம். கூடிக்கொண்டே போன பறையிசையின் லயத்தை ஒத்து ஆட அம்மா தன் வேகத்தைக் கூட்டினாள். பெண்கள் முன்னும் பின்னும் சுழன்றாடினார்கள். தெளிவில்லாத ஒளியில் மின்னிய நடனமாடும் உருவங்களைப் புகையினூடாக நாங்கள் பார்த்தோம், தளர்வான ஆடைகளுக்குள் அந்த உடல்கள் அசைவதும் சுழல்வதுமாய் இருந்தன.

திடீரென என் சகோதரன் குதித்தெழுந்து அவர்களோடு இணைந்து கொண்டான், தனது தலையையும் உடலையும் சிலிர்த்தவாறே. ஆனால் பெண்கள் அவனை வெளியே தள்ளினார்கள், மீண்டும் என்னருகே வந்து அமர்ந்தான்.

“கவனி,” என்றான், பறையைக் கையில் ஏந்தியிருந்த பெண்ணைச் சுட்டினான்.

அவளது உடையின் பொத்தான்கள் கழன்றிருக்க, ஊஞ்சலாடுவதைப் போல் ஒன்றாக அசைந்த மார்புகளைத் தெளிவாகப் பார்க்க முடிந்தது, அவளுடைய முகத்தையும் கழுத்தையும் விட அவை வெண்மையாக இருந்தன. அதீதமாய்ப் பரந்து விரிந்த வெண்ணிற மார்புகளை விட்டுத் தனது கண்களை அகற்ற மாட்டாதவனாக என் சகோதரன் இருந்தான்.

வெகுநேரம் நீண்டதாய்த் தோன்றிய சில தருணங்களுக்குப் பிறகு என் அம்மா, முற்றிலும் தீர்ந்து போனவளாக, படுக்கையின் மீது விழுந்தாள். தனது வலது மார்பின் மேல் ஒரு தாயத்தை அவள் பதித்திருப்பதை நான் கவனித்தேன். ஏன், என்னை நானே கேட்டுக் கொண்டேன், நான் சுவைத்த மார்பல்லாமல் ஏன் என் சகோதரன் சுவைத்த மார்புக்கு மட்டும் இத்தனை கூடுதலான கவனத்தை அவள் தருகிறாள்? எனக்குப் பொறாமையாக இருந்தது.

நெருப்பை வெறித்தேன்; கரியெல்லாம் சாம்பலாகிக் கொண்டிருக்க பேய்களின் சிவப்பான கண்களும் மங்கிப் போயிருந்தன. “பாலால் செய்த புட்டுகளைப் போன்ற மார்புகள் அந்த பறையிசைப் பெண்ணுக்கு.” என் சகோதரன் எனது காதுக்குள் முணுமுணுத்தான். “அல்லது இரண்டு பெரிய மாதுளம்பழங்களைப் போல.”

கரித்துண்டுகள் அவ்வப்போது ஒடிந்தும் முறிந்தும் கீழே விழுந்தன, மேலும் கூர்மையான முறிவொலிகள் வெளியிலிருந்து வந்த சத்தங்களோடு இணைந்து ஒலித்தன, நாய்களின் குரைப்புச்சத்தங்களும், தவளைகளின் கரகரப்பொலிகளும், கரும்பு வயல்களில் சலசத்த காற்றின் ஒலியும். நான் தூங்குவதற்கு முன்னதாக, எங்கள் கிராமத்தைக் கடந்து போன ரயில் சீழ்க்கையொலி எழுப்பிச் சென்றது, கன்னிப்பெண் ஒருத்தி கிறீச்சிடும் குரலில் புலம்புவதைப் போல.

மறுநாள் காலை வயல்களில் நாங்கள் அஸாரைப் பார்த்தோம், கிராமத்தைச் சேர்ந்த பெண்களில் ஒருத்தி, தன்னுடைய ஆடுகளைத் துரத்திக்கொண்டே எங்களை நோக்கி வந்தாள்.

“ஹே,” என்று கத்தினான் என் சகோதரன். “அந்தப்பெண் வயதுக்கு மீறி வளர்ந்திருக்கிறாள்!”

ஆடுகளின் நடுவே ஓடி நேராக அஸாரிடம் போனான், வெட்கமேயில்லாமல் அவளுடைய மார்புகளைப் பிடித்துக் கிள்ளினான். அவள் அலறி அவனைச் சாபமிட்டாள், என் சகோதரனை விட்டு விலகிச் செல்வதற்காக கையிலிருந்த குச்சியால் ஆடுகளை வேகமாக நகரும்படி அடித்துத் துரத்தினாள்.

"அவன் என்ன செய்தானென்பதை நீ பார்த்தாய்தானே, இல்லையா?" என்னைப் பார்த்து உரக்கக் கத்தினாள்.

ஒரு கணம் என் சகோதரன் திகைத்து நின்றான். திட்டுவதைப் போன்றொரு பார்வையை நான் அவன் மீது வீசினேன், ஆனால் சற்று நேரத்தில் அவனது உடல் மொத்தமும் சிரிப்பால் குலுங்குவதைக் கண்டேன். அவனுடைய கனத்த சிரிப்பொலி கரும்பு வயல்கள் எங்கிலும் சத்தமாக ஒலித்திருக்கக்கூடும். அவன் சிரிப்பைக் கேட்க பறவைகளும் கூடத் தாங்கள் பாடுவதை நிறுத்தியிருப்பதாக எனக்குத் தோன்றியது.

"நீ என்னை காட்டிக் கொடுக்க மாட்டாய், என்றாலும், செய்வாயா என்ன?" என்று கேட்டான்.

ஆக, அஸார் எங்கள் வீட்டுக்கு வந்தாள், என் அம்மாவிடம் பேசினாள், ஆனால் என் சகோதரன் அவளுக்கு என்ன செய்தான் என்பதைப் பற்றி அம்மாவிடம் எந்தப் புகாரும் சொல்லவில்லை, அல்லது அவள் சொன்ன கதை உண்மைதான் என்பதை நிரூபிக்கும்படி என்னிடமும் கேட்கவில்லை. அவள் செய்ததெல்லாம் கோபத்தோடு அவனிடமிருந்து தனது முகத்தைத் திருப்பிக் கொண்டது மட்டும்தான்.

இலையும் புல்லும்

ஏதேனுமொரு சங்கதி அவளைத் தொந்தரவு செய்கிறதா என நான் அம்மாவிடம் கேட்டேன். அவள் இல்லை என்றாள், ஆனாலும் இழுத்துப் போர்த்திக் கொண்டு வலது மார்பை இறுக்கமாகப் பற்றினாள்.

"வெளியே போ," என்றாள், "சப்பாத்திக்கள்ளியில் இருந்து ஒரு இலையைப் பறித்து வா."

"ஏன்? எங்கிருந்து?"

"சிலைகளைத் தாண்டி," என்றாள், அவள் முகம் சட்டென்று வலியால் சுருங்கியது, "ஆற்றுப்படுகையின் எல்லைக்குப் போனால் நீ மரத்தைப் பார்க்கலாம். நல்ல இலையாக எடுத்துக்கொள். உடனே போ, இதற்கு மேலும் கேள்விகளேதும் கேட்காதே."

காற்று பலமாக வீசும் தோட்டங்களைத் தவிர்த்திட குறுக்குவழிகளைத் தேர்ந்து நான் வயல்களை வந்தடைந்தேன். அசைந்து கொண்டிருந்த கரும்புகளின் நடுவேயிருந்து நீரிறைக்கும் சக்கரங்களைத் தயாரிப்பவனின் மெலிந்த மனைவி காம்ரியா வெளிப்பட்டாள். அவள் என்னை நோக்கி வந்தாள், கண்களில் வித்தியாசமானதொரு பார்வையோடு, கூச்சமும் தைரியமும் ஒன்றுகலந்த பார்வை. ஆச்சரியமாக நான் பார்க்கையில் அவள் தயங்கினாள், ஆனால் புன்னகைத்தபோது அவளும் சிரித்தபடி என்னருகே வந்தாள், என் முகத்தை ஊடுருவிப் பார்த்தவாறே. நான் மீண்டும் ஒரு முறை புன்னகைத்தேன், ஆனால் நான் பேசியபோது, என் குரலைக் கேட்டவுடன், அச்சங்கொண்டு, அவள் சட்டென்று பின்வாங்கினாள். அவளுடைய முகம் வெளுத்தது, கண்கள் தைரியத்தை இழந்திருந்தன, சங்கடமானதொரு உணர்வு மட்டுமே அவளிடம் மிச்சமிருந்தது. அவள் திரும்பி ஓடிப்போனாள்.

ஆற்றுப்படுகையை நோக்கி நடப்பதை நான் தொடர்ந்தேன், இதயம் முழுவதும் என் சகோதரன் மீதான கசப்பால் நிரம்பியிருந்தது. வயல்களில் நான் மட்டும் வேலை செய்யும்படியாக என்னைத் தனியே விட்டு சில நாட்கள் அவன் காணாமல் போயிருந்தான். வேலை மிகக் கடுமையாயிருந்தது. மாலையில் திரும்பி வரும் வழியில் சில மனிதர்கள் என்னைத் தடுத்து நிறுத்தினார்கள். "எங்களால் உன்னைப் புரிந்து கொள்ள முடியவில்லை!" என்றார்கள். "சில நிமிடங்களுக்கு முன்னால்தான் சிரித்தவாறே நகைச்சுவைகளைப் பகிர்ந்து கொண்டிருந்தாய், ஆனால் இப்போதோ இறுக்கமானவனாகவும் களைப்புற்றிருப்பவனாகவும் தோன்றுகிறாய். உனக்கு என்ன ஆனது?"

ரயில் தண்டவாளங்களைக் கடந்தேன். ஆலயத்தினருகே, சிலைகளுக்கு மத்தியில் சில குரல்கள் எங்கிருந்தோ ஒலிப்பதைக் கேட்டேன், ஒரு மெலிந்த பெண்ணின் வடிவான முதுகுப்பகுதி கணநேரம் தோன்றி மறைந்தது; ஒளிந்து கொள்ள ஓடியவளின்

முகத்தை என்னால் பார்க்க முடியவில்லை. நான் அவளைத் தொடர்ந்து செல்ல முயன்றேன், ஆனால் சடாரென்று அங்கு தோன்றிய என் சகோதரன் அகலமாகச் சிரித்தவாறு என்னை மறித்து நின்றான். நான் வலப்புறம் நகர்ந்தேன்; அவனும். நான் இடப்புறம் நகர முயன்றேன்; அவனும் அதையே செய்தான். நான் பல்லைக் கடித்தேன்; என்னைப் பின்பற்றினான். நான் ஆத்திரமாக உறும அவனிடமிருந்து எதிரொலி வந்தது. அதன் பிறகு அவன் சிரித்தான், வயல்களில் கனமாக ஒலித்த அதே சிரிப்பு.

நான் நடப்பதைத் தொடர்ந்தேன், அவன் என் கூடவே வந்தான்.

"காம்ரியாவின் மீது கோபம் கொள்ளாதே. அவள் உன்னுடைய ரத்த உறவாகிறாள்."

முகத்தைச் சுளித்தவாறே நான் மெல்ல முன்னேறி நடந்தேன்.

"நிஜமாகத்தான் சொல்கிறேன். அவளுடைய மகளின் அரசாங்க பிறப்புச் சான்றிதழில் நீரிறைக்கும் சக்கரங்களைத் தயாரிப்பவனே அவளின் தந்தை என்பதாகப் பதிவு செய்திருக்கிறது. ஆனால் நிஜத்தில், ரத்த உறவென்று பார்த்தால் நீதான் அவள் பெரியப்பா."

"என்னை விட்டு விலகிப்போ!" என நான் கத்தினேன்.

"நீதான் அவளுடைய உண்மையான தந்தையின் இரட்டைச் சகோதரன், அதைத்தான் நான் சொல்ல வந்தேன்." தனது சிரிப்புகளில் மற்றுமொன்றை அவன் வழிய விட்டான்.

நான் ஆற்றுப்படுகையின் எல்லையை நோக்கி நடந்தபடியிருந்தேன்.

"அங்கே தென்படும் ஜிப்ஸிக்களின் கூடாரங்களைப் பார்த்தாயா?" எனக்குப் பக்கவாட்டில் ஓடியவாறே அவன் கேட்டான். "அங்கும் எனக்கொரு தோழி இருக்கிறாள்."

"காமுகனே!" நான் வெறிகொண்டு அலறினேன்.

முதல் முறை வயலை விட்டு வெளியேறி ஜிப்ஸிப்பெண்ணின் பின்னால் அவன் சென்ற தருணத்தை நான் நினைவுகூர்ந்தேன்; சில நிமிடங்களில் அவன் திரும்பி வந்தான். அடுத்த முறையும்

கோமாளி | 147

அவளைப் பின்தொடர்ந்து சென்றான், ஆனால் வெகுவிரைவில் திரும்பி வந்தான், இம்முறை அவன் மிகவும் கோபமாயிருந்தான். "ஆர்வமே இல்லாததைப் போல எப்படி நடிப்பதென்பதை இந்த ஜிப்ஸிக்கள் நிச்சயம் நன்கறிவார்கள்" என்றான். மூன்றாவது முறையோ என்னுடைய வேலைகளை நானே பார்க்கும்படி விட்டு விலகி அவள் பின்னால் ஓடினான், "மூன்றாவது முறை நிச்சயம் அதிர்ஷ்டமடிக்கும்!" என்றவாறே. சிறிது நேரத்துக்கு அவனைக் காணவில்லை; ஆனால் திரும்பி வந்தபோது வாய் காதுவரை நீள்வதைப்போல இளித்தான். மறுபடியும் வேலையைத் தொடங்கியபோது ஏதோவொரு பாடலைத் தனக்குள் முணுமுணுத்தான். ஜிப்ஸிக் கூடாரங்களுக்குத் திரும்பும் வழியில் எங்களைக் கடந்து சென்ற அந்தப்பெண் ஒருமுறை கூட நிமிர்ந்து பார்க்கவில்லை. "நீண்டு வளர்ந்திருக்கும் கரும்புகள் அருமையான மறைவிடம், இல்லையா," எனச் சிரித்தபடி சொன்னான்.

நான் அவன் மீது மிகவும் பொறாமையாக உணர்ந்தேன்.

சப்பாத்திக்கள்ளி தென்பட்டது. நான் எனது கத்தியை எடுத்தேன், பயந்து போன என் சகோதரன் நின்று சற்று பின்வாங்கினான். அவனுடைய பயத்தைப் பார்த்து எனக்குள் மிகுந்த மகிழ்ச்சி உண்டானது. ஒரு பெரிய பச்சை இலையைத் தேர்ந்தெடுத்து அதை வெட்டினேன்.

"அது எதற்காக?" என்று கேட்டான்.

நான் அவனைக் கண்டுகொள்ளாமல் வீட்டுக்குத் திரும்பினேன்.

இலையில் இருந்த முட்களை எடுத்துப் போட்ட என் அம்மா அதனை உரலில் போட்டு இடித்து பச்சைநிறக் கூழாக அரைத்தாள். பிறகு பிசுபிசுப்போடிருந்த இலையின் கூழை வலது மார்பின் மீது அரக்கித் தேய்த்தாள், ஒரு பழைய துணியில் அதைச் சுற்றி மார்பை மீண்டும் உடைக்குள் திணித்துக் கொண்டாள்.

"உன்னைக் காயப்படுத்துவது என்னவென்று சொல்," என்றேன்.

"எனக்கு வயதாகிறது," என பதிலறுத்தாள்.

படுக்கையின் மீது படுத்துக் கொண்டாள். "இப்போதிருந்து," அவள் பெருமூச்செறிந்தாள், "நான் வீட்டில்தான் இருக்கப் போகிறேன். வயல்களை இனி நீங்களிருவரும்தான்

பார்த்துக்கொள்ள வேண்டும். உங்கள் அப்பா சென்றபிறகு நான்தான் அவற்றை கவனித்து வந்தேன். இத்தனை வருடங்களாக எந்தவொரு ஆணையும் எனக்கு உதவிட நான் அனுமதிக்கவில்லை, அவர்களில் யாராவது ஒருவரிடம் நான் ஈர்க்கப்படலாம் என்கிற சூழல் இருந்ததால்." அவளுடைய கண்கள் ஈரமாயின. "பரிச்சயமில்லாத ஒரு மனிதனிடம் என்னை ஒப்படைப்பதை எண்ணி நான் பயந்தேன், நான் சொல்வதை நம்பு, நம்மைக் கைவிட்டு ஓடிப்போன உங்களுடைய தந்தைக்காக அல்ல, மாறாக, உனக்காகவும் உன்னுடைய சகோதரனுக்காகவும்."

"அவனுக்குச் சொந்தமான மார்பை நான் என்ன செய்கிறேன் என்று உன் சகோதரனிடம் சொல்லி விடாதே," என்றாள். "அவன் ஆத்திரமடையக்கூடும்."

வெறுமனே உட்கார்ந்தபடியும் உறங்கியவாறும் வெகுகாலம் அவள் வீட்டின் உள்ளேயே இருந்தாள். பிறகு ஒருநாள் காலையில் எழுந்து நைல் நதியை நோக்கிச் சென்றாள். அங்கு நதிக்கரையில் வளர்ந்த சில பச்சிலைகளை வெகு கவனமாகத் தேர்ந்தெடுத்துப் பிடுங்கி எடுத்துக்கொண்டு மீண்டும் வீட்டுக்குத் திரும்பினாள். அவற்றைக் கொஞ்சம் தண்ணீரோடு சேர்த்து பானையில் போட்டு நெருப்பின் மீது வைத்தாள். பானையில் இருந்து பச்சைநிறப் புகை கிளம்பத் தொடங்கியது. முலைக்காம்பு விறைக்கும்வரை தன்னுடைய வலப்புற மார்பை மிகத்தீவிரமாக அழுத்தினாள், பிறகு அந்தக்காம்பினை புகையின் மீது படும்படி வைத்தாள்.

அதே தருணத்தில் உள்ளே நுழைந்த என் சகோதரன் அசையாமல் அமைதியாக நின்றான். அவள் அவனை கவனித்திருக்கவில்லை. பழுப்புநிறத்தில் இருந்த முலைக்காம்பினை புகை அடர்சிவப்பு நிறமாக மாற்றியது. என் சகோதரனுக்கு மூச்சுத்திணறியது. நிமிர்ந்து பார்த்தவள் வேகமாகத் தன் மார்பினை மீண்டும் மேலாடைக்குள் போட்டுக் கொண்டாள்.

நீண்ட நேரத்துக்கு அந்த அமைதி நீடித்தது. தண்ணீர் கொதித்து நெருப்பின் மேல் குமிழிகளாகப் பொங்கியது.

"நாம் ஒரு பெண் மருத்துவரை அழைக்க வேண்டும்," என்றான்.

"வேண்டவே வேண்டாம்," என்றாள்.

“நீ எங்களிடம் முதலிலேயே சொல்லியிருக்க வேண்டும்,” என்று சொல்லி விட்டு அவன் வெளியேறிப் போனான்.

அம்மா முனகினாள். “புறா தவிக்கிறது,” என்று என்னிடம் சொன்னாள், “ஏனெனில் அதன் கூடு அழிக்கப்படுகிறது இல்லையா..”

தன்னுடைய முகத்தை கைகளுக்குள் புதைத்துக் கொண்டவளின் மொத்த உடம்பும் குலுங்கியது. “போய் அவனை நிறுத்து!” என்னிடம் கத்தினாள்.

“மருத்துவர் உனக்குத் தரக்கூடிய மருந்தென்பது நிச்சயம் இலைகளையும் காட்டுப்புற்களையும் விட நல்லதாகத்தான் இருக்கும்,” என்றேன், “மேலும் பச்சை குத்துபவளின் ஊசியைக் காட்டிலும் குறைவாகவே அது உன்னை காயப்படுத்தும்.”

மருத்துவர்

அந்தப் பெண் மருத்துவர் என் அம்மாவின் மார்பைத் தன் கைகளில் ஏந்தியிருந்தாள். முலைக்காம்பினைச் சுற்றி அடர்த்தியானதொரு வட்டம் இருந்தது, இரவில் நிலவு மறைவதற்கு முன்னால் அதைச்சுற்றித் தென்படும் ஒளிவட்டத்தைப் போல. பூதக்கண்ணாடியைக் கொண்டு மருத்துவர் முலைக்காம்பினைப் பார்த்துக் கொண்டிருந்தாள். நானும் பார்ப்பதற்காகக் குனிந்தேன். ஆக அங்கிருந்துதான் பால் சுரக்கிறது, குழந்தையின் பசியைத் தீர்ப்பதாக என் சகோதரனின் வாயால் உறிஞ்சிய பால். எனக்குச் சந்தேகமாயிருந்தது, அவனுடைய மார்பில் என்னுடையதைக் காட்டிலும் அதிகமாக பால் சுரந்திருக்குமா? அது எனக்குச் சுரந்த அதே பால் தானா?

தேனீர்க்கெண்டி கனப்பின் மேல் வீற்றிருந்தது. நெருப்பைச் சுற்றிலும் மனிதர்கள் அமர்ந்து தங்களுக்குள் பேசிக் கொண்டிருந்தார்கள். ஆரம்பத்தில் எங்களை எப்படி நடத்தினார்களோ இப்போதும் அதையே செய்தார்கள். எங்களுக்கும் அமர இடம் தந்தார்கள். ஆனால் என் சகோதரன் பேச ஆரம்பித்தால் அவர்களனைவரையும் சிரிக்கச் செய்வான். அவனுடைய சிரிப்பும் வெடித்துக் கிளம்பும், ரத்தம் பாய்ந்து முகமெல்லாம் சிவக்க அவன் அழகானவனாகத் தெரிந்தான்,

வசீகரமானவனாகவும். அனைவரின் கவனமும் அவன் மீதே நிலைத்திருந்தது. நான் எழுந்து அங்கிருந்து கிளம்பினேன், ஆனால் யாரும் கண்டுகொள்ளவில்லை...

"அவனுக்குச்" சொந்தமான மார்பில் சில ரத்தநாளங்களும் இருந்தன, மெலிதான நீலநிற நாளங்கள், ஜிப்ஸிப்பெண் வரைந்த பச்சைக்கு அடியில் அவ்வப்போது அந்த நாளங்கள் மறைந்து கொள்வதாகத் தோன்றியது. அம்மாவின் முகத்தைக் காட்டிலும் மிக மெலிதானதாக இருந்தது மார்பின் தோல். முலைக்காம்பினைச் சுற்றி சின்னச்சின்ன பருக்கள் தெரிந்தன, மருத்துவர் தனது பூதக்கண்ணாடியை அப்பால் நகர்த்தியவுடன் அவை மறைந்து போயின.

வெள்ளப்பெருக்கால் வெளித்தள்ளப்பட்டு, ஏகமாய் ஈரப்பதத்தை உறிஞ்சியதாக, நைல் நதிக்கரையின் ஒரு துளையிலிருந்து பாம்பு மெல்ல நெளிந்து வெளியேறி வந்தது. நான் துப்பாக்கியால் குறிபார்த்து ஒரே குண்டில் அதன் தலையைச் சிதறடித்தேன். அதிர்ச்சி நிரம்பிய பார்வையால் என் சகோதரன் என்னைப் பார்த்தான்.

"இத்தனை வேகமாகவும் துல்லியமாகவும் உன்னால் சுட முடியுமா?" என்று கேட்டேன், சந்தேகத்தோடு.

"என்னால் கிராமத்தின் எந்தவொரு பெண்ணையும் உற்றுப்பார்க்க முடியும், அவளுடைய காதில் அர்த்தமேயில்லாத சில வார்த்தைகளைச் சொல்லி அவளை வெட்கப்படவும் வைக்க முடியும். உன்னால் அது முடியுமா?"

என்னுடைய ஆத்திரம் அதிகரித்தது. இறந்து கிடந்த பாம்பைத் தூக்கி அவனுடைய முகத்தின் மீது வீசியெறிந்தேன், ஆனால் அவன் திரும்பிக் கொண்டான்.

"கவனமாயிரு," விரலால் எச்சரிக்கை செய்தவாறே அவன் சொன்னான். "ஒவ்வொரு பாம்புக்கும் துணையொன்று இருக்கும். இதனைத் தேடிக்கொண்டு அது நிச்சயம் வரும்."

சிரித்துக் கொண்டே அவன் கிளம்பிப் போனான். எனக்குள் பொறாமையாக உணர்ந்தேன். அனேகமாக, அவனை என் விரோதியாகவே எண்ணினேன்...

மருத்துவர் என் அம்மாவின் மார்பை விடுவித்தாள். அது தொய்ந்து விழவில்லை, மாறாக முன்பக்கம் நன்கு விறைத்தபடி நிமிர்ந்து நின்றது.

"நான் இன்னும் சில சோதனைகள் செய்ய வேண்டும்," என்றாள் மருத்துவர், "சில எக்ஸ்ரேக்களும் எடுக்க வேண்டும்."

சில நாட்களுக்குப் பிறகு மருத்துவர் தன் முடிவை அறிவித்தாள். "மொத்த சிக்கலும் இப்போது தெளிவாகப் புரிகிறது," உணர்வற்ற குரலில் அவள் சொன்னாள்.

தன் பிரத்தியேக சிரிப்புகளில் ஒன்றை என் சகோதரன் அம்மாவை நோக்கி வீசினான், அவளும் திரும்பி அவனைப் பார்த்தாள், அவளுடைய கண்கள் தெளிந்திருந்தன.

"இது புற்றுநோய்," சின்ன தயக்கத்துக்குப் பிறகு மருத்துவர் சொன்னாள்.

நான் வெருண்டேன்.

"இருக்கவே முடியாது!" என் சகோதரன் முணுமுணுத்தாள்.

"அந்த மார்பை அகற்றியாக வேண்டும்," மருத்துவர் தொடர்ந்து பேசினாள்.

"வேண்டாம்!" இப்போது என் அம்மா சொன்னாள்.

"மிகக்கெடுதலான சங்கதி, நிச்சயம் அதை அகற்றியே ஆக வேண்டும்," மருத்துவர் மீண்டும் அழுத்திச் சொன்னாள்.

"வேண்டாம்!" என் சகோதரனைப் பார்த்தவாறே அம்மா பேசினாள்.

"நீங்கள் நிம்மதியாயிருக்க அது ஒன்றுதான் வழி" என்றாள் மருத்துவர்.

அம்மா என் சகோதரனை விட்டுத் தன் பார்வையை அகற்றவேயில்லை.

"மருந்துகளால் குணப்படுத்த இயலாதா?" மருத்துவரிடம் நான் கேட்டது எனக்கும் கேட்டது.

"இல்லை. அறுவை சிகிச்சை மட்டுமே இதற்கு இருக்கக்கூடிய தீர்வு."

அம்மா என் சகோதரனை அணைத்துக் கொண்டாள். "அதை அகற்றுவதை எப்படி நான் அனுமதிக்க முடியும்," என்று கேட்டாள், "என்னுடைய இந்த மகன் இங்குதான் முலைப்பால் அருந்தினான் எனும்போது?"

மருத்துவர் தனது சாதனங்களை சேகரித்துக் கொண்டாள்.

"அவனுடைய சின்னஞ்சிறு நகங்கள் அதனைத் தொடுவதை என்னால் உணர முடிகிறது," என் அம்மா தொடர்ந்து பேசியபடியிருந்தாள்.

மருத்துவர் கதவை நோக்கி நகர்ந்தாள்.

"அத்தோடு முலைக்காம்பை அவன் செல்லமாகக் கடிப்பதையும் என்னால் இன்னும் உணர முடிகிறது."

என் சகோதரனின் முகம் முழுதாய் நிறமிழந்திருக்க எங்கோ வெறித்துக் கொண்டிருந்தான்.

"உன்னுடைய மார்புகள் வற்றி விட்டன," கதவினருகே நின்றிருந்த மருத்துவர் சொன்னாள். "உன் குழந்தை வளர்ந்து விட்டான்; இப்போது அவனொரு இளைஞன். இனிமேலும் அவன் முலைப்பால் அருந்துபவனில்லை."

"மறுபடியும் நீ வீட்டுக்குத் திரும்பி வந்ததில் மகிழ்ச்சி," அம்மாவிடம் நானிதைச் சொல்வது எனக்கும் கேட்டது.

"இனிமேல் நீ வலியால் துன்பப்பட மாட்டாய்," கரகரப்பான குரலில் என் சகோதரன் சொன்னான், "அதுதான் முக்கியம்."

அவளுடைய கருப்புநிற முக்காடு மார்பையும் மறைத்திருந்தது. அதை அவள் விலக்கியபோது, ஒருகணம் அவன் அதை உற்றுப் பார்த்தான். ஒரு மார்பு மட்டும். வலப்புறமிருந்த உடை தோளிலிருந்து நேர்கீழாகத் தொங்கியது... நாங்கள் சிறுவர்களாக இருந்தபோது, எங்களுக்கு இனிப்புகள் வாங்க அதற்குள்ளிருந்துதான் அவள் பணம் எடுத்துத் தருவாள்...

இதற்கு முன் நான் பார்த்திராத ஏதோவொன்று என் சகோதரனின் பார்வையில் இருந்தது. வாழ்வில் முதன்முறையாக,

கோமாளி | 153

தோற்றுப்போனவனாகத் தோற்றமளித்தான்; அவனுடைய கண்ணிமைகள் துடித்தன.

படுக்கையின் விரிப்பை எடுத்துத் தட்டிய அம்மா கால்களைக் குறுக்காக மடக்கி அதன் மீது அமர்ந்தாள். "நீங்களிருவரும் வயலுக்குக் கிளம்பும் நேரம்," எங்களைப் பார்க்காமலே அவள் சொன்னாள்.

வழியில் சில கிராமத்து மக்களை நாங்கள் சந்தித்தோம். எங்களை வினோதமாகப் பார்த்தார்கள், ஏனென்றால் என் சகோதரனும் தற்போது என்னைப் போலவே களைத்துப் போனவனாகவும் உயிர்ப்பற்றவனாகவும் தென்பட்டான்.

"எங்களைக் கொஞ்சம் உற்சாகப்படுத்து, பேசு, சிரி, ஏதாவது செய்," அவர்களில் ஒருவன் ஆச்சரியமாகச் சொன்னான். "உங்களில் யார் வேடிக்கைகள் சொல்பவன்?"

"அம்மா ஒருத்தி மட்டுமே நம்மை சரியாகப் பிரித்தறிந்து அடையாளம் சொல்லக்கூடியவள்," என் சகோதரன் என்னிடம் சொன்னான். "ஏதேனும் ஒரு மூலையில் அவள் குந்தியிருக்கக்கூடும், ஆனால் நாம் உள்ளே நுழையும் விதத்தைக் கொண்டே யாரென்பதை அவள் சரியாக அனுமானிப்பாள். திரும்பிப் பார்க்காமல் நமது பெயரைச் சொல்லியழைப்பாள். அல்லது நாம் நடக்கும் நடையை வைத்துக் கூட நம்மை அடையாளம் சொல்வாள், வெறும் வாசத்தைக் கொண்டே தனது கன்றுகுட்டிகளை உணரும் தாய்ப்பசுவைப் போல."

"மேலும் நாம் வளர்ந்தபோது," நான் சொன்னேன், "இருவரும் வீட்டுக்குத் திரும்பும் நேரத்தை வைத்தே அவள் தெரிந்து கொள்வாள். வேலை செய்து சோர்வுற்றவனாக நான் எப்போதும் மதியநேரங்களில் திரும்பி வருவேன், ஆனால் நீயோ இரவில் நேரங்கழித்து வீட்டுக்குத் திரும்புவாய், எப்போதும் தள்ளாடியவாறே."

மறுபுறம், அவனுடைய சிரிப்பும் நகைச்சுவையும் மீண்டும் தொடங்குவதற்காக கிராமத்தார் காத்திருந்தார்கள் என எனக்குள் நானே சொல்லிக் கொண்டேன், ஆக அவர்கள் அவனைச் சுற்றி அமர்வார்கள். பிறகு வழக்கம்போல நான் மீண்டும் வட்டத்துக்கு வெளியே நின்றிருப்பேன்!

“அந்த மார்பின் மீது என் தலையைச் சாய்ப்பதை நான் அத்தனை விரும்பினேன்,” வயலை அடைந்த பிறகு அவன் என்னிடம் சொன்னான்.

கரும்புகளைத் தடுத்த களைகளை நான் அறுக்கத் தொடங்கினேன்.

“அது மென்மையாகவும் வெதுவெதுப்பாகவும் இருக்கும். அதன் மீது தலையை வைத்திருக்கும்போது அவள் மூச்சு விடுவதை என்னால் உணர முடியும்,” அவன் தொடர்ந்தான்.

“அதைப் பற்றியே யோசிப்பதை நிறுத்தி விட்டு வேலையைப் பார்,” என்றேன்.

“அவளுடைய இருதயம் துடிப்பதைக் கூட என்னால் கேட்க முடியும், அது வலப்புற மார்பாக இருந்தபோதும்.” அவனது குரல் நடுங்கியது. வாழ்நாள் முழுதும் அவனொரு கோமாளியாக இருந்திருக்கிறான், எனக்குள் சொல்லிக் கொண்டேன்; கூடிய விரைவில் இந்த சோகத்தையும் அவன் கடந்திடுவான். நீரிறைக்கும் சக்கரங்களைத் தயாரிப்பவனின் மகள் விளையாடிக் கொண்டிருந்த இடத்தைக் கடக்கையில் அவளைச் சுட்டிக்காட்டி அவனுடைய கவனத்தைத் திருப்ப முயன்றேன். அவன் அவளை ஆதுரமாகப் பார்த்தான். அந்தச் சிறுமி அவனைத் திரும்பிப் பார்த்து கண்ணடிக்கவும் செய்தாள்! அவன் சிரிக்கவில்லை.

“உனக்கு நினைவிருக்கும், நிச்சயமாக,” நான் சிரித்துக்கொண்டே சொன்னேன், “ரத்த உறவின்படி நான் அவளுடைய பெரியப்பா இல்லையா, அவள் அப்பாவின் இரட்டைச் சகோதரன் என்கிற முறையில்..”

ஆனால் அப்போதும் அவன் சிரிக்கவில்லை. சிறுமி எங்களிடம் ஓடி வந்தாள், அவனுடைய தளர்வான நடையுடன் சோகத்தையும் கிண்டல் செய்வதைப்போல. அவன் மெலிதாக முறுவலித்தான். அவள் சிரித்தாள்; ஒரு சிறுமியின் கீச்சுக்குரல் நகைப்பு, ஆனால் பலத்த ஓசையை உண்டாக்கும் திறன் அதற்கிருந்தது. பிரத்தியேகமான தனது பலத்த சிரிப்புகளில் ஒன்றை அவனும் வெளிப்படுத்தினான், அவர்களிருவரும் ஒன்றாகச் சேர்ந்து பலமாகச் சிரிக்கவும் ஒருவர் மற்றவரை எதிரொலிக்கவும் செய்தார்கள்.

ஆனால் மீண்டும் வீட்டுக்கு வந்து, என் அம்மாவின் ஒற்றை மார்பைப் பார்த்தபிறகு, வாடியவனாக அவன் மறுபடியும் வெளியே உலாவச் சென்றான். தொழிற்சாலையின் சங்கு ஊளையிட்டது.

"என் அம்மா இனி ஒருபோதும் முழுமையான பெண்ணாக இருக்கமாட்டாள்," அவன் பெருமூச்சு விட்டான்.

ரயில்

அவனைச் சிரிப்பூட்ட என்னால் யோசிக்க முடிந்த அனைத்தையும் நான் செய்தேன். வருத்தத்தோடும் எப்போதும் எதையோ யோசித்துக் கொண்டிருப்பவனாக அவனைப் பார்ப்பதைக் காட்டிலும் மறுபடியும் ஒரு கோமாளியாக அவன் மாறுவதே நல்லது என்று எனக்கு நானே சொல்லிக்கொண்டேன், எப்போதும் நான் பொறாமை கொண்டிருந்தவனாக அந்தக் கோமாளி இருந்தான் என்றபோதும்.

மாகாணத் தலைநகருக்கு நான் அவனை அழைத்துப்போனேன். கடைகளில் ஏறி இறங்கியவாறே நகரத்துப் பெண்களை நோட்டமிட்டோம், ஆனால் அவனுடைய மனநிலையில் எந்த மாற்றமுமில்லை. தங்கப்பல்லோடு இருந்த ஒரு பெண் அவளுடைய உடலைக் குலுக்கி நடனமாடுவதைப் பார்த்தவாறே ஜிப்ஸி முகாமில் அருந்திய ஒரு தேநீரோடு அன்றைய தினத்தை முடித்தோம். அவளுடைய கண்கள் கோஹ்லால் அடர்த்தியாக அலங்கரிக்கப்பட்டிருந்தன, கன்னத்தில் செயற்கையாய் ஒரு மச்சம் வரைந்திருந்தாள். அவள் குண்டாயிருந்தாலும், மிகுந்த உற்சாகத்தோடு உடலை நன்றாகக் குலுக்கினாள். அவள் அணிந்திருந்த ஆடைகள் அவளுடைய பெருத்த மார்புகளை எளிதில் வெளிக்காட்டின. அவளின் ஒவ்வொரு தீவிர அசைவுக்குமேற்ப அவை ஊஞ்சலாடின. பார்வையாளர்களுக்கு மார்புகள் அப்பட்டமாகத் தெரியும் வண்ணம் முன்புறம் நன்றாக வளைந்து நடனமாடினாள், கூட்டம் உற்சாகமாகக் கூச்சலிட்டது. அவர்களைப் பார்த்து அவள் புன்னகைத்தாள். வயது அதிகமென்றாலும் அவள் இன்னும் அழகாய்த்தானிருந்தாள்.

வீட்டுக்குத் திரும்பும் வழியில் என் சகோதரன் அமைதியாயிருந்தான். நான் அவனைப் பேச வைக்க முயன்று

தோற்றேன். தலையசைப்பது மட்டுமே அவனுடைய பதிலென்பதைப் போலிருந்தான். இருட்டிலும் என்னால் நன்றாகப் பார்க்க முடிந்தது, அவனது முகபாவத்தை. சர்க்கரை ஆலையை நெருங்கிய சமயத்தில், உயரேயிருந்த சாளரங்களின் வழியே வெளிச்சம் எங்கள் மீது விழ உள்ளே இயங்கிக் கொண்டிருந்த இயந்திரத்தின் ஒலியை நாங்கள் கேட்டோம்.

"தொழிற்சாலை ரயிலில் நாம் ஆடக்கூடிய விளையாட்டு உனக்கு நினைவிருக்கிறதா?" என்றேன்.

அவன் தலையை ஆட்டினான்.

"ரயிலில் வரிசையாகச் சேர்ந்து கொள்ளக்கூடிய குழந்தைகளை?"

மறுபடியும் ஒரு தலையசைப்பு.

"தானியம் அரைப்பவனின் மனைவி ஞாபகமிருக்கிறாளா?"

சாளர வெளிச்சத்தில் சட்டென்று தோன்றி மறைந்த சிறிய புன்னகையை நான் கண்டுகொண்டேன். இயந்திரங்கள் தடதடக்கும் ஒலியை என்னால் கேட்க முடிந்தது... தொழிற்சாலை சங்கு ஊளையிட்டது. அன்றைய தினத்தின் வேலை முடிந்திருக்க, பணிநேரச் சீருடைகளிலிருந்து தங்களுடைய வழக்கமான ஆடைகளை மாற்றிக் கொள்வதற்கென ஆலையின் மாதாந்திரக் கூலியாட்கள் கட்டிடத்தை விட்டு வெளியேறி வந்தார்கள். தினசரிப் பரிசோதனை நடந்து முடிந்திருந்தது. ஒருகணம் அவர்கள் முற்றத்தில் நின்றிருந்தார்கள், நிர்வாணமாக. நாங்களிருவரும் அப்போதுதான் அவளைப் பார்த்தோம் - தானியம் அரைப்பவனின் மனைவி, காலியான அட்டைப்பெட்டிகளுள் ஒன்றில் அவள் ஒளிந்திருந்தாள் - நிர்வாணமான ஆண்களைப் பார்ப்பதற்காக!

"ஆண்களின் அந்தரங்கப்பகுதிகளைத்தான் அவள் பார்க்கிறாள், இல்லையா!" என்றான் என் சகோதரன்.

மிகவும் கவனமாக அவர்களைப் பார்த்துக் கொண்டிருந்ததால் பின்னாலிருந்து பாய்ந்து அவளைப் பயமுறுத்தும்வரை அவனை அவள் கவனிக்கவில்லை. அங்கிருந்து கிளம்பிப் போக முயற்சி செய்தாள், ஆனால் பெண்பூனையின் கழுத்தை ஒரு ஆண்பூனை பற்றி இழுத்துச் செல்வதைப்போல அவன் அவளுடைய இடுப்பை வளைத்துப் பிடித்தான். அவள் அவனை வெறித்தாள்.

கோமாளி | 157

“உனக்கு என்ன வேண்டும்?” என்று கேட்டாள், அவனை எதிர்ப்பதைப் போல அவனுடைய மார்பைப் பிடித்துத் தள்ளியவாறே. “என்னைப் போக விடு! என்னைப் போக விடு.”

அவன் சிரித்துக்கொண்டே அவளை பாரவண்டியின் தரைப்பகுதியில் தள்ளி கீழே வீழ்த்தினான், எந்தவொரு வார்த்தையும் சொல்லாமல் அவளும் படுத்துக் கொண்டாள். சில மாதங்களுக்குப் பிறகு அவளுடைய கணவன், தானியம் அரைப்பவன், தனது காலபியாவில் ஒட்டியிருந்த மாவுத்துகள்களைத் தட்டி விட்டவாறு கிராமத்தின் வீதிகளில் நடந்து கொண்டே தன்னுடைய மனைவி கர்ப்பமாகியிருப்பதாக அறிவிக்கவும் செய்தான். ஆகக் கடைசியாக அது நடந்தே விட்டது, என்று கிராம மக்கள் குதூகலித்தார்கள். அவள் நம்பிக்கையை மொத்தமாக இழந்திருந்தாள். நடக்க வேண்டியிருக்கும் நேரத்தில்தான் எதுவும் நடக்கிறது...

அடுத்த சாளரத்தின் வெளிச்சத்தில் அவன் புன்னகைப்பதை என்னால் தெளிவாகப் பார்க்க முடிந்ததால் நான் சத்தமாகச் சிரிக்க அவனும் சிரித்தான், ஆனால் அவனுடைய சிரிப்பு வித்தியாசமானதொரு தொனியைக் கொண்டிருந்தது:

“நான் மறந்தே போய்விட்டேன்,” என்றான், “அன்றைய தினம் நீயும் என்னோடு இருந்ததை. நம்பு, அவள் குதூகலமாயிருந்தாள். அவளுடைய உடல் வெதுவெதுப்பாக இருந்தது. நாங்கள் உருண்டு கொண்டேயிருந்தோம், எங்களால் பார்க்க முடிந்ததெல்லாம் உயரமான ஈச்சமரங்களின் மேற்பகுதியும் தொழிற்சாலையில் இருந்து வெளியேறிய புகையும், மேலே தெரிந்த வானமும் பிறகு எங்களுக்குக் கீழேயிருந்த பாரவண்டியும் தரையும் கூட.”

மகன்

தொடர்ந்த நாட்களில் அவன் இரவில் வெளியேறிச் சென்று விடிகாலையில் திரும்பி வந்தான். எப்போதும் விடிகாலையில்தான்; மிகவும் களைப்புற்றவனாக, அவன் வீட்டுக்குத் திரும்பும் சமயங்களிலும் அம்மா விழித்திருப்பதைப் பார்த்தான். மூன்று முறை அவளை முத்தமிடுவான், அவளுடைய கன்னத்தில் இருந்த பச்சைக்குறியின் மூன்று

வரிகளிலும் தனித்தனியாக, பிறகு அவள் அவனைப் பார்த்துப் புன்னகைத்து அவனுடைய தவறுகளனைத்தையும் மன்னிப்பாள். ஆனால் என்னைப் பொறுத்தமட்டில் எப்போதும் அது அப்படி இருந்ததில்லை. நான் அவளை என் இதயத்துக்குள் முத்தமிடுவேன், எனது கண்களால், வெளிப்படையாக இப்படி உணர்வுகளை வெளிக்காட்டுவதென்பது எனக்கு ஒருபோதும் சாத்தியமானதில்லை.

கரும்புகளை நாங்கள் அறுவடை செய்து வண்டிகளில் ஏற்றி தொழிற்சாலைக்கு அனுப்பி வைத்து விட்டு, சூரியாஸ்தமனத்தில் வீட்டுக்குத் திரும்பினோம். அம்மா எங்களிருவருக்கும் உணவளித்தாள். நான் உடனடியாகப் படுக்கச் சென்றேன், ஆனால் என் சகோதரனோ முகம் கழுவிக்கொண்டு மறுபடியும் வெளியே சென்றான்.

மறுநாள் காலை நான் விழித்துப் பார்த்தபோது என் அம்மாவின் முகம் வெளுத்திருந்தது, அழுகையால் அவளுடைய கண்கள் சிவந்திருந்தன.

"அவன் இன்னும் வீட்டுக்கு வரவில்லை," என முணுமுணுத்தாள்.

அவனைத் தேடி நான் முதலில் மாகாணத் தலைநகருக்கும் பிறகு ஜிப்ஸி முகாமுக்கும் சென்றேன். ஆனால் ஜிப்ஸிகள் கிளம்பிப் போயிருந்தார்கள்; எங்கே என யாருக்கும் தெரியவில்லை. தங்கப்பல்லோடு இருந்த ஜிப்ஸிப்பெண் நடனமாடியதை நாங்கள் பார்த்த நாளை நினைத்துக் கொண்டேன். அவளுடைய மார்புகளை விட்டு அவன் தன் கண்களை அகற்றவேயில்லை. அவளது வட்டமான இடுப்பையோ, பாதி-திறந்திருந்த உதடுகளையோ அல்லது அடர்த்தியாக கோஹ்லால் அலங்கரிக்கப்பட்ட கண்களைக்கூட அவன் கண்டு கொள்ளவில்லை. நன்கு கீழிறக்கி வெட்டப்பட்ட உடைகளின் மெலிதானத் துணிகளின் கீழே அசைந்த அவளின் மார்புகளை மட்டுமே அவன் வெறித்துப் பார்த்திருந்தான்.

ஏமாற்றமடைந்தவனாக நான் என் அம்மாவிடம் திரும்பிப்போனேன். முன்பை விட அதிகம் வெளுத்திருப்பதாகத் தெரிந்த அம்மா வெறுமனே அமைதியாக அமர்ந்திருந்தாள், சாப்பிட மறுத்து விட்டாள்.

ஒருநாள் கொஞ்சமாகத் தண்ணீர் அருந்திய பிறகு அவள் சொன்னாள், "நாசமாய்ப்போக சபிக்கப்பட்ட மனிதனான அவன் தந்தை." ஆனால் அவளது குரல் மொத்தமும் காதலால் நிறைந்திருந்தது.

ஜிப்ஸிப்பெண் என் சகோதரனை மயக்கி விட்டதாகவும் இருவரும் சேர்ந்து ஓடிப்போய் விட்டார்களென்றும் கிராம மக்கள் நம்பினார்கள். ஜிப்ஸிக்களிடம் அவன் தற்போது முரசறைபவனாக பணி செய்வதாக அவர்கள் சொன்னார்கள், வாயில் ஒரு தங்கப்பல்லை அணிந்திருப்பதாகவும். நீரிறைக்கும் சக்கரத்தைத் தயாரிப்பவனின் மனைவி விசும்பினாள், தானியம் அரைப்பவனின் கர்ப்பமான மனைவியோ எங்கள் வீட்டுக்கு வந்து என் அம்மாவோடு சேர்ந்து அமரத் தொடங்கினாள். வேறு பல பெண்களும் அவளைப் பார்க்க வந்தார்கள்.

கோடைக்காலத்தின்போது கிராம மனிதர்களில் ஒருவன் கெய்ரோவுக்குச் சென்று திரும்பியபோது பாப் அல்-ஹதீத்[6] ரயில் நிலையத்தில் சுற்றிக் கொண்டிருந்த என் சகோதரனைக் கண்டதாகச் சொன்னான்; ராம்சேஸின் மாபெரும் சிலைக்கு முன்னால் இருந்த நீருற்றின் அருகே அவன் அமர்ந்திருந்ததாக கிராமத்தான் சொன்னான், வழக்கம் போல சிரித்தவாறே!!! வேறு யாரோ அதை இல்லை என்று மறுத்தார்கள், அந்தத் தகவலைத் தவறென்றார்கள், அஸ்வானில் உள்ள காட்டராக்ட் விடுதியில் என் சகோதரன் பணிபுரிவதாக அவன் கேள்விப்பட்டிருந்தான்!

பிறிதொரு நாள் வேறு கிராமத்தான் ஒருவன் என் சகோதரனை கெய்ரோவின் சாய்யிதா ஸாய்னேப் மசூதியினருகே உறங்கிக் கொண்டிருக்கும்போது தான் பார்த்ததாகச் சொல்ல வந்தான்; தாடி வளர்த்து, கசங்கிய ஆடைகளை அவன் அணிந்திருந்தாகச் சொன்னான்; என் சகோதரன் ஒரு தர்வீஷாக மாறியிருந்ததாகவும், பல வழிகளிலும் அல்லாவால் ஆட்கொள்ளப்பட்டிருந்த தர்வீஷுகளோடு சேர்ந்து அங்கே அவன் சிரித்துக் கொண்டிருந்ததாகவும்.

இவை எதையும் என் அம்மா நம்பவில்லை. அவள் வீட்டின் உள்ளேயே இருந்தாள், ஆனால் எப்போதும் கதவைப் பார்த்தபடியிருந்தாள், பகல் நேரத்தில் மிக அகலமாகவும் இரவில் சற்றே ஒருக்களித்தும் அது திறந்து கிடந்தது. சில காலத்துக்குப் பிறகு, அவள் தன் மகனுக்காகக் காத்திருக்கிறாளா அல்லது தன்

கணவனுக்காகவா என்பதை என்னால் தெளிவாகச் சொல்ல முடியவில்லை.

அவ்வப்போது தான் இழந்த மார்பு இருந்த இடத்தை அழுத்தித் தேய்ப்பாள். அப்போதெல்லாம், என் சகோதரனுடைய பலத்த சிரிப்பொலியைத் தொலைத்தவனாக, நான் இருண்ட கிராமத்தின் இரவுக்குள் நடந்து செல்வேன். முன்போல எதுவும் அதன் இயல்பில் இல்லை.

இப்போதெல்லாம் கிராமத்து மனிதர்கள் என்னை வித்தியாசமாகப் பார்க்கிறார்கள். அமைதியும் வற்புறுத்தலும் நிரம்பிய அவர்களின் பார்வைகள் இப்படிச் சொல்வதாகவே எனக்குத் தோன்றியது, "கோமாளி எங்கோ போய் விட்டதால் இப்போது நாங்கள் உன்னிடம் மாட்டிக் கொள்ளும்படி ஆகிவிட்டது, இல்லையா?"

கரும்புவயல்களில் மீண்டும் பச்சையம் துளிர்விட, உயரமான ஈச்சமரம் ஒரு ராட்சத ரோஜாவைப் போல தன் கிளைகளை வானத்தை நோக்கிக் கிளர்த்துகிறது. அம்மாவின் கன்னத்தில் உள்ள மூன்று-வரிகளாலான பச்சையை நினைத்துக் கொள்கிறேன், என் சகோதரன் அவற்றை முத்தமிடும் வழிமுறையையும்; என் அம்மாவின் கண்ணீர் அவள் கன்னங்களில் வழிந்தோடுவதைப் பார்க்கிறேன்.

என் சகோதரன் மீது பொறாமை கொண்டிருந்ததையும் அவனை விரோதியாக எண்ணியதையும் நினைக்கையில் நான் குற்றமாய் உணர்கிறேன்.

கோமாளி என்றாவது திரும்பி வருவானா என நான் வியக்கிறேன்!

குறிப்புகள்

1. ஃபாரோக்கள் (Pharaohs) – எகிப்திய அரசர்கள்.

2. காலபியா (Gallabiyya) – எகிப்திய மக்கள் அணியும் நீண்ட அங்கி.

3. கோஹ்ல் (Kohl) – கண்ணிமைகளை அலங்கரிக்கும் தொன்மையான அலங்காரப் பொருள். மத்திய கிழக்குப் பகுதியிலும் வடக்கு ஆப்பிரிக்காவிலும் பரவலாகப் பயன்படுத்தப்படுகிறது.

4. ஸார் *(Zar)* – நோய்களையும் உளச்சிக்கல்களையும் உருவாக்கும் பேய்களை விரட்ட நடத்தப்படும் ஆப்பிரிக்கச் சடங்குமுறை. ஊடகமாகப் பெரும்பாலும் கருப்பினப் பெண்களே செயல்படுவார்கள்.

5. சிவப்புநிறக் கண்களயுடைய கருப்பு விதைகள் ***(Black seeds with red eyes)*** – ஸார் சடங்கில் நறுமணத்துக்காக எரிக்கப்படும் குன்றிமணிகள்.

6. பாப் அல்–ஹதீத் ***(Bab Al-Hadeed)*** – கெய்ரோவின் பிரதான ரயில் நிலையம்.

- **நடுகல்**

○ ○ ○

மிர்ஸா வஹீத்

(Mirza Waheed – India)

நாவலாசிரியர். பத்திரிகையாளர். காஷ்மீரில் பிறந்து வளர்ந்தவர். தற்போது லண்டனில் வசிக்கிறார். *பிபிசி, அல் ஜஸீரா, கார்டியன், கிராண்டா, நியூயார்க் டைம்ஸ், குவெர்னிகா* போன்ற பத்திரிகைகளில் தொடர்ந்து எழுதி வருகிறார். 2011–இல் வெளியான இவருடைய முதல் நாவலான *The Collaborator* கார்டியன் விருதுக்கான இறுதிப் பட்டியலில் இடம்பெற்றது. அந்த வருடம் வெளியானவற்றில் சிறந்த புத்தகம் என இந்த நாவலை டெலிகிராப் அறிவித்தது. வஹூத்தின் இரண்டாவது நாவலான *The Book of Gold Leaves* 2014–இல் வெளியாகி தெற்காசிய இலக்கியத்துக்கான *DSC Prize* விருதுக்கான இறுதிப் பட்டியலில் தேர்வு செய்யப்பட்டது. *Saffron* என்கிற இந்தக்கதை குவெர்னிகாவில் வெளியானது.

காவி

மிர்ஸா வஹீத்

அவள் அதிகமாக சத்தமிடவில்லை. ஆனால் எனக்குத் தெரியும், உறக்கத்தில் கூட, என்னமோ சரியில்லை. அது குறித்து எனக்குக் கனவுகள் வந்திருக்கின்றன, ஆகவே எனது படுக்கையை விட்டு எழுந்து தோட்டத்தின் இறுதி முனையிலிருந்த தொழுவத்துக்கு நடந்தேன். வேகமாய்க் கடந்து போக முயன்றாலும் புற்களினூடாக நடக்கக் கடினமாயிருந்தது - அவற்றைச் சமப்படுத்த வேண்டுமெனக் கிட்டத்தட்ட ஒரு மாத காலமாக நினைத்திருந்தேன், ஆனால் செய்திருக்கவில்லை.

என்னைப் பார்த்ததற்கான எவ்வித ஒப்புகையோ சத்தமோ இல்லை. அவளுடைய மூக்கைச் சுற்றிலும் ஒட்டியிருந்த வைக்கோலை உதறத் தலையை மட்டும் லேசாக அசைத்தாள். மிகவும் சன்னமாய் ஒரு சத்தத்தை மட்டும் வெளியிட்டாள், மெல்லிய ஆனால் பொருட்படுத்தும்படியான சத்தம், எனக்கு நன்கு பழக்கமானதும் கூட.

வேதனையின் அறிகுறிகளேதும் தென்படுகின்றதா என அவள் முகத்தில் தேடினேன், கால்களுக்குக் கீழிருந்த தூசடர்ந்த நிலத்தையும் பார்த்தேன், பிறகு தலைக்கு மேலிருந்த பழங்காலக் கூரையையும். உபத்திரவம்

தரும் எதையும் நான் பார்க்கவில்லை. திருப்தியடைந்தவனாக, தூங்கத் தயாராகும் வகையில் தனிமையில் அவளை விடுத்துக் கிளம்பினேன். வீட்டுக்குத் திரும்பி நடக்கையில், தொழுவத்துக்குப் பின்னால் அசைந்த நிழல்களை உண்மையாகவே நான் பார்த்தேனா இல்லையா எனக் குழம்பினேன்.

இங்கே, மாலைகளும், இரவுகளும், சில சமயங்களில் அதிகாலை நேரங்களும் கூட அரூபத்தோற்றங்களால் நிறைந்திருக்கும். *ஒருபோதும் உங்களால் உறுதியாகச் சொல்ல முடியாது*, அப்பா அடிக்கடி சொல்வார்.

தோட்டத்தின் இருபுறமுமிருந்த போப்லார் (நெட்டிலிங்கம்) மரங்கள் அமைதியோடும் திண்மையோடும் கம்பீரமாக நின்றிருந்தன; உயரமாக, கருநிறத்தில், மேலும் முழுமையான திடத்தோடு வளர்ந்த மரங்கள், பிரார்த்தனையில் வானோக்கி நீண்டிருப்பதாக அவை தோற்றமளித்தன. அம்மரங்களை என் அப்பாதான் நட்டார், இந்த உலகத்தின் நலனையும், என்றாவது ஒரு நாள் யாவும் சுதந்திரமானதாக, நிச்சயத்தன்மையோடு, மேலும் எளிமையானதாகவும் மாறும் என்பதையும் அவற்றின் உறுதியான இருப்பு எனக்குள் எப்போதும் வலியுறுத்திக் கொண்டேயிருக்கும்.

நான் மறுபடியும் உறங்கப் போனேன்.

■■■

நாளை நான் கடையைச் சீக்கிரம் திறக்க வேண்டியதில்லை. சரக்கு வண்டி பத்து மணிக்கு முன்னால் வர வாய்ப்பில்லை, மேலும் நான் இல்லையென்றாலும் கூட மக்களால் ஒரு நாளை ஓட்டிவிட முடியும். அல்லது சாலையின் மறுமுனையில் உள்ள புதிய கடைக்குக்கூட அவர்கள் செல்லலாம்.

எனது கடையை நான் நேசித்தேன், அத்துடன் வீட்டிலிருந்து கிளம்பிச் செல்லும் நடையையும். சந்தையின் மற்ற கடை-முதலாளிகளுக்கு முகமன் கூறுவதற்கென பிரதானவீதி வழி செல்வேன்; இந்தச் சமூகத்தின் ஒரு பகுதியாய் இருப்பது எனக்கு உற்சாகத்தைத் தந்தது. காலைநேரக் கரைச்சல்களில் ஈடுபடுவதையும் நான் விரும்பினேன் - கடந்த ஒன்றிரண்டு வருடங்களில் சில பகட்டான கடைகளைத் திறந்ததில் சந்தைக்கு

இப்போது ஒருவித ஆடம்பரத் தோற்றம் உண்டாகியிருந்தது. மேலும் இரவுகளில் அந்தக்கடைகளின் விளக்குகள் மெலிதான பால்நிற ஒளியில் சாலைகளைக் குளிப்பாட்டுவதையும் நான் ரசித்தேன். மக்களிடம் பணம் உள்ளது. சந்தை பரபரப்பாய் இயங்குகிறது.

கடை அமைந்திருக்கும் கட்டிடம் ஒன்றும் அத்தனை அற்புதமானதல்ல; உள்ளிருக்கும் பொருட்களின் மீதுதான் என் ஈர்ப்பெல்லாம். என்னுடைய தேய்ந்துபோன பச்சைநிற எஃகுப்பெட்டகம், எனது மஸ்னாண்ட் - அப்பாவின் மெத்திருக்கை - இடப்பக்கமிருக்கும் வாதுமை மரத்தால் செய்த சிறிய பெட்டி, பென்னம்பெரிய வாயு அடுப்புகள், பின்புறம் தயிருக்காக வைத்திருக்கும் மண்பாண்டங்கள், வலது மூலையின் அடுக்குகளிலுள்ள பயன்படுத்தப்படாத சல்லாத்துணிக்கட்டுகள், எனக்கு முன்னால் இருக்கும் மிகப்பெரிய நீர்த்தொட்டி, மேலும் உத்தரத்திலிருந்து பழுத்த பழங்களெனத் தொங்கும் உயர்-மின்னழுத்த விளக்குகள். என்றாலும், உத்தரத்தை எனக்குப் பிடிப்பதில்லை - அப்பாவின் காலத்தில் அவர் பயன்படுத்திய சீமெண்ணெய் அடுப்பால் அது கருப்படித்து, பழையதாகி, இற்றுப்போய்க் கிடந்தது.

என்னுடைய பெயர் சுல்தான் கான், என்றாலும் பெரும்பாலான மக்கள் என்னை சல்லே சாஹ்மான் என்றே அழைத்தார்கள், அந்தப் பெயரையுடைய பாலாடைக் கட்டிகளால்தான் அப்பா புகழ்பெற்றவராயிருந்தார்.

பாம்போரில் தன்னுடைய பால் வியாபாரத்தை நிறுவுவதற்கென அப்பா தனது வாழ்நாள் முழுதும் கடுமையாக உழைத்தார், ஆனால் சொல்லிக்கொள்ளும்படியான நிலையை அடைந்த கொஞ்ச நாட்களிலேயே இறந்து போனார். முதலில், வியாபாரத்துக்குப் பொருந்தமில்லாதவனாக என்னை உணர்ந்ததால் நிறைய நஷ்டமடைந்தேன். கல்லூரியில், எனது பெரும்பான்மை நேரத்தைக் கவிதைகளை வாசிப்பதில் செலவிட்டதால் குடும்பத்தொழிலில் அக்கறை கொள்ளதவனாகத்தான் இருந்தேன். கடையிலும் எனது கவிதைகளை நான் தொடர்ந்தேன்: பாலும் உருதுக் கவிதைகளுமே எனக்குப் பொருத்தமானவை என்பதைப் பிற்பாடு புரிந்து கொண்டேன். என்னை நிலைநிறுத்திக் கொள்ள முடிந்தது. வீட்டைக் கவனிக்கவும் அவளைச் சரியாகப் பராமரிக்கவும்

அந்த வருமானம் போதுமானதாக இருந்தது. அப்பாவின் வழி என்னை வந்தடைந்த சங்கதிகளில் நான் சந்தோசமாக உணர்ந்தது அவளிடம் மட்டும்தான், அவளோடிருப்பதும் அவளை மகிழ்ச்சியாகப் பார்ப்பதும் எனக்கு மிகுந்த திருப்தியைத் தந்தன. நான் கவிதை வாசிப்பது மட்டும் அவளுக்குப் பிடிக்கவில்லை.

அடைப்புப் பலகைகள் (ரோந்துப் பணியிலிருக்கும் மத்திய சேமக்காவல் படையினரை (CRPF) அச்சமூட்டி வகைதொகையற்ற துப்பாக்கிச்சூட்டுக்கு வழிவகுத்துவிடக் கூடாதென்பதற்காகவும், அல்லது குறைந்தபட்சம், உடனடியாகக் கிடைக்கக்கூடிய அடியைத் தவிர்ப்பதற்காகவேனும் அவற்றை நான் மிகுந்த முன்னெச்சரிக்கையுடன் உயர்த்துவேன்), எஃகுப்பெட்டியைத் திறத்தல் (ஆறு எண்களின் சேர்மானமும் பழகிப்போன கைப்பிடியின் கிளிக்-கிளாக் சத்தமும்), அடுப்புகளை ஆயத்தம் செய்தல், மேலும் வார்மூல் நகரிலிருந்து வரும் வண்டிக்கென காத்திருத்தல் போன்றவற்றால் நிறைந்திருக்கும் காலைப்பொழுதுகள். பாலைக் கொதிக்க வைக்கும் பெரிய அலுமினிய அண்டாக்களைப் பார்ப்பதே ஒருவகைக் கொண்டாட்டம்தான். முந்தைய நாளின் இரவில் துளி பிசுக்கும் இல்லாமல் அம்ஜத்தால் அவை சுத்தம் செய்யப்பட்டிருக்கும் - இரவு நேரங்களில் சிற்சில வீடுகளுக்கும் காவல் முகாமுக்கும் பாலை எடுத்துப்போவது அவன்தான், மேலும் அந்தப்பகுதியின் செய்திகளைக் கொண்டு வருபவனும் அவனே - பளபளப்பான, தூய்மையான பாலை நிறைய அளவில் அண்டாக்களில் ஊற்றும் காட்சியையும் அந்த சத்தத்தையும் நான் மிகவும் ரசித்தேன். அடுப்புகளை ஒவ்வொன்றாகப் பற்ற வைத்து அவற்றின் முழுமையான தழலுக்கு மாற்றி வைப்பேன். நான்கு பிரமாண்டமான பட்டீலாக்களில் நன்கு கொதிக்கும் பால், முழுநிலவெனக் குமிழியிடும் வெண்ணிற நுரைக்கூட்டத்துக்குள் தேவையான அளவு நீரை ஊற்றுவேன்.

■■■

ஆனால் அவள் காணாமல் போய் வெகு சீக்கிரமே மூன்று வெவ்வேறு குழுக்களுக்குப் பாத்தியப்பட்டவளாகத் திரும்பி வந்தாள். அன்றிரவு அந்தத் தொழுவத்தில் இன்னும் சிறிது நேரம் அவளோடிருந்திருக்கலாம் என நான் இப்போது நினைக்கிறேன். அப்படியென்றால் அவர்களால் அவளை இழுத்துச் சென்றிருக்க முடியாது, அல்லது நான் சத்தம்

போட்டிருக்கலாம், அக்கம்பக்கம் இருந்தவர்களை எழுப்பி, ஒருவேளை அவர்களைத் துரத்தவும் செய்திருக்கலாம்.. ஆனால் மறுபடியும், யாரும் அவர்களிடம் வம்புக்கு நிற்பதில்லை: சொல்வதெனில், ஒரு லட்சியத்துக்காகத்தானே அவர்கள் சண்டையிடுகிறார்கள், எங்களுக்காகவும்.

நான், அவளின் உண்மையான உரிமையாளன், அவள் இல்லாததை எண்ணி மிகவும் வருந்தினேன், ஆனால் எனது உரிமையை நிலைநாட்டும் இடத்தில் இப்போது நானில்லை. ஒவ்வொரு நாள் காலையும் அவள் நடந்து போகக்கூடும் என அனுமானித்த பாதையில் அவளுக்குப் பிடித்தமான பதார்த்தங்களைப் பரப்பி வைத்து நான் திருப்தி கொள்ளும்படி ஆனது.

நிகழ்ந்திருக்கக்கூடிய படுகொலையில் இருந்து தனது மத நம்பிக்கையின் புனிதச் சின்னத்தைக் காப்பாற்றி விட்டோம் என்கிற எண்ணத்தின் பிரகாச ஒளியில் அவளின் தற்போதைய உரிமையாளன் குளித்துக் கொண்டிருந்தான். (உண்மையில் நாங்கள் பசுக்களை உண்பதில்லை என்பது வேறொரு சங்கதி. அப்படி நான் உண்டால், ஏழு வருடங்களைச் சிறையில் கழிக்க நேரிடலாம். ஒருக்கால் நீங்கள் தெரிந்து கொள்ள விரும்பினால், அதுதான் இங்குள்ள சட்டம்.) வீதியில் அலைந்த ஓரிரு கால வாழ்க்கைக்குப் பிறகு அவளைத் தன் கட்டுப்பாட்டின் கீழ் கொண்டு வந்திருந்தான், இப்போது காலை வேளைகளிலும் மாலை நேரங்களிலும் அவள் மீது உரிமை பாராட்டித் திரிந்தான், பங்கர்களின் (பதுங்கு குழி) அருகே அந்த அழகிய ஜீவன் நின்றிருக்கும் காட்சியில் அவன் லயித்திருந்தான். படைப்பிரிவு 312-ஐச் சேர்ந்த இன்ஸ்பெக்டர் ஓம்கார் நாத் த்விவேதி அந்த மிருகத்தைக் காப்பாற்றுவதைத் தற்போது தனது தலையாயக் கடமைகளில் ஒன்றாகக் கருதினான் - என்ன விலை கொடுத்தாவது. ஏற்கனவே தீர்மானித்தும் இருந்தான்: செப்டம்பர் வந்தால், தனக்கான விடுமுறை நாட்களை அவன் பயன்படுத்திக் கொள்ளலாம், இந்தியாவிலுள்ள அவனுடைய சொந்தக் கிராமத்துக்குப் பசுவை அழைத்துப்போக மேலதிகாரிகளிடம் அனுமதி வாங்குவான், பிறகு தனது பழைய வீட்டில் அதற்கென ஒரு விசேஷமான குடிலை அமைப்பான். தான் ஏற்பாடு செய்யக்கூடிய மிகப்பெரிய கோமாதா-பூஜைக்காக நன்கு அலங்கரிக்கப்பட்டு மாலைகள் அணிந்து நிற்கும் பசுவை அவன் கற்பனை செய்தான். இப்படியாக, அவன்

நினைத்துக் கொண்டான், தனது வாழ்வில் உருப்படியானதொரு விஷயத்தைச் செய்திருப்பான். என்றபோதும், நல்லெண்ணத்தின் அடிப்படையிலும் அப்புனித மிருகத்தின் மீது அவனுக்கிருந்த பக்தியின் அடையாளமாகவும், தினமும் இருமுறை சாலையில் நீண்ட தூரம் நடந்து செல்லவும் பாதையில் வீசியெறியப்பட்ட உணவுப்பொருட்களை மேயவும் அவளை அவன் அனுமதித்தான் - சந்தேகத்துக்கு இடம் தராமல், அவனது காவலாட்களில் மிகச்சிறந்த இருவர் எப்போதும் அவளோடு இருந்தார்கள், இவற்றையெல்லாம் அம்ஜத் சொன்னான்.

ராணுவத்தை விட்டு ஓடிப்போனவனும் புதுத்தோற்றத்தை வரித்துக் கொண்டிருந்த புதிய மீட்புப் படையின் தலைவனுமான சலீம் சோயெத் (அம்ஜத்தின் கூற்றுப்படி, காஷ்மீரில் பயிற்றுவிக்கப்பட்ட சிறுவர்கள் எழுவரும், பாகிஸ்தானில் பயிற்றுவிக்கப்பட்ட சிறுவன் ஒருவனும், சலீமும், மேலும் பயிற்றுவிக்கப்படாத ஏழு எடுபிடி போக்கிரிச் சிறுவர்களும் அந்த அமைப்பில் இருந்தார்கள், ஒரு ஏகே 47-ஐயும் சீனத் துப்பாக்கியையும் தங்களுக்குள் அவர்கள் பகிர்ந்து கொண்டார்கள்) தனிப்பட்ட தோல்வியின் பாரத்தில் உழன்று கொண்டிருந்தான் - ஒரு சாதாரண ராணுவத் துணையதிகாரியிடம் - பொருத்தமான தொழுவமொன்றைக் கண்டுபிடிக்க முடியாத ஒரே காரணத்தால். அவளை மீட்க தாக்குதலில் முழுமூச்சாக ஈடுபடலாமா எனவும் ஓரிரு முறை அவன் யோசித்தான், ஆனால் அதைச் சரியான யுக்தி என்று அவனுடைய உதவியாளர்கள் அங்கீகரிக்கவில்லை. தொழிலுக்குக் கெடுதலாக அமையலாம். சிஆர்பிஎஃப்காரனோடு அவனுக்கிருந்த தனிப்பட்ட விரோதத்தை தலைமை முகாமிலிருந்த தலைவர்கள் ரசிக்க மாட்டார்கள், என்றான் அம்ஜத்.

ஒவ்வொரு வாரமும் அல்லது தேவைப்படும்போதெல்லாம் சுவரொட்டிகளை அச்சடிக்கலாம் என சிறுவர்களோடு அவன் நடத்திய கூட்டத்தில் இறுதியாகத் தீர்மானிக்கப்பட்டது, ஒரு காஷ்மீரி பசுவை அபகரித்துக்கொண்ட இந்தியப் படைகளுக்கு எதிராகப் போராட மக்களுக்கு அழைப்பு விடுக்கும் சுவரொட்டிகள்.

பெரும்பாலான வணிகர்கள், பாம்போரின் பிரதான வீதியில் இருந்த கடைக்காரர்களும் கடத்தல்காரர்களும் கூட அவள் மீது தங்களுக்கு உரிமையிருப்பதாக நம்பினார்கள்

பங்கர்வாலாக்களின் கோபத்துக்கு ஆளாகவோ அல்லது எந்த வகையிலும் சோயெத் சிறுவர்களைச் சங்கடப்படுத்தவோ அவர்கள் நிச்சயம் விரும்பவில்லை. ஆக, உணவு மற்றும் பராமரிப்பு என்கிற வகையில், என் குழந்தை அவளுடைய வாழ்நாளின் ஆகச்சிறந்த பகுதியை வாழ்ந்து கொண்டிருந்தாள். ஆனால் பங்கருக்கு அருகிலுள்ள இரும்புக்கம்பியில் கட்டப்பட்டுக் கிடப்பதென்பது எப்போதும் வீடு சார்ந்த அவளுடைய எண்ணமாயிருக்காது. எனக்குத் தெரியும்.

ஸ்ரீநகரைச் சுற்றியிருந்த வளம்வாய்ந்த பகுதிகளில், பாம்போர் அதன் குங்குமப்பூவுக்காக மிகவும் புகழ்பெற்றது. உலகப்புகழ். காஷ்மீரின் குங்குமப்பூக்கள். உலகின் வேறெந்த மூலையிலும் வளரக்கூடிய அந்த அதியற்புத மலரின் எந்தவொரு வகைமையைக் காட்டிலும் மேலான மலர்கள் பாம்போரில் மலர்ந்தன. ஈரானில், ஸ்பெயினில், மேலும் ஐரோப்பாவின் சில பகுதிகளிலும் அவற்றை வளர்ப்பதாக நான் வாசித்திருக்கிறேன். புராதனமான ஊதாநிற மலர்கள், பார்க்கும் அத்தனை கண்களும் அப்படியே வாரியணைத்துக் கொள்ளும்படியாகத் தரை மீது தாழ்ந்து கிடந்தன. அதன் நிறம் ஊதா அல்ல என்றும் ஒரு மாதிரியான மங்கிய இளஞ்சிவப்பு நிறமென்றும் அம்ஜத் சொல்வான். எனக்கு அதில் ஒப்புதல் இல்லை.

■■■

“நாங்கள் பெரிய தொகையைக் கேட்கவில்லை, வெறும் இருபத்தைந்தாயிரம்தான்,” முதன்முதலில் என்னைச் சந்திக்க வந்த சமயத்தில் சலீம் இப்படித்தான் தொடங்கினான். நான் அவளைத் தொலைப்பதற்கு மிகச்சரியாக ஒரு வாரத்துக்கு முன்னால் இது நடந்தது.

நான் தொண்டையைச் செருமிக் கொண்டேன்.

“என்னுடைய நண்பர்கள் அனைவரும் கொடையளித்திருக்கிறார்கள். அத்தோடு இது எங்களின் தனிப்பட்ட செலவுகளுக்காக அல்ல. வெறுமனே இயக்கம் சார்ந்த சில சங்கதிகளுக்காக..”

“சிறுவர்களுக்கு புதிய பூட்ஸுகள் வாங்குவதோடு சில குடும்பங்களையும் பராமரிக்க வேண்டியுள்ளது.”

நான் கேட்டுக் கொண்டிருந்தேன். என்னிடம் அவ்வளவு பணமில்லை.

"தயவு செய்து எங்களைத் தவறாகப் புரிந்து கொள்ள வேண்டாம். தேவைப்படும் சமயத்தில் நமக்கு நெருக்கமானவர்களிடம் போய் நிற்காமல் நாங்கள் வேறெங்கு போவது?"

ஆரம்பப்பள்ளியில் நாங்கள் நண்பர்களாயிருந்தோம்; அப்போது கூட அவன் என்னிடம் வம்பு செய்கிறவனாகவே இருந்தான், ஆனால் அத்தனை தீவிரமாக அல்ல.

"மேலும் என்னை நம்பு, நாங்கள் அனைவரின் வாசலிலும் போய் நிற்பதில்லை. நாங்கள் நம்புகிற, எங்களிடம் விசுவாசத்தோடு உள்ளதாக நினைப்பவர்களிடம் மட்டும்தான்."

நான் சற்றுப் பெருமிதமாக உணர்ந்தேன்.

"உடன், யாரும் உன்னை மறுபடியும் அணுகாமலிருப்பதை நான் உறுதி செய்வேன். இதற்குப் பிறகு நிதி கேட்டு உன்னிடம் வரமாட்டார்கள்."

உள்ளூர் கதாநாயகர்களுக்கு மத்தியில் எங்கள் கடையின் தீவான்கானேயில் (முற்றம்) அமர்ந்திருந்த அந்த மாலைப்பொழுதில் நான் செய்ய விரும்பியதெல்லாம், என் தொண்டையைச் செருமுவதுதான். அவன் முடித்தபோது, நான் பேச வேண்டிய தருணம். பேசாமலிருந்தால் நன்றாயிருக்கும் என எண்ணினேன்.

"சலீம் சாப், இது எத்தனை முக்கியமானதென்று எனக்குப் புரிகிறது. தயைகூர்ந்து என்னைத் தவறாக எடுத்துக் கொள்ளாதீர்கள்.. ஆனால் உங்களுக்கு உதவக்கூடிய அளவு பெரிய தொகையேதும் கைவசம் இல்லை. என்னால் முடிந்ததை உங்களிடம் தருகிறேன், ஆனால், கவனியுங்கள், அது உங்களுடைய தேவைகளைச் சரிக்கட்ட போதுமான தொகையாக இல்லாதிருக்கலாம்."

"எவ்வளவு?"

"ஐந்தாயிரம்."

"அவ்வளவுதானா?"

“என்னை மன்னியுங்கள்.”

“கவனி, யோசித்து முடிவெடு. இது மிகவும் முக்கியமான சமாச்சாரம்.”

வேறு என்ன சொல்வதென்று எனக்குத் தெரியவில்லை.

■■■

நகரத்தின் இந்தப் பகுதியில் நிறைய தாக்குதல்கள் நடப்பதில்லை என்பதால், பங்கர், அது இருக்க வேண்டிய அளவுக்கு அலங்கோலமாக இருக்கவில்லை. அத்துடன் அது சற்று விசாலமாகத்தான் இருந்தது, கடந்த சில வருடங்களில், நகரத்தில் புற்றுக்கட்டிகளாகப் பெருகியுள்ள கொடூரங்களைப் போல. தூய்மையோடும் ஒழுங்கோடும், மணல்மூட்டைகளின் மேல் களிமண்ணை அடர்த்தியாகப் பூசியிருந்தார்கள்; பல அடுக்குகளாலான மண்குழம்பு, ஆரம்பத்தில் வந்து இறங்கிய சமயத்தில் வெறும் தற்காலிக ஏற்பாடு மாத்திரமே என அவர்கள் சொன்னதற்கு நேர்மாறாக அதுவொரு நிரந்தரமானத் தங்குமிடமாகத் தோற்றமளித்தது. அவர்கள் அப்படித்தான் செய்வார்கள், புரிகிறதல்லவா, தற்காலிகம் என்பார்கள், ஆனால் ஒருபோதும் கிளம்பிப்போக மாட்டார்கள். விசிஆருடன் கூடிய கிரவுண் வண்ணத் தொலைக்காட்சி ஒன்றை அவர்கள் உள்ளே வைத்திருப்பதாக அம்ஜத் சொன்னான், சாய்விருக்கையுடன் கூடிய படுக்கையையும், மேலும் எங்கு வேண்டுமானாலும் சுமந்து செல்லக்கூடிய ஒருவகை தானியங்கி கழிவறையையும். பங்கரைச் சுற்றியிருந்த சாலையின் பெரும்பகுதியை அவர்கள் முட்கம்பிகளின் பல அடுக்கைகளைக் கொண்டு வேலியிட்டிருந்தார்கள், சூரியன் பிரகாசமாய் ஒளிவீசும் நாட்களில் அந்த மொத்த அமைப்பும் சேர்ந்து மினுங்கிடும் ஒரு ரகசியப் பூங்காவெனத் தோன்றும். வேலியில் தெரியக்கூடிய அடர்த்தியான பச்சைநிற ஒளித்தீற்றலை அருகே சென்று பரிசோதித்தால் சில காலம் முன்பு அந்தப் பிரகாசமான வலைக்குள் சிக்கிக்கொண்ட ஏதோவொரு பறவையின் சிறகுகள் என்பது புரிய வரும். பூந்தொட்டிகள் (வாடும் நிலையில் உயிரைக் கையில் பிடித்து வைத்திருந்த சில செங்கருநீல மலர்ச்செடிகள்), தீயை அணைக்கப் பயன்படும் சிவப்புநிற அலுமினிய வாளிகள், இரண்டு பிளாஸ்டிக் இருக்கைகள், மேலும் நிலக்கரியின் மிச்சசொச்சங்களினால் உருவான சிறு குன்று ஆகியவை அந்த

பங்கரின் தார்ச்சாலையுடன் கூடிய முற்றத்தினுள்ளே இருந்தன. செவ்வக இடைவெளியின் வழியாக எட்டிப் பார்த்த இயந்திரத் துப்பாக்கியின் மூக்கு மிகச்சரியாக தூசுபடர்ந்த மலர்களுக்கு மேலே நீண்டிருந்தது. இப்போதெல்லாம் ஓம்கார் அந்த "மேரா பாரத் மஹான்" பங்கருக்குள் நீண்ட நேரம் செலவிடுவதில்லை. (முன்புறத்தின் நெற்றிப்பகுதியில் - நாம் அதைக் கட்டிடத்தின் முகப்பு என்றே அழைக்கலாம் - இப்படி எழுதியிருக்கும், கொட்டை எழுத்துகளில், "என் இந்தியா மகத்தானது".) மாறாக, வெளியே தனியாகக் கிடந்த இருக்கையில் அமர்ந்து தணிவான சூரியனின் வெப்பத்தை அனுபவித்துக் கொண்டிருப்பான். அவ்வப்போது, அந்தச் சிறிய முற்றத்தின் முனையிலுள்ள இரும்புக்கம்பியில் கட்டப்பட்டிருந்த எளிய பிராணியைப் பார்க்கவும் செய்வான். பங்கர்வாலி காய் - பங்கருக்கு அருகே நிற்கும் பசு, அவளுக்குத் தரப்பட்ட கவித்துவமற்ற வெகு சாதாரணமான பெயர்.

∎∎∎

தொழுவத்திலிருந்து அவள் "மறைந்த" சில நாட்களுக்குப் பிறகு ஓர் அதிகாலையில் அவர்கள் மீண்டும் வந்தார்கள். என்ன நடந்திருக்கும் என்பதை நானறிவேன், இருந்தாலும், என்றாவது ஒருநாள் வீட்டு வாசலில் அவள் வந்து நிற்பாள் என்கிற சிறிய நம்பிக்கையைப் பற்றிக் கொண்டிருந்தேன்.

"உனக்கு ஒரு பசுவின் மீது ஆர்வம் இருக்கக்கூடும் என்று நினைத்தோம். அதோ, அழகாயிருக்கிறாள்தானே?"

அங்கே அவள் நின்றிருந்தாள், அழகி, தலை தாழ்ந்திருக்க, தனது அதிர்ஷ்டதிசை மாறியதை அறியாமல் கதவருகே நின்றவளின் கழுத்தைச் சுற்றியிருந்த கயிறு கைப்பிடியில் இறுகக் கட்டியிருந்தது.

"சந்தை நிலவரங்கள் எங்களுக்குத் தெரியாதென்பதால், யாரையும் சங்கடப்படுத்தாத ஒரு தொகையைச் சொல்லட்டுமா? முப்பதாயிரம். அவளுடைய மதிப்பு இன்னும் அதிகம் என்பது எனக்குத் தெரியும், ஆனால் எங்களுக்குள் ஒருவனுக்கே அவளைத் தர வேண்டும் என நினைக்கிறோம்," சலீமின் வலது கரமாயிருந்த மனிதர்களில் ஒருவன் சொன்னான். இளவரசர் சலீம் வந்திருக்கவில்லை.

நான் அவளைப் பார்த்தேன். அவர்கள் தங்களுக்குள் பேச ஆரம்பித்தார்கள். சிரித்துக் கொண்டார்கள் என நினைக்கிறேன்.

நான் அந்தச் சலுகையை மறுதலித்தேன். எனக்குச் சொந்தமான பசுவை நான் பணம் கொடுத்து வாங்க வேண்டும் என்கிற பேச்சுக்கே இடமில்லை. அவள் திரும்பி வருவாள் என்று உறுதியாக நம்பினேன்.

■■■

கடத்தப்பட்ட சில நாட்களில் சலீமின் காவலில் இருந்து தப்பியபிறகு, ஒரு வெள்ளிக்கிழமையின் பிரகாசமான காலைப்பொழுதில் அவள் வீதியில் தோன்றினாள். சந்தை அப்போதுதான் உயிர்ப்புடன் இயங்க ஆரம்பித்திருந்தது. தெருவோர வியாபாரிகளும் கடைக்காரர்களும் தங்களின் வண்ணமயமான கடைகளைத் திறந்து தொழுகைக்குப் பிறகு சில மணி நேரங்கள் சுறுசுறுப்பாக நடக்கும் வியாபாரத்தை எதிர்நோக்கிக் காத்திருந்தார்கள். சந்தைக்கடைகளை அவள் பார்ப்பது இதுதான் முதல் தடவை. உங்களுக்குப் புரிகிறதுதானே, எப்போதும் நான் அவளை மிகுந்த பாதுகாப்போடு பராமரித்து வந்தேன், எங்களுக்குச் சொந்தமான தோட்டத்தைத் தவிர வேறெங்கும் நடைபழக அவளை அனுமதித்ததில்லை. அல்லாமலும், அவளுக்குத் தேவையான எல்லாமே வழங்கப்படுவதாக நான் நம்பினேன். எப்படியோ, சிறிது தயங்கினாலும், வீதியின் முக்கிய பகுதியில் அவள் மெதுவாக நடந்து சென்றாள். இறுதியில், குப்பைத்தொட்டியின் முன்னால் சென்று நின்றாள் - எங்கள் வீட்டுக்கு வெளியே அம்பாரமாய்க் குவிந்து கிடக்கும் மிச்சமீதிகளுக்கு ஒருநாளும் குறையே இருந்ததில்லை - பொருட்படுத்தும்படியான உணவுப்பொருட்கள் ஏதும் கிடக்கிறதா என முகர்ந்து பார்க்கத் தொடங்கினாள். அடிபட்ட முட்டைகோஸ்கள், தர்பூசணிகளின் மிச்சசொச்சங்கள், விற்காமல் தேங்கிய பழங்கள், மேலும் கொஞ்சம் அடர்த்தியான கீரைத்தண்டு கட்டுகள். சந்தையில் சில காய்கறிக் கடைக்காரர்களும் இருந்ததால் அவள் தேர்ந்தெடுக்க நிறைய குப்பைகள் அங்கு சேர்ந்திருந்தன.

அவளுடைய "மறைவுக்கு" ஒன்றரை வாரத்துக்குப் பிறகு, வீதியின் வழியே நடந்து செல்லும் அன்றாடச் சடங்கு அவளுக்குப் பழகியிருந்தது, மிக மெதுவாக நடந்து,

குப்பைக்கிடங்கைச் சென்றடைவாள். ஆக என் குழந்தையை மீண்டும் கைப்பற்றும் திரைக்குப் பின்பான எனது சாகசமும் இப்படித்தான் தொடங்கியது. ஒரு வேட்டைக்காரனைப் போல அவளைப் பின்தொடர்ந்தேன். என்றாலும், இது வெகுகாலம் நீடிக்கவில்லை. ஒருநாள் ஓம்காரின் ஆட்கள் அவளுடைய கழுத்தைச் சுற்றி கயிறைக் கட்டி இழுத்துக்கொண்டு போனார்கள். துப்பாக்கியை உயர்த்தி காற்றில் சுடவும் செய்தார்கள். ஏன் என்று யாருக்கும் தெரியவில்லை.

■■■

அந்த வட்டாரத்தைச் சேர்ந்த பகுதிக்குள் தாங்கள் ஒரு பசுவைத் தொலைத்து விட்டோம் என்றும் மத்திம-அளவோடு, கறுப்பு-வெள்ளை நிறத்தில், நன்கு வளர்ந்த ஓர் அழகான காஷ்மீரி பசுவை யாரும் பார்க்க நேர்ந்தால் அவளைத் தொந்தரவு செய்யாமல் தனியே விட வேண்டும் என்றும் சிறுவர்கள் அவளைத் தீவிரமாகத் தேடி வருகிறார்கள் என்றும் விரைவில் அவளைக் கண்டிபிடித்து விடுவார்கள் என்றும் உரக்க அறிவித்த ஆயிரம் சுவரொட்டிகளை சலீம் சோயெத் அச்சடித்தான். அப்படி யாரேனும் அவளிடம் வம்பு செய்தால் மிகக் கடுமையாக தண்டிக்கப்படுவார்கள்.

அவற்றில் ஒரு சுவரொட்டியில் அவளுடைய கறுப்பு-வெள்ளை புகைப்படம் சதுரமாக அச்சிடப்பட்டிருந்தது. வினோதமாகத் தெரிந்தாள். கான்கிரீட் மின்கம்பத்தில் ஒட்டிய மலிவான சுவரொட்டியிலிருந்து எட்டிப்பார்க்கும் ஒற்றை வண்ண மிருகம். யாரோ சிரித்தார்கள். அது அவளுடைய படம்தானா என்பதைக் கூட என்னால் உறுதியாகச் சொல்ல முடியவில்லை. உண்மையாகவே அவளை அவன் புகைப்படம் எடுத்தானா? அல்லது ஏதேனும் மழலையர் பள்ளிப் புத்தகத்தின் ஒரு பக்கத்தை மட்டும் கிழித்து வந்திருந்தானா? வருத்தத்தோடு, நம்பிக்கையிழந்தவனாகவும் மாறிப் போனேன், சலீமின் சுவரொட்டியைப் பார்த்தபின் ஒருவித வெறுமை என்னைச் சூழ்ந்தது.

சந்தையிலோ, ஒவ்வொரு நாளும் அவளுக்கு சின்னச் சின்ன உணவுப்பொருட்களைத் தருவதன் மூலம் என்னுடைய நண்பர்களும் சுற்றத்தாரும் தங்களைத் தாங்களே சமாதானப்படுத்திக் கொண்டார்கள்.

"நான் ஒரு பை நிறைய அன்றலர்ந்த கீரையைத் தந்தேன்…"

"நேற்று மாலை மிச்சமானதையெல்லாம் அவளுக்காக விட்டு வந்தேன்…"

"என் மனைவி அவளுக்காக புத்தம்புது ஹாக்கைக் (சீமை பரட்டைக்கீரை) கொடுத்தனுப்பினாள்…"

"அவளுக்காகத்தான் நாங்கள் புல்வெளியை சுத்தம் செய்தோம்…"

மக்கள் கூட்டம் கூட்டமாக கூடி நின்று பேசினார்கள், காரசாரமான விவாதங்களுக்கு நடுவே எழுந்தன சில சந்தேக முணுமுணுப்புகளும். சந்தை முழுவதும்.

"ஒவ்வொரு நாளும் இந்தச் சாலையை அவள் கடந்து போவதை நான் பார்த்திருக்கிறேன்…"

"குப்பைக்கிடங்கின் அருகே பலமணி நேரம் அவள் அமர்ந்திருப்பதை நான் பார்த்திருக்கிறேன்…"

"எங்கிருந்து வந்தாள் அவள்…"

"எப்போதிருந்து அவர்கள் பசுமாடுகளை வளர்க்க ஆரம்பித்தார்கள்…"

"எனக்கு உறுதியாகத் தெரியும், அவர்கள் ஏதோ…"

"உஷ்ஷ்ஷ்…"

■■■

செய்வதற்கு ஏதுமில்லாததால் ஓம்கார்நாத்துக்கு எக்கச்சக்கமான நேரம் மீதமிருந்தது. ஒவ்வொரு நாளின் காலையும், பங்கருக்கு அடுத்திருந்த கடைக்குச் சொந்தக்காரனான கசாப்புக்காரனின் உதவியோடு செய்தித்தாள்களை எல்லாம் நுட்பமாக ஆராய்வான்… அதன்பிறகு, தனது வழக்கமான தினசரி ஊர்வலத்தைத் தொடங்குவான். அவன் தலைமையேற்று முன்னால் போக, அவனுக்கு இருபுறமும் இரண்டு மனிதர்கள், மற்றவர்களோ சீரான எறும்புகளின் சங்கிலியென அவனைப் பின்தொடர்வார்கள். அவர்களின் துணையுறுப்புகளாக சில எஸ்.எல்.ஆர்கள் (Self Loading Rifle), கார்பைன்கள் (எடை குறைவான தானியங்கி துப்பாக்கி), உடன் ஏகே-47களும்.

கடைசியாக நிற்கும் மனிதனிடம் எப்போதும் ஒரு எல்.எம்.ஜி (*Light Machine Gun*) இருக்கும். போகும் வழியில் எதிர்ப்படும் மனிதர்களிடம் சிற்சில வார்த்தைகளைப் பரிமாறிக் கொள்வான், கசாப்புக்காரன் அலி க்ளே, வேதியியல் நிபுணர் மஜீத் நாஸல், தேனீர்க்கடை அதிபர் ரஹ்மத் ப்ரூக் பாண்ட், நூரி வீடியோ பார்லரின் முதலாளி பவன் சுட்ஸி, மற்றும் வேறு சில ஆட்களிடமும்.

பிறகு மதியவுணவுக்கான நேரம் வந்து விடும். விவித் பாரதி வானொலியோடு ஒரு அருமையான பின்மதியத் தூக்கம். அவ்வப்போது தன்னுடைய நட்சத்திரங்களுக்கு நன்றி சொல்வான், நல்லவேளையாக அவனது பணியிடம் பாட்மாலோவாக இல்லாமல் பாம்போபாராக அமைந்தது.

■■■

சந்தையின் பிரதான பகுதிக்கு எதிப்புறமிருந்த போப்லார்களுக்குப் பின்னால் ஒளிந்து நான் ஓம்கார்நாத்தின் ஊர்வலத்தைப் பார்த்துக் கொண்டிருந்தேன். செய்தி சற்று பரவியிருந்த காரணத்தால் ஏற்கனவே ஒரு கூட்டம் அங்கு கூடியிருந்தது. ஓம்கார் தலைமையேற்று முன்னால் நடந்து சென்றான், எட்டு அல்லது ஒன்பது பேர் கொண்ட இரண்டு வரிசைகளில் மனிதர்கள் அவனுக்குப் பின்னால் இருபுறமும் அணிவகுத்துச் சென்றார்கள். ஒருமாதிரி நொண்டியவாறே, நடுவில், அவளும் நடந்து போனாள். அவளைப் பார்த்தால் நன்றாயிருப்பதாகத் தோன்றவில்லை. நிச்சயமாக இல்லை.

சலீமின் அடாவடித்தனமான சுவரொட்டி பிரச்சாரத்துக்கு எதிராக ஓம்காரின் பதிலடியைப் பற்றி முந்தையநாள் மாலையே அம்ஜத் எனக்குக் கோடிட்டுக் காட்டியிருந்தான். என்னுடைய ஆளுகைக்கு உட்பட்ட பகுதிக்குள் இத்தகைய அடாவடியில் ஈடுபட அவனுக்கு எத்தனை தைரியம் இருக்க வேண்டும்?

ஓம்கார் பெருமிதத்தோடு வெற்றிநடை போட்டுச் சென்றான். இயங்க மறந்து சந்தை மொத்தமாக உறைந்து நின்றது. பிரச்சினையேதும் வரலாம் என்பதால் கடைக்காரர்கள் அடைப்புப்பலகைகளைக் கீழே இறக்கி விட்டிருந்தார்கள், என்றாலும் தங்கள் திறனை வெளிப்படுத்த சலீமும் அவனுடைய சிறுவர்களும் நிச்சயம் இந்த வாய்ப்பைப் பயன்படுத்த மாட்டார்கள் என்பதை பெரும்பாலான மக்கள்

அறிந்திருந்தார்கள். குழப்பமான அமைதியில் மொத்தக் கூட்டமும் பார்த்தபடியிருக்க, என் பசுவின் மகத்தான அணிவகுப்பு சந்தையில் தொடர்ந்து நிகழ்ந்தது. முழுக்க அமைதியில் உறைந்தவனாக, வளர்த்தியான அந்த மரங்களுக்குப் பின்னால் நின்று நானும் பார்த்துக் கொண்டிருந்தேன்.

தலையை கம்பீரமாக உயர்த்தி ஓம்கார் நடக்க அவனுடைய ஆட்களோ அலட்சியமாகப் பின்னால் நடந்து போனார்கள். தங்களுக்கு இடப்பட்ட மற்றுமோர் பணி என்பதாகவே அவர்கள் அதை எண்ணினார்கள். அவர்களின் கரடுமுரடான ராணுவச் சப்பாத்துகள், மோசமானப் பாடலைப் பாட வற்புறுத்தப்படும் லயஒழுங்கற்ற இசைக்குழுவைப் போல, எரிச்சலூட்டும் ஒரு சத்தத்தை உண்டாக்கின. அனேகமாக, தனக்கு அடுத்து நிகழப்போவது என்ன என்பதை யோசித்தவாறே, அவள் மெதுவாக நடந்தாள். அவள் என்னைப் பார்த்தால் நன்றாயிருக்கும் என எண்ணினேன்.

சூழலின் இறுக்கத்துக்கு மாறாக, நிகழவிருக்கும் வேடிக்கையைக் கொண்டாடி மகிழ அப்பகுதியின் குழந்தைகள் முடிவெடுத்தார்கள். ஆகவே, பள்ளிக்குழந்தைகளையும் தெருப்பிள்ளைகளையும் கொண்டதொரு கூட்டம் என் பசுவையும் இராணுவ வீரர்களின் பரிவாரத்தையும் தொடர்ந்து வரத் தொடங்கியது. குழந்தைகள் சிரிப்பாணிக்குள் ஆழ்ந்தார்கள். விரைவிலேயே, வீரர்கள் சத்தமாக எட்டு வைப்பதைக் கிண்டல் செய்து அவர்கள் பாடத் தொடங்கினார்கள். அணிவகுப்புப் பாடல். "*லெஃப்ட், ரைட், லெஃப்ட், ரைட்... தாயேன் முட் (வலப்புறம் திரும்பு)!*" அனேகமாக, கண்டிப்பான உடற்பயிற்சி ஆசிரியரின் குச்சிக்குக் கட்டுப்பட்டு நடக்கும் அவர்களுடைய காலைநேரப் பயிற்சிகளின் சற்றே திருகிய வடிவமாக அந்த அணிவகுப்பு இருக்கக்கூடும்.

பிறகு மற்றொரு பாடல், "*சாரே ஜஹான் சே அச்சா ஹிந்துஸ்தான் ஹமாரா..*" ஒவ்வொரு வருடமும் தூர்தர்ஷனில் ஒளிபரப்பாகும் குடியரசுதினப் பகட்டுகளையும் அதோடு இணைந்து ஒலிக்கும் பாடல்களையும் நினைவுகூர்ந்து மனதாரச் சிரித்தார்கள்.

சில கீச்சுக்குரல்கள் உருதுக் கவிஞரான ஜலந்தரியின் பாடலை ஆரம்பித்தன.. "பாக் சர் ஸமீன் ஷா'த்பாத், கிஷ்வர்-ஏ-ஹசீன், ஷா'த்பாத்..." *(பாகிஸ்தானின் தேசிய கீதம்)*

குழந்தைகளின் சேட்டையால் எரிச்சலுறாத அளவுக்கு சாதுரியமானவனான ஓம்கார், அந்த அணிவகுப்பை அற்புதமான முறையில் நிறைவு செய்தான், மிருகத்தைக் கொண்டு சென்று அவளுடைய வழக்கமான இரும்புக்கம்பியில் கட்டிய பிறகு சுருக்கமாக ஒரு உரை ஆற்றினான், அமைதியும் ஒற்றுமையும் எத்தனை முக்கியம் என்பதை வலியுறுத்தியதோடு, வெறுமனே ஒரு பசுவைப் பாதுகாப்பதன் மூலம் பாம்போரில் அமைதியை நிலைநாட்ட அவனும் அவனுடைய வீரர்களும் எப்படியெல்லாம் போராடுகிறார்கள் என்பதையும் உருக்கமாக எடுத்துரைத்தான்.

அந்த அணிவகுப்பு என்னுடைய முகத்திலும் புன்னகையை அரும்பச் செய்தது, மௌனத்தில் ஆழ்ந்திருந்த தசைகளின் தளர்ச்சி என்றுதான் நான் அதைச் சொல்ல வேண்டும்.

∎∎∎

அணிவகுப்புக்கான சலீமின் பதிலடி, மற்றொரு சுவரொட்டி. குறிப்பிட்டுச் சொன்னால், இந்தக் கடைசி சுவரொட்டி நேரடியாகப் படைவீரர்களை எச்சரித்தது.

"எங்களை நீங்கள் இப்படியெல்லாம் அசிங்கப்படுத்த முடியாது. தைரியமிருந்தால், வெளியேறி வந்து வெட்டவெளியில் எங்களோடு நேருக்கு நேர் மோதுங்கள். வாய் பேசவியலாத ஒரு ஜீவனைக் கட்டிப் போடுவதன் மூலம் எங்களை நீங்கள் தோற்கடித்து விட்டதாக எண்ண வேண்டாம். அந்த மணல்வீடுகள் உங்களைக் காலம் முழுவதும் காப்பாற்றப் போவதில்லை. என்னுடைய மரியாதையை இதுபோல எள்ளி நகையாடும் அனைவரையும் நாங்கள் தண்டிப்போம். நீங்கள் உணருவீர்கள், மனம் வருந்தவும் செய்வீர்கள். என் பசுவை நாங்கள் மீட்டெடுக்கும் நாள் வெகுவிரைவில் வரும், எல்லோரும் பார்க்கத்தான் போகிறீர்கள்."

இந்தக் கடைசி சுவரொட்டியில் புகைப்படம் ஏதும் இருக்கவில்லை.

இந்த அட்டூழியத்துக்கு எதிராக பொதுமக்கள் கிளர்த்தெழுவார்கள் என ஒருவேளை சலீம் நம்பியிருக்கலாம். மந்திரக்கோலை அவன் மெல்ல அசைத்தவுடன் வெடித்துக் கிளம்பும் அதிபயங்கர கண்டன முழக்கங்கள். ஆனால் அப்படி எதுவும் நிகழவில்லை. அதுவரைக்கும் உருவாக்கப்பட்ட

ராணுவ முகாம்களிலேயே பெரிய முகாமுக்கு அருகில்தான் பாம்போரின் மக்கள் வாழ்ந்தார்கள். அது மட்டுமல்ல, மக்களில் ஒரு சிலருக்கு அவனைப் பற்றிய உண்மைகளும் தெரியும். நான் போப்லார்களுக்குப் பின்னால் இருந்து பார்த்தேன்.

எங்களுடைய பகுதியிலும் அதைச் சுற்றியும் எக்கச்சக்கமான போப்லார்கள் உண்டு - பிரதான வீதிகளில், தேசிய நெடுஞ் சாலையில், ராணுவ முகாமில், இடுகாட்டில், மக்கள் புழங்கும் பூங்காக்களில், மசூதியிலும் கூட வரிசையாக நின்றிருக்கும். எங்கும் நிறைந்திருந்தன. கடைசியாக நான் கணக்கிட்டபோது, சுற்றுவட்டாரத்தில் மட்டும் ஆறாயிரத்து எழுபத்து நான்கு மரங்கள் இருந்தன. எனக்குச் சொந்தமான தோட்டத்தில் பதினேழு.

■■■

ஓம்கார் தன்னுடைய பழுப்புநிற ஸ்டீல் இருக்கையில் அசையாமல் அமர்ந்திருந்தான், என் பசுவைப் பார்த்தவாறே, ஒரு தெய்வீகப் புன்னகை அவன் முகத்தில் தவழ்ந்தது. சாலையில் ஆளரவம் ஏதுமில்லை. அவனுடைய ஆட்களில் பலரும் மதியநேர ரோந்துக்குப் போயிருந்தார்கள். சந்தை ஆள்வரத்தின்றி தூசியால் மூடுண்டிருந்தது. வெள்ளிக்கிழமை தொழுகைகள் அப்போதுதான் முடிந்திருந்தன. எப்போதையும் விட சன்னமாக பின்னணியில் ஒலித்த பாடல், ஏதோவொரு பழைய ஹிந்திப்பட பாடல், ஆனால் அதுவும் கூட மௌனத்தைத் துளைத்ததாகத் தெரியவில்லை. பங்கரின் உள்ளே வானொலியை யாரோ அணைக்காமல் சென்றிருந்தார்கள். நான் பார்த்துக் கொண்டிருந்தேன்.

இதற்கு முன் பயணித்திராத தடங்களிலும் குறுக்கு வழிகளிலும் தட்டுத் தடுமாறி ஒரு நிழலைப் போல முன்னேறிச் செல்வதில் நான் தேர்ந்திருந்தேன். வீடுகளுக்கும் சுவர்களுக்கும் பின்னால், மரங்கள் மற்றும் இலைதழைகளின் ஊடாக, இருளுக்குள்ளும் நிழல்களோடு இசைந்தும். நான் அவற்றை நன்கு அறிந்திருந்தேன்.

எங்கிருந்து வந்தான் என்றே தெரியாமல் தன்னந்தனியாக ஒரு மிதிவண்டிக்காரன் சாலையில் தோன்றினான். நேர்பாதையில் மெதுவாகவும் சீராகவும் நகர்ந்தான். என்னால் அவனுடைய முகத்தைப் பார்க்க முடியவில்லை. காவல் சதுக்கத்தை நோக்கி

மெல்ல வண்டியை மெரித்துக் கொண்டிருந்தான், அல்லது அனேகமாக நான் நிற்குமிடத்தை நோக்கி. என்னால் உறுதியாகச் சொல்ல முடியவில்லை.

தொலைவில், எண்ணற்ற குங்குமப்பூ இதழ்கள் காற்றில் அசைந்தாடின, அவை முகிழ்த்து வந்த நிலத்துக்காக மென்மையானதொரு பாடலைப் பாடுவது போல. குங்குமப்பூக்களின் நிலத்தில் வந்திறங்கும் வசந்தகாலம் அதி அற்புதமானது.

அவனை விட்டு என் கண்களை அகற்ற நான் முற்பட்ட கணத்தில், என்னால் அவளைத் தீர்க்கமாகப் பார்க்க முடிந்தது; உறக்கமேயில்லாமல் ஏதோவொரு பகற்கனவில் தொலைந்தவளாக நின்றிருந்தாள், அனேகமாக எங்கள் கடந்தகாலத்தை, வீட்டை, மேலும் நாங்கள் ஒன்றாகக் கழித்த நாட்களை எண்ணிக் கொண்டிருக்கலாம். பிரகாசமும் வெண்மையும் ஈரமும் கூடிய அந்தக் கண்கள் இன்னும் என் நினைவிலிருந்தன.

மிதிவண்டிக்காரன் காலாகாலத்துக்கும் மெரித்துக்கொண்டேதான் இருப்பான் போல, அசைவுகளில் வேண்டுமென்றே வேகத்தைக் குறைத்திருந்தான், எந்தப் பக்கம் போகிறான் என்பதை அறுதியிட்டுச் சொல்ல முடியாத நிலையிலும் எப்படியோ என் கவனத்தைத் தக்க வைத்திருந்தான். இன்னும் அவனுடைய முகத்தை நான் பார்க்க முடியவில்லை.

ஓம்கார் மயக்கமுற்றவனைப் போல தெரிந்தான், மடிக்கப்பட்ட செய்தித்தாள் மடியில் கிடக்க இருக்கையின் மீது அசைவேயின்றி அமர்ந்திருந்தான், அவனுக்குப் பக்கத்தில் இருந்த கார்பைன் ஒரு கனத்த, கறுப்புநிறப் பாம்பைப் போல சீறியது. அவனுடைய இருப்பு, இறுக்கமாய் அணிந்திருந்த சீருடை, மேலும் அது போர்த்தியிருந்த உடல் என எதையும் நான் விரும்பவில்லை.

துயரமான அந்தச் சூழலைத் துளைத்து நுழைந்த முதல் ஒலி, சற்றும் பொருந்தாத ஓர் இயந்திரத்தனமான கிளிக் ஒலி. பிறகு காற்றினூடாக வந்த மெல்லிய ஷ்ஷ்ஷ், அத்துடன் ஒரு எஃகு வளையம் இணைக்கப்பட்டிருந்தது. குளிர் அடித்தது. திரைப்படப் பாடல் நின்றது.

பிறகு நான் அதைப் பார்த்தேன்.

தெளிவான திரளோடு அது கீழிறங்கி உருண்டது, இரண்டு அதன் பிறகு மூன்றாவது முறை, ஓம்கார்நாத்தின் இருக்கையில் இருந்து இரண்டு தப்படி தள்ளி, பங்கரினுடைய முற்றத்தில் இருந்த தார்ப்பரப்பில். தன்னுடைய மதியத்தூக்கத்தில் இருந்து விழித்தபோதும் ஓம்கார் அசையவில்லை. மாறாக, தன்னுடைய செய்தித்தாளைக் கொண்டு அந்தப் பொருளை மெல்ல உந்தித் தள்ளினான். அது உருண்டது, மிகுந்த சிரமத்தோடு ஆனால் ஒரு தெளிவான சத்தத்தோடு, அதற்கான இலக்கை விட்டு விலகி வேகமாக உருண்டு சென்றது. சுவாசிப்பதை நான் நிறுத்தினேன்.

முதலில் அவள் எதையும் கவனிக்கவில்லை, சாய்ந்து படுத்திருந்த, மந்தமான, அந்த செல்லப்பிள்ளை. இராணுவப்பச்சையில் கட்டம் கட்டமாயிருந்த பொருள் அவளுக்கு சில அங்குலங்கள் முன்னால் சென்று நின்றது. என்னால் அதற்கு மேல் யோசிக்க முடியவில்லை. பலத்தை எல்லாம் இழந்தவளைப் போல தன் தலையை மெல்ல உயர்த்தி எங்கிருந்தோ உருண்டு வந்து தனக்கு முன்னால் விழுந்திருந்த வட்டமான பொருளை அவள் கூர்ந்து பார்த்தாள்.

பிறகு அவள் அதை முகர்ந்தாள்.

- நம் நற்றிணை

o o o